பள்ளிக்கூடம்

பா.செயப்பிரகாசம்

வம்சி

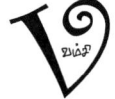

பள்ளிக்கூடம்	:	நாவல்
ஆசிரியர்	:	பா. செயப்பிரகாசம்
	:	© ஆசிரியருக்கு
முதற்பதிப்பு	:	டிசம்பர் 2016
இரண்டாம் பதிப்பு	:	டிசம்பர் 2017
வெளியீடு	:	வம்சி புக்ஸ் 19, டி.எம்.சாரோன், திருவண்ணாமலை - 606 601 செல்: 9445870995, 04175 - 235806
அச்சாக்கம்	:	மணி ஆப்செட், சென்னை - 600 077
விலை	:	₹ 200/-
ISBN	:	978-93-84598-43-3

Pallikoodam	:	Novel
Author	:	B. Jeyapirakasam
	:	© Author
First Edition	:	December 2016
Second Edition	:	December 2016
Published by	:	Vamsi books 19.D.M.Saron, Tiruvannamalai - 606 601. 9445870995, 04175 - 235806
Printed by	:	Mani Offset, Chennai - 600 077
	:	₹ 200 /-
ISBN	:	978-93-84598-43-3

www.vamsibooks.com - e-mail: vamsibooks@yahoo.com

கல்விப் புலத்தை செப்பனிடப் போராடும்
நூற்றுக் கணக்கான
அப்துல்கனி, ஜான், முத்துராக்குகளுக்கு

என்னுரை

ஒரு 50 ஆண்டுக்காலத் தமிழ்நாட்டின் கல்வியியல் திசையின் வரலாறு இது. 1950-களின் தொடக்கம், 1960-களின் இறுதிவரை நிறைய நிறைய அரசுப் பள்ளிகள்; எழுபதிலிருந்து இது கீழிறக்கமானது. நிறைய நிறைய ஆங்கிலப் பள்ளிகள். படையெடுப்பு எனில் ஆக்கிரமிப்பு, கொள்ளையடிப்பு, நல்லவைகள் அழிமானம் ஆக்குதல். வாசலிலேயே நின்று கொண்டு,

"என் வீடு எங்கேயிருக்கிறது"

என்று தேடும் கையறு நிலைக்கு மக்கள் தள்ளப்பட்டார்கள்.

கிராமப் புறங்களில் உருவான பள்ளிகள் ஏழை பாழை, ஏப்பை சோப்பை, இல்லாதது ஏலாததுகள் கல்வி கற்கும் வாய்ப்பைத் தந்தன. 'நம்ம பிள்ளை நாலு எழுத்துத் தெறிஞ்சிக்கீரட்டுமே' என்று வட்டார விவசாயி தன் பிள்ளையை அனுப்பினான்.

"படி, நல்லாப் படி, முதலிடம் வாங்கு, வேலைக்குப் போ, சம்பாதி; வெளிநாடுகளின் வாசல்கள் திறந்திருக்கின்றன. வா ராஜா வா. ஒண்ணு போனா நூறு வரும்" என்று ஆங்கிலப் பள்ளிகள் பணவேட்டைக் கல்வி முறைக்கு வித்திட்டன. "நீயொரு பணம் பண்ணும் இயந்திரமாகு. மனிதனாய் இராதே". பாடத்திட்டங்கள் தனியார் கல்விப்புலங்கள் மந்திரித்துத் தரும் திருநீறு.

வெளியில் அடர்த்தியாய்ப் பெய்யும் பனி - வீட்டினுள் நடுக்கம் கொள்ள வைப்பது போல், கல்விப் புலத்தைச் சுற்றிச் சூழும் சாதியக் கசடு, கூடங்களுள்ளும் இறங்குகிறது. வேர் முதல் நுனிவரை விசம்பாய்ச்சி கல்விக்கூடங்களை நீலம் பாரித்துப் போகச் செய்துள்ளது. உடலின் ஒரு பாகத்தில் ஊறல் ஆரம்பித்தால் மளமளவென உடல் முழுதும் ஏறி சொறியச் சொறியச் சுகமாகிறது. சொறியும் சுகத்தை அரசியல் சக்திகள் சிரத்தையாய் ஏற்று உலவுகின்றன. காதல் என்னும் பாலினப் பிரியத் தடுப்பு, நட்புக்கு அளவு, உறவுக்கு எல்லை, சமுதாய இணக்கத்துக்குச் சுவர், மனிதகுணவாகு சிதைப்பு - எனச் சொறியும் சுகத்தை நீட்டித்துக் கொண்டே போகின்றன.

"படைப்பாளி என்பவன் பழங்கால ஞானி போல் சமூகத்தின் மனச்சாட்சியாக இயங்குபவன்" என்றொரு வாசகம் தென்படுகிறது.

மனச்சாட்சியுள்ளவர்கள், சிந்திப்பாளர்கள், ஏற்கனவே நிலவுகிற சீரழிவான ஒழுங்குகளைச் சிதைத்து, புதிய ஒழுங்குகளை உருவாக்கக் கடமைப்பட்டுள்ளனர்.

இதுவரை 500 நாவல்கள் வாசித்திருப்பேன். நாவல் படைக்கும் திசையில் ஒரு எட்டுகூட வைத்ததில்லை. பதியமிடத் தொடங்கிய பின், பச்சையங்களின் விரிந்த வனம் புலப்பட்டது. சிறுகதை வடிப்பதினும் எளிதான வேலை என்று அனுபவப்பட்டது;

ஒரு சிறுகதை - கருவாகி, உருவாகி, விளைந்ததும் முற்றுப் பெறுகிறது. நாவல் என்பது இப்படிப்பட்ட, பல நூறு சிறுகதைகளின் தொடர்ச்சி.

பா.செயப்பிரகாசம்
9444090186
jpirakasam@gmail.com

1

எட்டாம் வகுப்பில் ஒரு சம்பவம் நடந்தது. தனம், ரங்கா, வடிவு மூன்று பெண்பிள்ளைகள் 3 கி.மீ. தொலைவிலுள்ள கமலா புரத்திலிருந்து வருகிறார்கள். உடன்வந்த ரங்கா, வடிவு கடவுள் வாழ்த்துக்குப் போகாமல் தனத்துடன் வகுப்பில் தாமசித்தார்கள். முன்னாலுள்ள டெஸ்க்கில் தலைகவிழ்ந்து தனம் கண்ணீர் வடித்துக் கொண்டிருந்தாள். ''அழுகாதே, ஸ்... அழுகாதே'' தலையைத் தடவி தேத்திக் கொண்டிருந்தனர். இலைகள் பூம்பிஞ்சைப் பொத்திக் காப்பதுபோல் காட்சி தென்பட்டது.

கமலாபுரத்தில் தனத்தோட அய்யா சீத்தாராம் மளிகை வியாபாரம். அட்டெண்டர் மாயாண்டி சைக்கிளில் போய்த் தாக்கல் கொடுத்துவிட்டு வந்தார்.

''இப்பத் தான போனா கழுதை'' சிவகாமி எரிச்சல் பட்டாள்.

திரும்பிப் போகவிருந்த மாயாண்டி ஸ்டாண்ட் போட்டு சைக்கிளை நிறுத்தினார்.

''சந்தோசமாப் பேசுங்க, தாயி'' அவள் சடைத்துக் கொண்டது வள்ளிசாய்ப் பிடிக்கவில்லை.

''சந்தோசம் இல்லாமயா '' குரல் இழுவையாய் வந்தது. பெண் தன்

வாழ்க்கைக்குள் அடைத்து வைத்துள்ள துயரங்களின் முனகல் அந்த இழுவை. அதை இவரிடம் சொல்லிக்கொண்டிருக்க இவர் தனதாளா? ''கால்ல ஒட்டுன கரிசக்காட்டு மண்ணா ,சேலையில ஒட்டுன செவக்காட்டு மண்ணா'' என்ற கணக்கில் உதறிவிட்டுப்போகிற மூன்றாவது ஆள்.

மளிகை வியாபாரம் வாய்க்கும் மெய்க்கும் தான். அடிகொப்பும் இல்லை பிடிகொப்பும் இல்லை என்றளவில், அந்த சிறு ஆதாரத்தை வைத்துக் குடும்பம் நின்று கொண்டிருக்கிறது. வீட்டுக்காரர் தங்கச்சி அன்னக்கிளி ருதுவாகி ஏழு வருசம் காத்திருக்கிறாள். ஏழு பெரிய வருசங்கள்! மாசம், வருசம் எல்லாமும் பெண்ணுக்கு பெரிய பேரேட்டில் சேரும்.

இம்மாதிரி விசயத்தில் பெண்டுகளோட சிந்திப்புத் திசையின் நீரோட்டம் எதை நோக்கி இருக்கும் என்று மாயாண்டியும் அறிவார்.

பெண் அதிக நாள் குமரு காக்கக் கூடாது. பெண் குமரிருக்க நீதமில்லை. ''கொள்ளாக் குமரு வில்லாச் சரக்கு'' ஒரு சரக்கு விலையாகவில்லையென்றால், பிறகு அந்தச் சரக்கு தானே விலையாகும் வழியைக் கண்டுகொள்ளும். அவருடைய ஒரே ரத்தம் தங்கச்சி ஞானசௌந்திரி. எதிர்வீட்டில் தங்கி வேலைபார்த்த எலக்டீரிசியனைக் கூட்டிக் கொண்டு ஓடிவிட்டாள். நெஞ்சுக்குள் பாய்ந்த துப்பாக்கிக்குண்டை எடுத்துவீச மாட்டாமல் பச்சைக் காயமாக வலிகொடுத்து வருகிறது.

எதிரில் வந்து நிற்கிறாள் அன்னக்கிளி. அவளும் ஒரு மகள்தான். கழுத்தில் கயிறு ஏறுகிற கொடுப்பினை அவளுக்கு இன்னும் வாய்க்கவில்லை. இதுமாதிரி பலதை நினைத்து நினைத்து மனசு சுளுக்கியிருந்த கணத்தில் இந்த 'சின்னக் கழுதை இப்படிப் பண்ணீட்டாளே' என்ற யோசனை.

மாயாண்டி சொல்வார் ''மனசுக்கு அலுப்பாத்தான் தெரியும். சுளுக்குப் பிடிச்ச மாதிரித்தான். அதெல்லாம் சுளுக்கு எடுத்திருவீங்க

தாயி''

''ஆமா ஒனக்கு சொல்லீட்டு ஆகிருக்கனும் இல்ல. அப்படி ஆகிற விசயமா மதினி'' கேட்டபடி வந்து நிற்கிறாள் அன்னக்கிளி. அன்னத்தைப் பார்த்ததும் சிவகாமிக்கு திக்கென்றது. ஆளு நிலையறிஞ்சி பேசீருக்கனும்.

''வாழ்த்துப் பலிக்கட்டும் தம்பி. அன்னம்மா, தம்பிக்கு சக்கரை அள்ளிக்கொடு'' இம்மாதிரி சேதிகொண்டு வருகிறபோது செய்யவேண்டியதை மறந்து போய்விட்டாள்.

அப்படியொன்னும் லேசாய் எடுத்துக் கொள்ள முடியாது சிவகாமியை . சீமையை வித்தாவது பெண்டுகளை கரைசேர்த்து விடுவாள் என்று மனசுக்குள் வாழ்த்துக்கள் அள்ளிவீசி மாயாண்டி சைக்கிளை மிதித்தார்.

அன்னக்கிளி, தனத்தைவிட ஏழுவயசு மூப்பு; அத்தை என்றும் இல்லை; சிநேகிதி என்றும் இல்லை, இரண்டு கணக்கிலும் இருந்தாள். அண்ணன் சீத்தாராமுடன் அன்னக்கிளி பள்ளிக்கூடம் போகும் வண்டியில் ஏறிக்கொண்டாள். பொம்பிளைக்குப் பொம்பிளை ஆதரவாயிருக்கும் என்பது முதல் கணக்கு, அந்தப் பள்ளிக்கூடத்தை பார்த்தமாதிரியும் இருக்கும். இதுகாலமும், என்ன காரணமோ பள்ளிக்கூடம் இருக்கும் திக்கில் எட்டிப்பார்க்க முடியாமல் போனது. உள்ளூர்ப் பள்ளியில் ஐந்து வரை படித்தாள். பள்ளிக்கூடப் படிப்புக் கணக்கு அத்தோடு முடிந்தது. நாலெட்டுப் போட்டு, தனம் போல் கமலாபுரம் போய்வர 'ஐவேஸ்' இல்லை. இப்போது இந்த நல்ல நேரத்தில் கோர்த்துக் கொள்ள முடிந்தது.

ஒரு தார் வாழைப்பழம், ஒரு கலர்ப் பெட்டி, கடலை மிட்டாய் பாக்கெட்டுகள்- அவளுக்கு முந்தியே வண்டியில் ஏறியிருந்தன. வாயிருந்தால் அதுகள் இப்படிப் பேசியிருக்கும் என்று நினைத்துக் கொண்டாள் அன்னம், ''நாங்க எங்க பொண்ணு பிறந்ததைக் கொண்டாடப் போறம்''. அந்தப் பொருட்களும் மகிழ்ச்சியைக் கொண்டாடும்

ஜீவன்கள் போல் அவளுக்குத் தோன்றின.

கேலிப் பேச்சு, அகடவிகடம் எது பேசினாலும் அதிசயித்து, குழந்தை போல இருகைகளையும் ஒன்று சேர்த்து 'தத்தாங்கி' கொட்டுகிற சிறுபெண்; திடீரென்று வயசுக்கு வந்தது எப்படி என நினைக்க நினைக்க அன்னக்கிளிக்கு அதிசயமாகவே ஆனது. ''அது சரி ஆளாகிறபோது, ஓங்கிட்ட ஏங்கிட்ட சொல்லிக்கிட்டா ஆக முடியும்''.

தனம் அவளைக்கண்டதும் 'அத்தை' என்று திணறினாள். 'குமுக்' என்று வாவாயை உடைத்து அழுகை கரையை எட்டிப் பார்த்தது.

வகுப்பறைக்குள் விநியோகம் சீராக நடந்தது. கடலைமிட்டாய்ப் பாக்கெட்டுகள், கலர், வாழைப்பழங்கள் ஆசிரிய அறைக்குள் வந்தன. பெண்பிள்ளைகள் எடுத்து வந்தார்கள். கூட அன்னக்கிளி போனாள்.

''இது எதுக்கு?'' தமிழையா முத்துராக்கு கேட்டார்.

''சொல்லலயா யாரும்?'' வியப்பாய்க் கேட்டாள் அன்னக் கிளி.

எட்டம்வகுப்புக்குப் போனவேளையில், ஒவ்வொருவராய் அவருடைய பார்வை தொட்டு வருகையில் ஒரு இடத்தில் நிலைத்தது. அந்தப் பெண்பிள்ளை மனசுக்கும் படிப்புக்கும் வெகுதூரம் என்பது போல் தலைகுனிந்து உட்கார்ந்திருந்தாள். அவள் கண்மீன்கள் மடியிலேயே தங்கியிருந்தன. முகம் கவிழ்ந்து தன் மனசையே வாசித்துக் கொண்டிருந்தவள் போலிருந்தவளை முத்துராக்கு ஆச்சரியமாய் நோக்கினார். அவரின் ஆச்சரியப் பார்வைக்கு மூலமான சூக்குமம் பிடிபட்டது.

கவிழ்ந்த முகமாய்க் கண்ணீர்ப் பெருக்குடனிருந்த பெண்பிள்ளையும் எதிரில் மிட்டாய், கலர் ஏந்தியபடியிருந்த கன்னியின் முகச்சாடையும் ஒரே 'சோட்டிப்பில்' இருந்தது. ஒத்தைக் குடும்பத்தில் வந்தவர்கள் என்று யூகிக்க முடிந்தது. முத்துராக்கு

கேட்டார்.

"ரெண்டுபேரும் அக்கா தங்கச்சியா"

அன்னக்கிளி திடுக்கிட்டாள். "என் அண்ணன் பொண்ணு. நா அவ அத்தை. குமாரி அன்னக்கிளி''.

சிறு புன்னகை அவர் உதட்டில். இதற்கு இத்தனை தடபுடல் தேவையா என்பதுபோல் யோசிக்கிறார். உடல்வளர்ச்சியில் ஏற்படும் இயல்பான மாற்றத்தில் சூடான ரத்தம் சிறு ஓசையும் இல்லாது அமைதியாய் வெளியேறுகிறது. பூப்பெய்தல் இயல்பான உடலியல் நிகழ்வு. ஏன் ஒவ்வொரு வீட்டிலும் 'தலைக்குத் தண்ணி ஊத்துதல்' என்ற பெயரில் குலவை போட்டு, இவ்வளவு பெரிய சத்தம்போட்டுக் கொண்டாடவேண்டும்? வாழைப்பழம், கலர், கடலைமிட்டாய் என்று தடபுடல் பண்ணவும் வேண்டாம்; கண்மீன்கள் மடியில்கிடக்க இந்தச் சிறு நங்கை கண்ணாடிக் குவளைகளிலிருந்து கொட்டியிருக்கவும் வேண்டாம்.

பள்ளிக்கூடத்தின் முன் பழங்காலக் கோயில். எந்தப் புண்ணியவான், எக்காலத்தில், எதுக்காகக் கட்டிவைத்தான், உள்ளூர்க்காரனா அசலூரா, இருப்பாய் இருந்தவனா வலசை வந்தவனா தெரியாது. கோயில்கட்டிய நபரைத் தெரியாது போனாலும் காலத்தின் ஒரு வரலாற்றுக் கர்ப்பம் போல் உட்கார்ந்து கொண்டிருக்கிறது.

அது பெருமாள் கோவில். முருகனுக்குரியது வேல்; அது ஏம் விஷ்ணுவுக்கு முன்னால் வந்தது? கோவில்முன் லாந்தர் விளக்குப்போல் ஒரு கல்தூண் நிறுத்தி அதில் பெரிய வேல் சொருகி வைத்திருக்கிறார்கள். உபயம் என்று செதுக்கப்பட்டுள்ளது. அது அய்யாவா அம்மாவா என்று தீர்மானமாயில்லை. இடிந்த கோவிலுக்குச் சொந்தம் என்று சொல்ல ஒருகுஞ்சும் தற்சமயம் கிடையாது. பெரிசுகள், சோம்பேறிகள் குண்டிதேய்க்க, படுத்துப்புரள

அனாதையாகிப் போய் பலநூற்றாண்டு கடந்திருந்த கல்கட்டிட கோயில் தாழ்வாரம். வேலைவெட்டி பார்க்காமல், ஒரு சோலிக்கும் போகாமல் சுகம்பார்க்கிற சோம்பேறிகள், முதிர்நிலையில் காலத்தைக் கடத்தியவாறு இருக்கும் வயசாளிகள் ஜென்ம சாபல்யம் அடைய அங்கே கிடந்தார்கள். தாழ்வாரத்தில் துயில்கொண்ட பெரிசுகளுக்கும் வாழைப்பழம், கலர், கடலைமிட்டாய் விளம்பப்பட்டது.

''யாரு?'' ஒரு பெரிசு.

''கமலாபுரத்தில பலசரக்குக் கடை வச்சிருக்கிறாரில்லே, அவர் மக''

''லேசாச் சொல்லீட்டே? வியாபாரி சீத்தாராமுன்னு சொல்லு''

இடது கை ஊன்றி எந்திருச்சி உட்கார்ந்த பெரிசு, மடக்,மடக் என்று கலரைக் காலி செய்து, ''அப்ப சீத்தாராமுக்கு பேரன் பிறந்தாச்சின்னு சொல்லு'' என்றது.

பெண் பூப்பெய்திவிட்டாள் என்பதை, பேரன் பிறப்பதுவரை கொண்டுபோய்க் கொழுவினார் பெரிசு. அப்படிச் சொல்வது வட்டார வழக்கம். பூப்பெய்திவிட்டாலே வாரிசுக்குத் தோதாய் ஆம்பிளைப் பிள்ளை பெறத் தயாராகி விடுகிறாள் பெண்.

''இப்படிச் சொன்னாக்கா அந்த ஆளு'' ஒரு சிறுபெண் கோயில்மடத்துப் பக்கம் கையைக் காட்டிச் சொன்னதும் அன்னக்கிளி சிரித்தாள். ''அப்படியா சொன்னார்? இப்பவே நருள் பெருத்துப் போச்சி (மனுசக் கூட்டம்) ஞய்யா மிய்யாங்காம, பொடி வச்சிப் பேசாம, ஆம்பிளையாட்டம் பேசிருக்காரு''.

எல்லோருக்கும் விநியோகித்துவிட்டுப் பெண்ணையும் கூட்டிக்கொண்டு வண்டியில் வருகிறபோது அன்னம் சிந்தித்துக் கொண்டு வந்தாள். வாழ்க்கை இன்னொரு சிறு உயிரையும் அவளோடு இணைத்துவிட்டது. அவளுடைய கைவளைவின் கதகதப்பில் பாதுகாப்பாய் பேணவேண்டிய மயில்குஞ்சு.

என்னென்ன நம்பிக்கைகள் வாழ்வு நடப்பில் இருக்கின்றன. வாழ்வு என்பது நம்பிக்கைகளில் ஓடிக்கொண்டிருக்கிறது. இன்றில்லாவிட்டால் நாளை: நாளை இல்லாவிட்டால் மற்றொரு நாள் வெளிச்சம்வருமென நம்பிக்கை சொல்கிறது. எதிர்காலம் பற்றிய நம்பிக்கைகளைச் சுமந்து, தன்மடிமீது அசதியில் படுத்துக் கண்மூடியிருக்கும் சிறுஉயிரை இமைக்காமல் பார்த்தபடி வந்தாள்.

2

"கலையே உன் விழிகூடக்
கவிபாடுதே- தங்கச் சிலையே
உன் நிழல்கூட ஒளிவீசுதே"

தனஞ்செயன் மாணவர் சங்கக் கூட்டத்தில் பாடியது பழைய திரைப்படப் பாடல்.

சனிக்கிழமை அரைநாள் பள்ளிக்கூடம்; முதல்வகுப்பு முடிந்ததும் மாணவர் சங்கக் கூட்டம். உள்ளூர்ப் பிள்ளைகளுக்குப் பிரச்சினை இல்லை. பூப்போல வந்து பூப்போல வெளியேறினார்கள். கமலாபுரம், தீத்தாரப்பட்டி, தும்மக்குண்டு, செங்குளம் 5 கி.மீ. சுற்றுப்பட்டிலுள்ள பிள்ளைகளுக்கு மண்டையிடி. பண்ணிரண்டரை மணிக் கணக்குக்கு பள்ளி முடிய உச்சிவெயில் மண்டையைப் பிளக்கிறபோது, வேகுவேகு என்று ஓடினார்கள். வெயிலானாலும் மழையானாலும் ஓட்டம். வண்டிப் பாதை வழி நடக்கிறபோது ஈயத்தைக் காய்ச்சி ஊத்திய மாதிரி புழுதி, உள்பாதங்களில் தாக்கி கொப்புளங் கண்டது. ஆகமாய் ஒருத்தருக்கும் செருப்பில்லை. பாதையின் ஓரம் வளர்ந்துள்ள கொழுஞ்சிச் செடிகள் மேல் கால்வைத்துச் சூடு ஆற்றிக் கொண்டார்கள். குத்துச் செடியாயும் படர் செடியாகவும் வளரும் கொழுஞ்சி சூடாற்றிக் கொள்ளத் தோது.

வில்வநத்தம் பள்ளிக்கூடத்துக்கு மூணு திசைகளிலிருந்தும் பாதைகள் வந்தன. சூவடக்குத்சூதிசை மூடியிருந்தது. வடக்குத் திசையில் மணக்குடி உயர்நிலைப்பள்ளி. பூணாம் பூணாம் என்று நடந்து கொண்டிருக்கும் இந்தப்பள்ளியிலிருந்து பிள்ளைகள் வடதிசைக் கவர்ச்சி நோக்கிப் போய்விடக்கூடாது என்று ஆசிரியர்களுக்கு ரொம்பக் கவனம். ஊராருக்கும் பெருஞ்சிரத்தை.

ஒவ்வொரு மாதமும் கடைசி சனிக்கிழமை வகுப்பு முடிந்து நடக்கிற மாணவர் சங்கக் கூட்டத்தில் பிள்ளைகளுக்கு பிரியக்கால் நாளுக்குநாள் கூடிக்கொண்டது. சோறு, கறி, வெஞ்சனம் என வீட்டினுள்ளிருந்து கொண்டுவந்து நிலா முற்றத்தில் சாப்பிடும் கூட்டாஞ்சோறு போல; அவரவர் ஒரு கதை, ஒரு பாட்டு, சில அழிப்பாங்கதை, சில சொலவடை, சொற்பொழிவு என்று அனைத்தையும் எடுத்து வைத்துப் பறிமாறல் நடக்கும். எல்லாவற்றையும் கோர்க்கிற போது வாசமுள்ள பூச்சரம் உருவாகி விடுகிறது. மனசுக்குள் பதியம் போட்டிருந்த திறன்களை வெளிக்காட்டும் போட்டாபோட்டி அது. ஐந்து நாட்கள் யாருக்கு வந்த விதியோ என்று கடந்து போகிறபோது, இந்த ஆறாவது நாள் எல்லாச் சிறுமனசுகளையும் மலரச் செய்யும் நாளாக, முன்னுள்ள ஐந்து நாட்களையும் இழுத்து வருகிறது. இந்த ஒரு வாரப் பள்ளிக்கூடப் படிப்பின் அர்த்தம் இந்த அரைநாளில் இருந்தது. இந்தப் பறவைகள் பறக்கமுடியாத் திசைகளோ, உலவமுடியா வனமோ இல்லை.

இந்த ஒன்றுகூடலுக்கு முன்னர் இருந்த பெயர் மாணவர் சங்கக் கூட்டம்; வழக்கமான இந்தப்பெயர் அழிக்கப்பட்டுவிட்டது; நீ ஒன்னு சொல்லு, நா ஒன்னு சொல்லு என்று போட்டா போட்டியாய் வேற வேற ரூபம் எடுத்துவிட்டதால் ‘கதம்ப காமிக்’ என்று பெயராகிப் போனது. மேக்காப் பூட்டில் போகிற காளைகள் மாதிரி விடுதலில்லாமல் நிகழ்ச்சிகள் கதியாய்ப் போய்க் கொண்டிருக்கிற போது மணியடித்து விடுவார்கள். மதிய மணி அடிக்கவும் அசலூர்ப் பிள்ளைகள் முகம் சூீச்சிப் போய் விடும். இவ்வளவு நேரம் அலுப்பத்து இருந்ததுக்கு

வினையா என்கிற மாதிரி நடந்துபோகவேண்டிய தூரத்தை எண்ணி ஆந்துசோந்து போவார்கள். சொணங்கிப் போகிற முகங்களைப் பார்த்தால், ஒரு அசப்பில் 'பூமாறி ' நோய் விழுந்த கொத்தமல்லிப் புஞ்சையைப் பார்க்கவேண்டாம் என்று நினைக்கத் தோன்றும்.

காதல் எக்காலத்தும் இனிமையானது! காதலைப் போல வேம்பு, தை, அம்மா என நிரந்தர அமிழ்தமான இன்னும் சிலச்சில வார்த்தைகள் உள்ளன.

''கலையே உன் விழிகூடக்
கவிபாடுதே- தங்கச் சிலையே
உன் நிழல்கூட ஒளிவீசுதே''

மாணவ, மாணவிகள் அம்புட்டுப் பேரும் அவனுடைய குரலினால் வசீகரிக்கப்பட்டனர். வழக்கமான நாட்களினும் கூடுதலாய் அவனது பாடல் இந்நாளை ரம்மியமாக்கியிருந்தது. இந்த வருடம் மாணவர் சங்கக் கூட்டத்தை ஒழுங்குபடுத்தும் பொறுப்பில் ஆசிரியர் ரகுராம் இருந்தார். பாட்டு, கதை, விடுகதை, பேச்சு எனப் பேர் கொடுத்து விடுவார்கள். புள்ளிக்கு ஒன்றோ இரண்டோ, அல்லது கூடுதலாகவோ கொடுத்தார்கள். ஒரு பிள்ளைக்கு ஒரு திறன் தான் என வரம்புண்டா என்ன? எல்லையில்லாத் திறன்களின் திரட்டுப்பால் பாலபருவம். இன்ன கதை, இன்ன பாட்டு, இன்ன பேச்சு என்று முன்னக்கூட்டி எழுதிக் கொடுப்பதில்லை. ரகுராமும் குறித்துக் கொள்ள மாட்டார்.

தனஞ்செயன் பாடலை நிறைவு செய்தபோது ''இங்க இந்தப் பாட்டெல்லாம் பாடக்கூடாது'' பொங்கிவிட்டார். மணிகொண்டடிச்ச மாதிரி விழுந்தது குரல். பெண்பிள்ளைகள், அதுவும் பருவப் பிள்ளைகளுள்ள இடத்தில் காதல் பாடல் பாடியிருக்கக் கூடாது.

கூட்டத்தில் மூன்று ஆசிரியர்கள், இரு ஆசிரியைகள் இருந்தார்கள். பெரிய சத்தமா கேட்குதே என்று ஆசிரியர் அறையிலிருந்து இருவர் எட்டிப் பார்த்தார்கள்.

இதைப் பாடு அதைப்பாடு என்று கச்சேரிகளில் விரும்பிக் கேட்பது நடக்கும். இதைப் பாடாதே, அதைப் பேசாதே என்று சொல்வது வித்தியாசமாய் இருக்கிறது. முத்துராக்கு எழுந்து வகுப்பறை வாசலில் நின்று நடப்பவைகளைக் கவனித்தார்.

ஆசிரியர்கள், பிள்ளைகள் ஒன்றும் விளங்காமல் ரகுராமையும் தனஞ்செயனையும் மாறி மாறிப் பார்த்தார்கள். இன்ன கதை, இன்ன பாட்டு, இன்ன சொலவம், இன்ன விடுகதை என்று எழுதிவாங்காதது ஒருங்கிணைப்பாளர் பிழையேயன்றி மாணவர்கள் பிழையில்லை. ரகுராம் ஓங்கி ஓங்கிக் கத்தி 'ஆதாளி' போட்டிருக்கத் தேவையில்லை. 'பையன் பாட்டு முடிஞ்சிருச்சிருக்கு, இப்ப இவர் பாட்டை ஆரம்பிச்சிட்டார்' முணுமுணுப்புடன் இரு ஆசிரியர்கள் வெளியே போனார்கள்.

''எங்க ஊருக்கு ஒரு தேதி கொடுத்தா என்னய்யா?''

தென்மாவட்டங்களில் கடற்கரை என்னும் கூத்துக்கலைஞனின் 'குறவன் குறத்தி ஆட்டம்' பிரபலமாகியிருந்தது. கடற்கரை ஆட்டக் குழுவுக்கு நல்ல கிராக்கி.

ஊர் ஊருக்கு அவர் மேல்போய் விழுந்தார்கள். முந்தின கைக்குப் பணியாரம் என்று அவரும் கொடுத்துக் கொண்டிருந்தார். தேதிகொடுத்து மாளவில்லை. கோடை பிறந்து விட்டால் சித்திரை, வைகாசி மாதங்களில் ஊர் ஊருக்கு கொடை, பண்டிகை என்று அலைச்சலாகி விடும். ஆட்டக்காரர்களைச் சீந்த ஆள் இல்லாதது மற்றக் காலம். ஆட்டம் இல்லாமல் வயிறை வத்தப்போட்டு விடும் நாட்களில், ஆளோடு ஆளாய்ச் சேர்ந்து புஞ்சைக்காட்டிலே களையெடுப்புக்கு, கருதறுப்புக்குப் போய்க் கொண்டிருப்பார்கள்.

''என்ன மாமு, இன்னைக்கு ஒன்னும் ஓட்டம் இல்லையா?''

ஆட்டக்காரர்கள், பாட்டுக்காரர்கள் இந்த ஒத்தை வித்தையை நம்பியே வாழுதல் முடியாது. சிலபேர் கொத்தனார் வேலைக்குப்

போனார்கள், சூரங்குடி சேது போல.

மிளகுநத்தம் என்ற ஊரில் ஆட்டம் மும்மரமாக நடந்து கொண்டிருந்த போது கடற்கரையிடம் துண்டுச் சீட்டு வந்தது. ''எங்கள் தலைவர் மேல ஒரு பாட்டுப் பாடு''

வேற வினை வேண்டாம்; ஒரு வழியாக்கி விடுவார்கள் என்று பட்டது. ''சரி பாடுறேன்'' என்று அமர்த்தினார். ஒரு பேச்சுக்குத் தான் சொன்னது. அந்தச் சொல்லையே காலாய்ப் பிடித்துக் கொண்டு பாடுபாடுன்னு நச்சரித்தார்கள். பிறகு இன்னொரு சீட்டு வந்தது. ''எங்கள் தலைவர்மேல் ஒரு பாட்டுப் பாடு'' .

எஞ்சிவனேன்னு கெடக்கிறவனையும் இருக்க விடமாட்டேங் கிறானுங்க என்று சினப்பை அடக்கிக் கொண்டார். ''பாடறேன் பாடறேன்'' ன்னு லாயக்கா ஆட்டத்தை நடத்திக் கொண்டு போனார்.

''இப்ப ஆட்டம் ஜோராப் போய்க்கிட்டிருக்கு. ஆட்டக்காரர்களுக்கு ஒரு மனசு இருக்கா இல்லையா?''. ஒரு கட்டத்தில் சொன்னார். ''ஏற்பாடு செய்த முதலாளிமார்களக் கேட்டுக்கிறோம்; கூட்டத்தை அமர்த்துங்க; இல்ல நீங்க கொடுத்த முன்தொகையை வாங்கிக்கிட்டு எங்களை விடுங்க''

அதையும் மீறி வம்புச் சண்டைக்கு வந்தார்கள்.

மிளகுநத்தம் ஊரில் அந்தப்படியே ஆயிற்று. ஆட்டக்காரர்களைக் கூட்டிக்கொண்டு கிளம்பிவிட்டார்.

'பாடு பாடு' என்பது கலை மீதான காதல். பாடாதே, பாடாதே என்று சொல்வது மனசினுள் நிறைந்து கிடக்கும் வெக்கை. உள்ளுக்குள் அடைகாத்து கொதிப்பாகும் தன் மனவெக்கையை எல்லோருக்கும் பரப்பிவிடுகிற காரியம் இது.

ரகுராம் முறுக்கிக் கொண்டு நின்றவேளை, கடற்கரை ஆட்டத்தைக் கலைக்க நடந்த ஊர்க்கார அரை வேட்டுகளின் நொரநாட்டியம்

முத்துராக்குக்கு ஞாபகம் வந்தது. கூட்ட அறையினுள் நுழைந்து ''எதுக்கு ஸார் வம்பு, முடிச்சிருங்க'' என்றார். அவர் துணைத் தலைமையாசிரியர் நிலையிலிருப்பவர்.

ரகுராம் சடாரென அடிப்பது போல் தாவி ''உறுமிக்காரப் பயலுக்குத் திமிரு'' என்று வசவு நோங்கினார். மாணவ, மாணவிகள் என்றில்லை, ஆசிரியர்களும் விருழியத்துப் போய்நின்றனர்.

3

பிற்பகல் மூன்றரைமணி. வகுப்புக்குள்ளிருந்த மாணவர்களை பலகார வாசனை அழைத்தது. வாசனை வந்த வழியில் பயணம் செய்ய மனசை அனுப்பினார்கள். வாசனையின் திசையில் மனசு சவாரி போய் விட்டதால், வகுப்பறை காலியாக இருந்தது. வளைக்குள் கிடக்கிற நண்டை வாலைவிட்டு ஆட்டி வெளியில் இழுத்துப் போடும் நரி போல், பலகார வாசனை சரியாய் மூன்றரை மணிக்கு அவர்களை வெளியே இழுத்துப் போட்டுவிடுகிறது .

பள்ளிக்கு முன்னால் இடதுபக்கமிருக்கிற பழைய கோவில் முன்னிருந்து புறப்பட்டு வரும் வாசனை பள்ளி வழியாக ஊடு பாதை போட்டு, பள்ளிக்கு மேலாகவும் ஆகாயமார்க்கத்திலும் நடந்து, காற்று நடக்கும் திசையெங்கும் பயணித்து நகரங்களுக்கும் ஓடினது.

மாவலோடை சேவு, வேம்பார் கருப்பட்டி, விளாத்திகுளம் மிட்டாய்க் கொட்டான், கோவில்பட்டி கடலை மிட்டாய், சாத்தூர் வெள்ளரி- என்று ஒவ்வொரு ஊர்ப்பேர் சொல்லி ஒரு திண்பண்டம் சீராடிக் கொண்டிருக்கும். வடக்கில் 20 கி.மீட்டரில் காரியாபட்டி. விரல்தண்டிப் பருமனில் வளைக்கப்பட்ட வாழைத்தடையில் சின்னச் சின்ன மோதிரங்கள் போல் சுற்றப்பட்டிருக்கும் முறுக்குகள். வாழைத்தடையில் மாட்டப்பட்ட காரியாபட்டி முறுக்கு ரொம்ப

பிரபல்யம். வடக்கில் மதுரை வரை பயணமெடுக்கிற பெரியவர்களுக்கு, ஒரு சவுகரியம் இருந்தது. சிறுவர்களுக்கு வாங்கிக் கொடுத்து விட்டால் பெரியவர்களுக்கு ரயில், பேருந்துப் பயணம் ரொம்ப சிலாக்கியமாய் நடக்கும். வாழைத்தடையை கழுத்தில் மாலையாய் மாட்டிக்கொண்டு அல்லது கையில் கோர்த்துக் கொண்டு ஒவ்வொன்றாய் உடைத்துச் சாப்பிட்டபடி 'கப்சிப்' ஆகிவிடுவார்கள். காரியாபட்டி முறுக்கு ஏந்திய சிறுபிள்ளைகளின் தோற்றம் கையில் செங்கோல் ஏந்திய ராஜகம்பீரம்!

ஊருக்கு பேர்வாங்கித் தந்துள்ளவை இரண்டு சமாச்சாரங்கள்- ஒன்று புதிய தலைமை ஆசிரியர் அப்துல்கனி ; அவரது வருகையின் பின் சிறுகச் சிறுகப் பழையபேரைத் துடைத்து வட்டாரத்தில் புதியபேர் வாங்கி வருகிறது வில்வநத்தம் உயர்நிலைப்பள்ளி. வாசனையால், சுவையால் சாலையில் போகிற வருகிற வாகனங்களை மடக்கி மசால் வடைகளை அள்ளிப் போட்டுக்கொண்டு ஓடச்செய்யும் வெங்கிட்டம்மா பலகாரக்கடை இன்னொன்று.

திண்பண்டங்களின் திசையில் புதிதாகப் பதிவு செய்து கொண்டது வில்வநத்தம் வெங்கிட்டம்மா போடுகிற வடை, கூடுதலாய் மசாலா மொச்சை ; புருசனைப் பறிகொடுத்த ஒத்தைப்பாரி அவள்.

பிற்பகல் மூன்று மணிக்கு களையெடுப்பு முடிந்து திரும்புகால் நேரம். களையெடுப்புக்காரர்கள் வெங்கிட்டம்மாவிடம் வடை வாங்கிக்கொள்ளாமல் ஊருக்குள் கால்வைப்பதில்லை. வடக்கு தெற்காய் ஓடும் பள்ளிக்கூடம் முன்னாலுள்ள சாலையில் பேருந்துகள், சரக்குந்துகள், இருசக்கர வாகனங்கள் ஓடிக்கொண்டே இருக்கின்றன. வாகனங்களும் தாமசிக்காமல் கால்பெயர்வதில்லை.

வில்வநத்தத்துக்கு புதுசாய் உயர்நிலைப்பள்ளி வந்து இரண்டாவது ஆண்டு. எட்டாம் வகுப்புவரை பழைய தனிக்கட்டிடத்தில் நடக்கிறது. ஒன்பது, பத்து வகுப்புக்கள் புதிய கட்டிடத்தில் இருக்கின்றன. அடுத்த

ஆண்டு இன்னொரு கட்டிடம் கட்டி முடித்ததும் ஆறு, ஏழு, எட்டாம் வகுப்புகளும் பெயர்ந்துவிடும். உயர்நிலைப்பள்ளிக்கு அப்துல்கனி தலைமையாசிரியராய்ப் பொறுப்பேற்கிறவரை இடைநிலைப்பள்ளி தலைமையாசிரியையாய் இருந்தவர் அன்னமேரி.

பிற்பகல் மூன்று மணி-வழக்கமாய் மூவர் குழு படையெடுக்கும் நேரம்; வகுப்பில் உட்காரும் இடமும் மாற்றமில்லை. ஊர்ப் பழையகிராமுன்சு, தருமகர்த்தா (பாரம்பரிய முறை இப்போது நடைமுறையிலில்லை) இராணுவத்திலிருந்து ஓய்வு பெற்ற கேப்டன் பரமசிவம் ஒவ்வொருவராய் ஆஜரானார்கள். அவர்கள் உள்ளே வந்ததும் முன்னால் உள்ள நடு பெஞ்சில் உட்கார்ந்தார்கள். பையன்கள் பெஞ்சைக் காலி செய்துவிட்டுப் பக்கத்துப் பெஞ்சுகளில் நெருக்கியடித்து உட்காருவார்கள்.

மூவர் குழுவின் சாமியாட்டத்துக்கு துணை ஆட்டம் போடும் இடும்பன் சாமியாக அன்னமேரி டீச்சர் இருந்தார். ஊர்ப் பெரிய புள்ளிகளாகையால் பேச்சுக்கொடுப்பதை அன்னமேரி கட்டுப்படுத்த வில்லை.

"ஏலே கன்னியப்பா"

மூன்றரை மணிக்கு பழைய கிராமுன்சு பின்னால் திரும்பிப் பார்த்துக் கூப்பிட்டார். இடைநிலைப்பள்ளி தலைமையாசிரியராய் அன்னமேரி டீச்சர் வந்த காலத்திலிருந்து, இந்த ரோதனையை கன்னியப்பனும் வகுப்புப் பிள்ளைகளும் கண்டு கொண்டிருக் கிறார்கள்.

பழைய கட்டிடத்திலிருந்த எட்டாம் வகுப்புக்கு அப்துல்கனி ஆங்கில வகுப்பு எடுக்க வருவார்.

இது அப்துல்கனியின் காலம் என்பதை அவர்கள் உணரவில்லை: நிலம் அமைதியாகத் தெரிகிறது. பள்ளத்தாக்கு, பசுஞ்சோலை, சமவெளி, பசுமை தழையும் குன்றுகள் அமைதியாகத் தென்படுகின்றன. அடியில்

நிலஅதிர்வும் எரிமலையும் அடங்கி இருப்பது எவருக்கும் தெரியாது. ஒரு பேச்சுக்கு தலைமை ஆசிரியரிடம் சொல்லிவிட்டுப் பையனை அனுப்ப அவர்கள் நினைக்கவில்லை. பையன்களிடம் போடுவது நேரடிக் கட்டளை.

''பத்து வடை வாங்கிட்டு வா'' பெரிய கிராமுன்சு கட்டளையிட்டார்.

புள்ளிக்கு இரண்டு வடை. தலைமையாசிரியர் உட்பட ஐந்துபேர். பிறகு புள்ளிக்கு ஒரு காப்பி. தலைமையாசிரிடம் பேசிக்கொண்டிருந்த கணித ஆசிரியர் ஜான் எழுந்து வெளியேறினார்.

''எங்க போறீங்க? உங்களுக்கும் சேர்த்துத் தானே சொல்லிருக்கு'' மறுத்துவிட்டு கணித ஆசிரியர் வெளியேறியிருந்தார். எரிமலையின் முதல் அடுக்கு சொல்லிக் கொள்ளாது வெளியேறினது.

பையன்கள் அறிந்திருந்தார்கள். வகுப்பு இனி நடக்காது. வடை சாப்பிட்டானதும் குடிக்கத் தண்ணீர்-நேரடிக் கட்டளை கன்னியப்பனுக்குப் பறந்தது.

பள்ளி வலதுபக்க சுற்றுச்சுவரை ஒட்டி வீடுகளிருந்தன. தண்ணீர் வாங்கி வர சுற்றுச் சுவரை லாவகமாய்த் தாவிப் போனான் கன்னியப்பன். செம்பில் தண்ணிர் வாங்கியவன் அதே லாவகத்தில் சுற்றுச் சுவர்மேல் ஒரு கை வைத்து தாவி உள்ளே வந்தான். தேர்ந்த கழைக்கூத்தாடி கையை ஊன்றிக் கரணமடிக்கிற காட்சி. அவன் முகத்தில் பெருமிதம் கூத்தடித்தது. இன்னொரு செம்பு தண்ணீர் தேவை, இப்போது பொன்ராஸு ''ஸார் நான்'' என ஓடி வந்தான். அதே போல் அனுமார் தாவல்.

''ஆவுடையாச்சி பெத்த பிள்ள
அஞ்சி மூணும் ஒன்னு போல''

என்று சொல்கிறார்களே, அதுதான் இந்தப்பள்ளிக்கூடம் என்று மனசில் எண்ணிக் கொண்டார் அப்துல் கனி.

சுவரேறிக் குதித்து தண்ணீர் வாங்கிவந்த இரண்டு பேரையும் முன்னால் நிற்க வைத்தார்சூஅப்துல் கனி. ஊர்ப் பெரிய புள்ளிகள் பார்த்துக் கொண்டிருந்தனர்.

''வாசல் எந்தப் பக்கம்டா இருக்கு?''

இரண்டுபேரும் கிழக்குப் பக்கம் கைகாட்டினார்கள்.சூ''அந்த வழியாப் போனா சுத்து ஸார்''

''அதுக்கு?''

கைவசம் பிரம்பு வைத்துக் கொள்கிறவரில்லை. பிரம்பு தலைமை ஆசிரியர் அறையில் மூலையில் விருதாவாய்க் கிடக்கிறது. ஒரு பிரம்புக்கு என்ன வேண்டும்? பையன்களுடைய முதுகும், பெண் பிள்ளைகளெனில் நீட்டிய மிருதுக் கைகளும். பிரம்பெடுக்காமல் பிள்ளைகளைப் படிக்கச் செய்ய வேண்டும்; எல்லா நேரத்துக்கும் எல்லாக் கொள்கையும் பொருந்திப் போவதில்லை.

''பள்ளிக்கூடத்துக்குள்ள மூணு தடவை சுத்திவாங்கடா'' என்றார்.

அவர்கள் முன்னால் உட்கார்ந்திருக்கும் பெரிய புள்ளிகள் பார்த்தார்கள். உங்களால தான இந்தக்கதிக்கு ஆளானோம் என்பது போல் வந்தது பார்வை.

''அவங்களை ஏன் பாக்கிறீங்க, தப்புப் பண்ணினது நீங்க''

இன்னும் கொஞ்சநேரம் நின்றால் சுத்து அதிகமாகிவிடும் என்று பயம்.

''வாயில கொழுக்கட்டையா வச்சிருக்கிறீங்க? இனிமே பண்ணமாட்டோம்னு மாப்புக் கேளுங்கடா'',

வடை வாங்க, தண்ணீர் வாங்கிவர விரட்டினவர்கள் இவர்கள் மேல் பாய்ந்தார்கள்.

சுற்றுச் சுவருக்குள் ஓடிக் கொண்டிருந்த கன்னியப்பன் கிராமுன்சின்

கொறுவாய் மண்டையை மனசில் நிறுத்திக் கறுவினான். ''அவன் ஊசி மண்டையைக் கத்திக் கல்லாலே எறிஞ்சி சதைக்கணும்''

பொன்ராஸுக்கும் சன்ன கோபம் என்றில்லை. இருபேரும் பள்ளிக்கூடத்தைச் சுற்றி ஓடிக் கொண்டிருப்பதை வகுப்பறைகளுக்குள் இருந்த முந்நூறு கண்கள் பார்த்தன.

அடுத்த வாரம் மாணவர்கள் ஒரு அதிசயம் கண்டார்கள். தலைமையாசிரியர் அறையின் வெளியே சுவரில் அந்த இயந்திரம் மாட்டப்பட்டிருந்தது.

புதுக் கட்டிடமுள்ள பள்ளித் திடலில் கிணறு இருக்கிறது, இறைக்க இறைக்கக் குறையாத கிணறு. இறைத்துத் தொட்டியில் விட்டால் குளித்துக் கொண்டே யிருக்கலாம்.

''இந்தக் குளிச்சியிலயே ஜீவன் போய்ட்டா நல்லா இருக்கும்லே''

''பின்னே?''

''ஒரு பேச்சுக்கா? நெஜம்தான் சொல்றேன்''

விடுமுறை நாளில் பள்ளித்திடல் கிணற்றில் ஊரிலிருக்கும் சில பெரிசுகள் குளிக்கும் குதூகலங்களைக் காணலாம். சில நாட்கள் பள்ளிநடக்கும் வேளையில் குளித்தார்கள். சில போது மாணவிகளும் மாணவர்களும் திடலில் விளயாடிக்கொண்டிருக்கும் சாயந்தர சமயத்தில் கோவணத்துணியைக் கட்டிகொண்டு குளித்தார்கள். ஓங்கரிப்பாய் வரும் மாணவிகளுக்கு. யார் கேட்பது? அன்னமேரி பதவி வகித்த காலம் வரை எதனையும் கண்டுகொள்ளவில்லை.

இனி பள்ளிக்கிணற்றுப் பக்கம் யாரும் வரக்கூடாது. அப்படி அத்து மீறுபவர்களை திருப்பியனுப்பிட அட்டெண்டர் மாயாண்டியைக் காவல் போட்டார் அப்துல்கனி .

ஊர்ப் பெரிசுகளுக்கு நெடுநாள் ஆசை ஒன்றுண்டு. கிணறு, அதை ஒட்டிப் பெரியகட்டிடம் என வாகான இந்த முடுக்கில் இசைக்கச்சேரி

நடத்தினால் நன்றாய் மேளங்கட்டும் : கொஞ்சம் கூட இசை திருகி மருகி வெளியே போகாமல் அப்படியே முடுக்கில் மண்டும். அந்தமானைக்கி கரைந்து காணாமல்போகச் செய்யும் இசை அது! அப்பேர்ப்பட்ட இசை இனி ஆயுளுக்கும் கேட்க வாய்க்காது என்று தெரிந்து போனது.

கிணற்றிலிருந்து மேலே சிறுதொட்டியில் ஏற்றிய நீரைச் சுத்திகரித்து நன்னீராக வழங்கியது அந்த இயந்திரம்; தண்ணீர் கேட்டு இனி சுற்றுச் சுவருக்கு அப்பாலுள்ள ஒரு வீட்டுக்கும் போய் நிற்க வேணாம். மதியச் சாப்பாட்டு வேளையில் வெளியூர் மாணவிகள் வீட்டு வீட்டுக்கு குடிநீர் யாசித்து நிற்கப் போவதில்லை. தண்ணீர் கேட்டு, வீட்டு வாசலில் நிற்கும் வேளை சீண்டல் பார்வைக்குள் சுருண்டு நெளிய வேண்டாம். '' ஒன் ஒடம்பில இத்தனை நெளிசலா'' என்று அதுக்குக் கூட நெளிசல் எடுக்கும் ஆண்களின் சேட்டை இனி இல்லை. சுற்றுச் சுவரில் களைக்கூத்துக் கரணமடித்து தண்ணீர் வாங்கிவரப் பாயும் 'பாஞ்சாளிகளான' கன்னியப்பனுக்கும் பொன்ராஸுக்கும் இனிமேப்பட்டு வேலையில்லை.

தண்ணீர் வடிகட்டி வழங்கும் அந்தக் கருவியைப் அதிசயமாய் நின்று பார்த்துப் போனார்கள்.

''தலைமையாசிரியர் சொந்தமாக வாங்கிட்டு வந்து வச்சதாம்''

''அவரு பெரிய பணக்காரராம்''

''அமைப்பு இருக்கிறதினால செய்றாரு''

இயற்கையாக வசதி வாய்ப்பு இருக்கிற எல்லோருக்கும் இப்படியான நற்காரியம் பண்ணனும் என்று தோன்றுவதில்லை. சொந்தக் காரியத்தில் ஊன்றி நிற்காமல் பொதுக்காரியத்தில் கவனம் செலுத்துகிறார் என்ற முக்கியமான விசயம், அவர்கள் பேச்சில் விடுபருத்தி ஆகியிருந்தது. தண்ணீர் சுத்திகரிப்புக் கருவியை மாட்ட, மாட்டியபின் சோதிக்க அந்தப் பணியில் தேர்ச்சி பெற்றவரான

ஒருவரைக் கையோடு கூட்டிவந்திருந்தார். வேலையை முடித்துக் கொடுத்துவிட்டு 'மெக்கானிக்' புறப்பட்டுப் போனார்.

பள்ளி விடுகிற சாயந்திரம் குடுவைகளில் தண்ணீர் பிடித்து ''எம்மா, எங்க ஹெட்மாஸ்டர் அய்யா கொடுத்ததும்மா'' என்று பிள்ளைகள் வீடுகளில் கொண்டுபோய்க் குடிநீர் தந்தார்கள்.

''தவிச்ச வாய்க்குத் தண்ணீ கொடுத்தாரே, மஹாராசன்''.

பெண்டுகள் கண்ணை மூடி மனசில் கை குவித்தார்கள்.

4

வட்டார ஊர்ப் பொங்கல், திருவிழாக்கள், பாட்டுக் கச்சேரிகளில் தனஞ்செயன் இருந்தான். முதல் பிறைக்குள் அடங்கியிருக்கும் முழுநிலவின் பரிமாணம் போல் சிறுதொண்டைக்குள் உயிர்த்துக் கொண்டிருந்த இசைக்கலைஞனை ஆசிரியர் முத்துராக்கு அடையாளம் கண்டிருந்தார்.

ஒரு இனிய நாளை அவனுடைய குரலினால் பள்ளிக்கூடம் திறந்த வைத்துக் கொள்கிறது. ஒவ்வொருநாளும் கடவுள் வாழ்த்துப் பாடுவது தனஞ்செயன். கடவுள் வாழ்த்துக்கு முன் தென்படமாட்டான். திடலில் கால்பந்து ஆடிக்கொண்டிருப்பான். பிள்ளைகள் கடவுள் வாழ்த்துக்கு ஒன்று சேர்ந்த பெறகு, ஒலிபெருக்கியில் அவன் பெயர் அழைக்கப்பட்டதும், கோல்கீப்பர் இவனை விட வளர்ந்தவன், அந்த நெட்டைக்காலன் கவுட்டுக் கிடையில் புகுந்து, விளையாட்டுத் திடலிலிருந்து ஓடிவருவான் .

எட்டாம் வகுப்பு வரை குள்ள பாஸ்கர்; எட்டு, ஒன்பதாம் வகுப்புக்கு வந்தபோது 'சரக்'கென்று வளர்த்தியாகி விட்டான். உதைபந்து விளையாட்டால் திடீர் உசத்தி வந்தது என்று ஒரு பேச்சுக்கால் இருந்தது. அவனையிட்டு உருவான உதைபந்தாட்டக் குழு பக்கத்து மாவட்டப் பள்ளிகளுடன் போட்டிகளுக்குப் பிரவேசம்

செய்து வெற்றியீட்டித் திரும்பிற்று. விளையாட்டுக்காரர்களாய் வெளியேறியவர்கள், திரும்புகாலில் வெற்றி வீரர்களாய் காலடி பதித்து கோப்பையை ஏந்தி திடலை வலம் வந்தார்கள்.

அவனுடைய உதைபந்தாட்டத் திறனை அறிந்து கொண்டவராக உடற்பயிற்சி ஆசிரியர் வையவன், இசை உயரத்தை அளவிடத் தெரிந்தவராக தமிழாசிரியர் முத்துராக்கு.

உதைபந்தாட்டம் போல இசையின் உயரத்தை தொட்டுக் கொண்டு போனான். அவ்வாறு மேலே போன நாளில்தான், அவன் மாணவர் சங்கக் கூட்டத்தில் காதல்பாடலை இசைத்தான்.

அவனுடைய அம்மா லட்சுமிகரமானவள். லட்சுமிகரமான தாயை, கிராமம் ‘வீடு நெறைஞ்ச பொம்பளை’ என்னும் சொல்லால் கூப்பிடும். அது போல வகுப்பிலிருந்த பெண்கள் எல்லோரையும் கண்டான். பதின்ம வயதுகள் கூடியிருந்த சபையில் இருபெண் ஆசிரியைகளும் அமர்ந்திருந்தார்கள். எதிரில் சுவர் கண்டான். வேற எதுவும் காணான். எதிர்ச்சுவரில் எழுதிவைத்திருந்ததை, மனச் சுவருக்கு எடுத்து வந்து வாசித்துக் கொண்டிருப்பவன் போல் தோற்றம் காட்டியது.

பாடலை இசகுபிசகாக ஒலித்துவிடாமல், நினைவோட்டம் தப்பிவிடாமல், லயம் பிசகிவிடாமல் அத்தனை அப்பியாசங்களும் ஒருமிக்க குவிந்து வெளிப்பட்டது. எதிர்ச்சுவரில் தங்கிய பார்வை பெயர்க்கப்பட்டு உச்சிமுகட்டில் சிலநேரம் குவிக்கப்பட்டிருக்கும். தன்னில் கரைந்து, தனக்குள் தன்னை இழந்து போனான்.

‘‘அவன் எங்க நம்மைக் கண்டது; எதிர்ச் சுவரைத்தான் கண்டது. கண்ணாடி மாட்டின குதிரை போல’’ என்றனர் பெண்பிள்ளைகள். ஒவ்வொரு வாரமும் மாணவர் சங்கக்கூட்ட இறுதியில் ‘‘ஏ, நல்லாப் பாடினப்பா’’ என்று அகச் சான்றிதழ் கொடுத்த பின்னர் அவனிடம் வளைந்து வருவாள் வையம்மா. அவளும் ஒரு பாட்டுக்காரி. அன்றைய தினம் ரகுராம் வாத்தியார் கொடுத்த கொடுப்பில்

அவனுக்கு வழக்கமாய் தரும் பாராட்டையும் தர மறந்து பிரமத்தியடித்தவளாய் நின்றாள். அப்பவும் இந்த ஆளு இப்படியா பேசுவாரு என்று கேட்டுக்கொண்டாள். கொச்சையான பாடல் என்று வைதாலும் பரவாயில்லை, ''உறுமிக்காரப் பய'' குலத்தொழிலைச் சொல்லி ரகுராம் வைதது எவ்வாறு?

முடிவில் பேசிய ரகுராம் ''நீங்கள் கை தட்டுகிறீர்கள், எனக்கு கைதட்டத் தோன்றவில்லை'' என்று உறுமினார். பாடியவனின் மூஞ்சியில் 'சப்' என்று அறைவிட்டது போன்றிருந்தது; அவன் மட்டுமா, மலைப்பாதை வளைவுகளுக்குள் பயணித்து கீழே இருக்கும் சமவெளியைத் தரிசிக்கும் பரவசம் போல், அவனுடைய குரலினிமையின் ஏற்றஇறக்க வளைவுகளுக்குள் பயணம்போய்க் கொண்டிருந்தோரையும் அலக்காய்த் தூக்கியடித்தது அவருடைய ஆவேசம்.

''ஏ.எம். ராஜா குரல் மாதிரி அம்சமா இருக்கு. பாடு. பாடிப்பாடி பயிற்சி எடு. பயணம் போ. பிற்காலத்தில் நீ ஏ.எம். ராஜாவையே அத்தாசமா தூக்கிப் போட்டுருவே '' முத்துராக்கு வாத்தியார் அவனை உற்சாகப் படுத்தினார். குணசுந்தரி என்னும் பழைய படத்தில் வந்த ஏ.எம். ராஜா பாடலை ஆகையினால்தான் தேர்வுசெய்தான்.

பதின்ம வயது ஈரப்பதமான நிலம். உழவடிக்கு தோதாய் மகுந்து (நெகிழ்ந்து) கொடுக்கும் பதமான மண்ணில் என்னவிதை போடலாம். ஏது பயிரிடக்கூடும் எனமுடிவு செய்யவேண்டிய காலம். சரியான பொழுதில் சரியான ஆளை தனஞ்செயனுக்குள் கண்டுகொண்டார் முத்துராக்கு. அவனுக்குள் வளரும் இசை உயரத்தை அளந்து கொண்டிருந்தார். உதைபந்தாட்ட வீரனைக்காட்டிலும் உயரமாகக் கிளம்பிக் கொண்டிருந்தான் இசைக்கலைஞன். இந்த வயதில் அவனிடம் முளைக்கும் திறமையை வளர்த்தெடுக்காது போனால், ''விதைக்கிற நேரத்தில் ஊர்வழி போய்ட்டு அறுக்கிற காலத்தில அறுவாளோடு வந்த மாதிரி'' கேலிக் கதையாகிப் போகும்; ஒருமுறை

மக்க விடப்பட்ட, மறக்கடிக்கப்பட்ட திறன் அம்மாடி என்றாலும் வராது; ஆத்தாடி என்றாலும் எழாது.

"இசையில் மயங்காதவன் கொலைசெய்யவும் தயங்கான்" என்ற ஷேக்ஸ்பியரின் வாசகம் முத்துராக்குவை உலுக்கியது. ரகுராம் எதிரில் நின்றார். முத்துராக்கு போனவருடம் வரை மாணவர்சங்கப் பொறுப்பாளர். அவர் இருந்தவரை எந்த உற்பாதமும் நடக்கவில்லை. கம்மங்கருது பீட்டை பிடித்து, பால்கட்டி மணிபிடிக்கும் பருவத்தில் அதை நீவி வளர்க்கும் இளங்காற்றுப் போல ஆசான் செயல்பட வேண்டும். சுழற்றியடித்து பீட்டையில் கட்டின உமியையெல்லாம் உதிர்த்துவிட்ட பெருங்காற்றாய் ஆடுகிறார் ரகுராம்.

'குணசுந்தரி' அவர்கள் காலத்திய படம். ரகுராம் வாத்தியாரின் காலத்துப் படமும்தான். ராகம், மெட்டு, இசையமைப்பு, கருத்து, பாடகரின் குரல் வண்ணம் என சகல லட்சணங்களும் பிசைந்த பாடல்.

படத்தில் நாயகன் நாயகியை நோக்கி, கையை நீட்டி நீட்டி, ஆட்டி ஆட்டி, உயர்த்தி உயர்த்தி, பூங்காவையும் புல் பூண்டு தாவரத்தையும் அட்டகாசமாய்த் தாவித் தாவிச் சுற்றிச்சுற்றி வந்து பாடினான். கதாநாயகியைத் தொடுவது போலிருக்கும், தொடமாட்டான். அணைப்பது போல் வருவான்; அணைக்கமாட்டான். அப்படியே அணைத்துக் கொண்டால்தான் என்ன? ஒவ்வொரு நடிகைக்கும் கைகள் எதற்கு இருக்கின்றன! மார்போடு அணைத்தால், அப்பொழுது இருகைகளையும் இடையே முட்டுக்கொடுத்து தன்னைக் காப்பற்றிக் கொள்வார்கள் என்று ரகுராம்தான் கேலிசெய்தவர். அந்தக் கேலிப் பேச்சும் உள்மன வெக்கையிலிருந்து தோன்றியிருக்குமோ என நினைக்க வைத்தது.

"நாயகன் படுத்துக் கிடப்பானாகில் இருகைகளையும் விரித்துக் கொண்டு அப்படியே அவன்மேல் பாயும் நடிகைகளின் காலமய்யா இது" ரகுராம் சொல்வார். இப்பேர்ப்பட்ட எண்ண ஓட்டத்தின் தொடுதல்தான் தனஞ்செயன் மீதான வெக்கரிப்பா என யோசிக்கத்

பா. செயப்பிரகாசம்   31

தொடங்கினார் முத்துராக்கு.

''நிலவோடு விளையாடும் தாராவும் நானே
அலைமோதும் வேளை வாராய் முன்னாலே
அனுராக நிலையே பாராய் தன்னாலே - (கலையே உன் விழிகூட)
இளங்காதல் அமுதாகும் ஏகாந்த ராணி
இசையோடு பாடும் வேதாந்த வாணி
இணையாரும் இல்லையே எழில்மேவும் மேனி -
(கலையே உன்விழி கூட)

படத்தின் காட்சியோடு பொருத்திப்சூபாடலை ரசிக்கத் தெரிந்திருக்க வேண்டும்.சூலவலேசமும்சூவிடுதலையாய்த் தெரியாதசூபடிக்கு காட்சிக்குப் பொருத்தமான ஒரு பாடலை வழங்கியிருந்தார் பாடலாசிரியர்.

இந்தப் பாடல் அவரது மனசுக்குள் எதைக் கிண்டியதோ, கம்மஞ்சோற்றுப் பானைபோல் ரகுராம் வாத்தியார் சதபுத என்று கொதித்துவிட்டார். ஒரு காதல் பாடல் - அது மாணவ மாணவியர் இதயநிலத்தில் வீரியவித்தாக விழுந்து, மறுநாளே பார்வை பரிமாறி-கை பிணைத்து, 'டூயட்' பாடத் தொடங்கி விடுவார்கள் என்று கருதிவிட்டார்.

திங்கட்கிழமை பள்ளி திறந்த போது,சூபள்ளிவளைவுக்குள் அப்படியான வில்லங்கம் எதுவும் நடக்க இல்லை. யாரும் யார்மீதும் பிரியம் கொண்டு ஒருவரைசூஒருவர் விரட்டிக்கொண்டு காதலோட்டம் ஓடும் காட்சியும் இல்லை. அனைத்தும் வழக்கம் போல்தான் நடந்தது.

5

''வில்வநத்தத்துக்கு ஒம்பேரைத்தானே பதிஞ்சிருக்கு''

கேலி உண்மையாகிவிட்டிருந்தது. வில்வநத்தம் என்றால் வெங்கட்டம்மா, வெங்கட்டம்மா என்றால் மொறுமொறு வடை, மசாலா மொச்சை. பலபக்கமும் பறந்து பறந்து பலகாரவாசம், பேர் சொல்லி வளைத்துப்போட்டது.

இளமதியம் 11-மணிக்கு முதற்கட்டமாய் அடுப்பு மூட்டுதல். விறகு எதுவானாலும், அதைக் கொதிக்கச் செய்யும் தீக்குள் குணமிருக்கிறது. பொசுபொசுவென எரியும் மல்லித்தாள். மடமடவென எரிவது சோளத்தட்டை, மத்திமமாய் எரியும் பருத்திமார்; நின்று நிதானமாய் எரியும் கருவேல முள், உறைப்பாய் அடிக்கிற விறகு-என்று ஒவ்வொரு நெருப்புக்குள்ளும் ஒருசுவையின் சூடிருக்கிறது.

நின்று நிதானித்து எரியும் கருவேலமுள் விறகுதான் வெங்கட்டம்மா அடுப்புக்கு. விறகில் ஓட்டை விழுந்திருந்தால் சில பொழுதுகளில் இரையும். கருவேல முள்விறகுக்கு அந்தக் குணம் ஜாஸ்தி. 'அடுப்பு இரைந்தால் விருந்தாள் வருமென்பார்கள்'. வெங்கிட்டம்மா அடுப்பு கூப்பிடும் கணக்குக்கு ஒருநாளைக்கு பத்துப்பேராவது விருந்து வந்து நின்றிருக்க வேண்டும்.

விருந்தாளிகள் தின்று தீர்த்திருந்தால் பலகாரக்கடைக்குப் பிறத்தால பால்கறவை மாடு இரண்டும், அவைகளுக்கு நாற்றுக் கூளத் தீனி இரண்டு படப்பும் நின்றிருக்காது.

ஏர் அடித்திரும்பும் நேரம் (பிற்பகல் மூணு மணி) வரை அடுப்பு காத்திருக்கும். விருதாவா இல்லை. பிற்பகல் 3-30 மணிக்கு பள்ளிக்கூட இடைவேளை.

''படிக்க விடாமல் செய்றாளே பாவி'' அலர் எழாமல் இல்லை; பெற்றவர்களுக்கு பிள்ளைகள் நன்றாகப் படிக்க வேண்டுமென்று நெஞ்சாங்குழி கிடந்து துடித்தது. என்னசெய்யலாம், ஆசை சரிதான். பாத்திக்கு நீர்பாய்ச்ச வழிமுறைகள் உண்டு. வாமடையைச் சரிசெய்து, வாய்க்கால் ஒதுக்கி, நீரோட்டத்துக்கு வழிசெய்ய வேண்டுமென்ற திட்டத்துடன் பெற்றோர் தலைமைஆசிரியர் அப்துல்கனியைச் சந்தித்தனர்.

''ஒங்க பிள்ளைகளே அப்படித்தான இருக்கிறாங்க'' திருப்பினார் தலைமையாசிரியர்.

பையன்கள் வகுப்புக்குள் உட்கார முடியாமல் இடைவேளை மணியடிப்பு வரை திணறிக் கொண்டிருப்பதைக் காணுகிறார். இடைவேளையில் மொதுமொதுவென விழுந்தடித்து ஓடிவரும் பையன்களைச் சிலநேரம் கண்காணிப்பார். அவர் பார்க்கிறபோது கோணங்கி போல் நெளிவார்கள். பொம்பிளைப் பிள்ளைகள் அமராவதியாட்டம் அறைக்குள் இருந்தார்கள். இருந்தபோதும் ஒன்றிரண்டு மாணவர்கள் கொண்டுவந்து தரும் பலகாரத்தை மொசுக்கிக் கொண்டு விழிப்பார்கள். ஒவ்வொரு பெண் பிள்ளையும் மெல்ல அசைபோடுவதும் குறுஞ்சிரிப்பை உள்ளடக்குவதுமான முயற்சி அத்தனை லாவகமாய் அரங்கேறும்.

தலைமை சொல்வார்'' உங்க ஆவலாதியை ஊர்க்காரப் பெரியவங்க கிட்ட சொல்லுங்க,'' மூவர் குழுவைக் கைகாட்டினார். பெற்றவர்கள் அங்கும் போய் முறையீடு செய்தார்கள் போல.

''கொடுக்குறதுக்குள்ள என்ன பறப்பு, என்ன நடுக்கம்? ஒவ்வொருத்தரா வாங்குங்க'' போயிலைக்கட்டை சத்தம் போட்டான். அவன் சத்தம் வகுப்பு வரை வந்தது. ''ஓமக்கு கேலி மயிராப் போச்சா?'' அவனைத் தள்ளிவிட்டு எனக்கு, ஒனக்கு என்று பையன்கள் முண்டுவார்கள்.

கிணற்றில் தண்ணீர் எடுத்து வர-வடை, மசாலா மொச்சைக்கு 'மலம்பூவரசு' இலை பறிக்க - சில நேரங்களில் ஆட்டுரலில் போட்டு மசாலா அரைத்துக் கொடுக்க-பேருந்தில் உட்கார்ந்து கேட்பவர்களுக்கு கொடுத்துச் சில்லறை வாங்கிக்கொள்ள- இன்ன பலவேலைகளுக்கு தனதாள் போல போயிலைக்கட்டையைச் வைத்துக் கொண்டாள் வெங்கிட்டம்மா.

இளம்பிள்ளை வாதத்தால் வலதுகால் விளங்காமல் சவக் சவக் நடை . இடதுகை புடலங்காய் போல் தொளதொளவென்று ஆடியது. ஒத்தைக்கால், ஒத்தைக் கைதான். நாடகமேடைக் கோமாளி 'நடை'.

கீழத்தெருவை ஒட்டிக்கிடக்கிறது வண்ணாக்குடி. வீட்டு வீட்டுக்குப் போய் உருப்படி எடுத்துவரனும், கழுதைமேல் பொதி ஏத்தனும், துறைக்குப் போகனும், தப்பிப் போடனும் - எல்லாவகைக்கும் ஆகிற ''வண்ணான் மகன்'' ஆகமாய் ஒருவேலைக்கும் ஆகாமல் இப்படிப் பிறந்தானே என்பதில் பெற்றவர்களுக்கு ஏகப்பட்ட வருத்தம். ''நம்ம குடும்பத்தில இப்படியொரு பிறப்பு'' சலவைத் தொழிலாளிகளான தாயும் தகப்பனும் சலித்துக் கொண்டார்கள்.

எந்தக் காலத்தில், எந்த ராசாவோ, கட்டிவைத்த பாழடைந்த கோயில் மண்டபம். சீக்காளி, வயசாளி, சோம்பேறி, குண்டி சாய்க்குற கல்தரையாய் மட்டுமல்ல, போயிலைக் கட்டையையும் ஏந்திக் கொண்டது. வருச முச்சூடும் அங்கதான் கிடந்தான். பலகாரக் கடை போட்டதும், அவனை எழுப்பி சுதாரிப்பாய் நிற்க வைத்தாள் வெங்கிட்டம்மா.

பள்ளிக்கூட வாசலின் இடப்புறமுள்ள பாழடைந்த கோயில் மடத்தில் பொழுதன்னைக்கும் கிடந்தான். போயிலைக்கட்டையை வாயில் ஒதுக்கி, சாறை உள்ளிறக்கிக் கொண்டிருப்பான். கிறுகிறுப்பு மேலேறிக் கண்கள் சொருகும்.

அந்தக் கிறுகிறுப்பில் ''வண்ணான் ஆட்டுத் தலைக்குப் பறந்தமாதிரி'ன்னு ஒரு பழமொழி இருக்கே, அது தெரியுமாய்யா ஒமக்கு?'' என்று ஆரம்பிப்பான். நல்ல தூக்கத்துக்கு உலைவைக்கிறான் என்று சில ஆட்கள் முணுமுணுப்புடன் புரண்டு படுப்பார்கள்.

''ஒமக்குத் தெரியும்னா பேசாம இரும். தெரியாதவங்களுக்கு நா சொல்றேன்'' என்பான்.

''எல்லாரும் நேந்துக்கிற மாதிரி ஏகாலி பொன்வண்டும் ஒரு ஆட்டுக்கடாயை கோயிலுக்கு நேர்ந்துக்கிட்டார். அவர் பேரு பொன்வண்டு, அப்படிப் பட்ட பேரை பெறந்தான் பெறப்பிலயாவது கண்டிருக்க முடியுமா? எங்களுக்குத்தான தோணுது.கொழுத்த கெடா! வெட்டுக்கு வந்து நிக்கு. வெட்டினா துண்டா தெறிச்சி விழுந்து கழுத்திலிருந்து கொழுப்பு வழியுது. பார்த்திட்டு 'நல்லாருக்கும் போல' என்று ஊர்ப் பெரிய கிராமுன்சு நினைத்தார்.

''லே, பொன்னு, இந்த தலை நம்மவீட்டுக்கு இருக்கட்டும், ஆளனுப்புறேன்'' சொல்லிவிட்டுப் போனார்.

சொல்லீட்டுப் போனபடி ஆள்வரலை. பொன்வண்டு காவல் காத்துக் கொண்டிருந்தார். ஊர்த் தலையாரி வந்தான். இந்தத் தலைக்கறியை விட்டுட்டா ஜென்மமே பாழாகிப் போகும் என்பதுபோல் ஆசை வந்துவிட்டது.

''இதை நம்ம வீட்டுக்கு அனுப்பீரு, பொன்னு''

''அதை ஒருத்தரு ஒதுக்கி வெச்சிட்டுப் போயிருக்காரு''

''யாரு?''

"பெரிய கிராமுன்சு"

"ஏன், சின்ன கிராமுன்சு, வரலையா?"

"போய்ச் சொல்லுங்க, வருவாரு"

"பெரியவரு வந்தா தலையாரி எடுத்திட்டுப் போயிட்டான்னு சொல்லு"

எடுத்துக் கொண்டு கெத்தாய் கைவீசி நடந்தான் தலையாரி. ஒரே நெட்டோட்டம். நிக்கவா போறான்!

"ஆட்டுத் தலைக்குப் பறந்தது அவங்க. பழி விழுந்தது எங்க மேல. இப்படிச் சொல்லிச்சொல்லியே எங்க இனத்தைக் கீழா வெச்சிட்டாங்க."

இதுவரை அவன் இனம் விழுங்கியிருந்த கசப்பை வெளியில் கொட்ட பாழடைந்த கோயில் மண்டபம் நல்வாய்ப்பாக ஆகியது.

"நடந்த கதை வெளிய வரனுமில்லே. அது ஒரு சொல் புரட்டு" என்றான். ஒதுக்கப்பட்ட சமூகத்தின்மேல் பழி குவிந்து பெருவழி காட்டிவிட்டது என்ற கோபத்தில் கோணக்கால் பெயல் இரட்டைக் கொட்டு போட்டு தகர்க்கிறான்.

கிழவி சுருக்குப் பையைப் பிரித்து பாக்கு, வெற்றிலை, சுண்ணம் என்று ஒவ்வொன்றாய் அவசரப்படாமல் எடுத்து அதக்குவது போல் நிறையக் கதைகள் அவன் கைவசம் காத்திருந்தன வருவதற்கு.

பா. செயப்பிரகாசம்

6

அவர்கள் நால்வர் சைக்கிளில் வந்தார்கள். வருகிறபோது, கிழக்குச் சூரியனையும் கேரியரில் ஏற்றிக் கொண்டுவந்தது போல் தெரிந்தார்கள்.

"எம்மா, எங்க ஹெட்மாஸ்டரும்மா"

வில்வநத்தம் உயர்நிலைப் பள்ளியில் வாசிக்கிற பையன்களும், பெண்பிள்ளைகளும் ஆடெழும்பும் நேரத்திலேயே செங்குளம் வந்தவர்களைக் கண்டு கொண்டார்கள். மந்தைக்காட்டில் விளையாடியவர்கள் மேல்மூச்சு கீழ்மூச்சு வாங்க வீடுகளுக்குப் பறந்தார்கள்.

செண்பகலட்சுமி ஊரின் தென்பகுதியிலிருந்த 'கொட்டாரத்துக்கு' ஓடினாள். நுரைதள்ளி நிற்கும் பந்தயக் காளையாய் நாலுகால் பாய்ச்சலில் வந்து நின்ற மகளைக் கண்ட அய்யாவுக்குத் திக்கென்றது. வீட்டுத் தொழுவத்திலிருந்து கூடையில் சுமந்து வந்த சாணத்தை குப்பையில் கொட்டிக் கொண்டிருந்த போத்தப்பன், "என்ன, தாயி?" என்றார்.

"யய்யா, எங்க வாத்திமார்க எல்லாம் வந்திருக்காக. நீ வா" கை பிடித்து இழுத்துக் கொண்டுபோனாள்.

இது என்ன, என்னைக்கு இல்லாத கோலம் என்று செங்குளம் கண்களை அகலத் திறந்தது . காலைவெயிலுக்கு இதமாய்க் கால்நீட்டி வெளிச்சுவரில் சாய்மானம் கொண்டிருந்த பெரிசுகளும் எழுந்து வந்தார்கள்.

''எதுக்கு, எதுக்கு வந்திருக்குறீரு, நீரு?'' கேட்டுக்கொண்டே லம்பியபடி ஒரு ஆள் குறுக்கில் நுழைந்து வந்தான். ''எங்களைக் கெடுக்கலாமின்னு அங்க இருந்து வந்தீரா'' அவன் லம்புன லம்பல் நேரே பனங்காட்டிலிருந்து வருகிறான் ஆள் என்று காட்டிற்று. அவனை இரண்டுபேர் சேர்ந்து'' காலையிலயே ஆரம்பிச்சிட்டான்'' என்று வேற பக்கம் இழுத்துக் கொண்டு போனதைக் கண்டார் வாத்தியார் தவசியப்பன்.

கிராமம் மாறியிருந்தது. இன்னவகையில் என்று சொல்ல இயலாது. ஒரு மாற்றமென்றால் சொல்லிவிடலாம்; அதிர்ச்சியாகுமளவு தன் சொந்த ஊர் உருமாறியிருந்ததை நினைத்துப் பார்த்தார். '' கழுதைப் பிரட்டில்ல நடந்துக்கிட்டிருக்கு'' என்று வேர்த்துப் போனார் தவசியப்பன்.

சொந்த ஊரில் தம்பி மகளுக்கு நிச்சயதார்த்தம். சொந்த ஊர் 60 கி.மீ. தொலைவுள்ள மருதூர்; கீழத்தெரு தொடங்கி, சாலை, ஊரு, மேலத் தெருவரை டியூப் லைட்டுப் போட்டு தடபுடல் பண்ணியிருந்தார்கள். வீட்டு முற்றத்தில் நிச்சயதார்த்தம், முடிந்ததும் ஊரிலுள்ள சமூக நலக்கூடத்தில் சாப்பாடு.

மூன்று கி.மீ. பக்கத்தில் மாப்பிள்ளை ஊர். கூப்பிடு தொலைவிலிருக்கிற ஊருக்கு வந்து போகத் தெரியாதா? மாப்பிள்ளை வீட்டார் தனிப் பேருந்து ஏற்பாடு செய்திருந்தனர். 50, 60 பேர் வந்துபோக ஒரு தனிப் பேருந்து. மதுரையில் இனிப்பு வகைகள் கடை நல்ல 'போட் ஸாக' நடந்தது மாப்பிள்ளைப் பையனுக்கு. சரக்குப் போட இரண்டு பேர். வியாபாரம் செய்ய இரண்டு பேர். போதாக் குறைக்கு எந்நேரமும் மாப்பிள்ளையினுடைய அம்மாவும், அய்யாவும் கடையில்

நின்றார்கள். தனதாள் என்று ஒருவர் இருக்கவேண்டும். ஆள் மேலே மேலே விழுந்து கொண்டிருக்க, சாமான் எடுத்துக் கொடுக்க முடியவில்லை. இன்னொரு தனதாளுக்காக இந்தக் கல்யாண மென்பதை தவசியப்பன் கண்டுபிடித்துக் கொள்ள நேரமாகவில்லை.

நிச்சயதார்த்தத்துக்கு மாப்பிள்ளை மதுரையிலிருந்து கார் வைத்து வந்திருந்தான். முடிந்ததும் இரவில் அவன் திரும்பியாக வேண்டும். அம்மாவும் அய்யாவும் அவனுடன் போயாக வேண்டும்.

''தும்புவார் செருப்புப் போட்டு,

துடியாய் வழி நடந்து

மஞ்ச மலையேறி - நீங்க

மாலையிடப் போறதெப்போ''

என்ற நாட்டுப்புறப் பாடல் போட்டிருந்தால் வெகு பொருத்தமாய் இருந்திருக்கும். இப்போ எல்லாமும் சினிமாக் காலமாகிவிட்டது.

''மச்சானைப் பாத்தீங்களா
மலைவாழைத் தோப்புக்குள்ளே''

பாட்டுப் போட்டுத் தகர்த்துக் கொண்டிருந்தார்கள்.

வீட்டுக்கு மூத்தவர் என்ற முறையில் தம்பி வீட்டார் சார்பில், தவசியப்பன் எல்லாச் சடங்கும் செய்தாக வேண்டிவந்தது.

ஒவ்வொன்றாகப் பேசி முடிக்க, தாம்பாளம், பழத்தட்டு, பூ , வெற்றிலை பாக்கு பரிமாறிக் கொள்ள, மணமகன் வீட்டார் கொடுத்த சேலையை உடுத்தி மணப்பெண் - ஒவ்வொரு காலாக விழுந்து கும்பிட்டு - நெற்றியில் திருநீறு வாங்கிக் கொள்ள நேரம் இழுத்து விட்டது. இரவு ஒன்பது மணி. அடுத்த காரியம் சாப்பாட்டுப் பந்தி.

அதற்குள் சிலர் பரபரத்தார்கள்; சிலருக்கு நடுக்கமாகியது. 'பஸ்ஸுக்குப் போகனும், பஸ்ஸுக்குப் போகனும்', ஆம்பிளைகள்

தான் நெருக்கினார்கள்.

"பஸ்ஸுக்குத் தானே, சாப்பிட்டுத்தான போக முடியும்" விவரம் தெரியாத தவசியப்பன் கேட்டர்.

"சாப்பிடத்தான் பஸ்ஸுக்கு ஓடுறோம்"

அவருடன் ஊரில் தொடக்கப்பள்ளியில் ஒன்றாகப் படித்து, தற்சமயம் ஊராட்சித் தலைவராக இருக்கும் வரதராசன், தனியாக அவரைக் கூட்டிப் போய் சொன்ன சேதி ஒரு கதை.

விவரம் தெரிந்த முருகேச மாமாவின் முகத்தில் நக்கல் வெளிப்பட்டிருக்க, அந்த மானைக்கி ஒவ்வொரு நபராய் காணாமல் போய்க்கொண்டிருந்த நாடகம் அரங்கேறியது. அதை ஒரு நாடகமாகக் கருதி வந்திருக்கிறார்கள். குடும்ப நிகழ்வாகவோ, புதிய இணையரை இணைத்து வைக்கும் உறுதிப்பாடாகவோ கிஞ்சித்தும் இல்லை. நாடகம் முடிந்தாகிவிட்டது. இனி அவர்கள் தேவையை நிறைவேற்ற மங்களம் பாடியாக வேண்டும்.

ஊர் மந்தையில் பஸ் நிறுத்தப்பட்டிருந்தது. நிச்சயிப்புச் சடங்கு முடிந்ததும் பெரிசுகள், பெண்பிள்ளைகள், சின்னஞ்சிறுசுகள் சாப்பாட்டுப் பந்தி நோக்கி நடந்தார்கள். மாப்பிள்ளைக்குச் சொந்தமான வரதராசன் அவர்பக்கம் வந்து நிற்கிறார். "அண்ணே," என்கிறார். இப்போது அவர் வாய், தவசியப்பன் காதுக்குப் பக்கமாக இருக்கிறது.

"பஸ்ஸில சரக்கெல்லாம் வச்சிருக்கு. அதையெல்லாம் ஒழுங்கு முறையா பகிர்ந்து கொடுத்திட்டு வந்திர்றேன். நம்ம பொறுப்பில தான் அது இருக்கு"

"எவ்வளவு ஒருத்தருக்கு"

"புள்ளிக்கு ஒரு குவார்ட்டர்"

" ஊரு போய்ச் சேருவாங்களா?"

பா. செயப்பிரகாசம்

‘‘ஊரு போய்ச் சேர்றதுக்குத்தான் வாக்கரிசி. பாக்க வாறீங்களா?’’

‘‘அந்த நாத்தத்தை வேற பாக்கனுமா? அலப்பறயா? அதான் குய்யப்படாம(கூச்சப்படாம) சொல்லீட்டிங்கள்ளே’’.

கதைச் சுருக்கத்தை விரிவாய் நடத்திவைக்க வந்திருக்கிறார் வரதராசன்.

தவசியப்பன் கவனித்துக் கொண்டு இருந்தார். பொம்பிளையாள்கள் சாப்பாட்டுப் பந்தி நடக்கும் சமூக நலக் கூடத்துக்குப் போய்க் கொண்டிருந்தார்கள்.

பொம்பளை ஒன்னுக்கு ஒரு வீட்டுக்காரன் என்று கணக்கிட்டாலும் இருபது ஆண்கள் கணக்கு. பையன்களும் வந்திருக்கிறார்கள். அந்தப் பெண்கள் நகை, நட்டு மாட்டிக்கொண்டு வந்திருந்தார்கள். நடுவில் வழிப்பறி கொள்ளையர்கள் வந்து நகையைக் கழட்டு, நட்டைக் கழட்டு என்று பறித்துக்கொண்டு போய்விடுவார்கள் என்பது போல் பாதுகாப்புக்காக வந்திருந்தார்கள் ஆண்கள்.

‘‘பாதுகாப்பு எப்படி நடக்கு பாத்தீங்கள்ளே’’ ஒரு பெண் இளக்காரமாய்ச் சொன்னாள்.

நான்கைந்து ஆம்பிளைகள் பெண்களின் பின்னால் நடந்து கொண்டிருந்தார்கள். செண்பகம் மதினி திரும்பிப் பார்த்துக் கேட்பாள்.

‘‘ஏண்ணே நீங்க போகலையா?’’

‘‘கெரகசாரமா? அந்த நாறக் கழுதையை வாயில ஊத்திக்கிட்டு’’ சிரித்தார் அந்த அண்ணன்.

‘‘பூமிக்குப் பாரமா இருக்க வேண்டாமின்னு நெனைக்கிறவங்கௌல்லாம் அங்க போகலாம்.’’ தனிப்பிரிந்து சாப்பாட்டுப் பந்திக்கு நடக்கிறவர்களைப் பார்த்துப் பேசினார் முருகேசன் மாமா.

‘‘எங்கன, அப்புறந்தான் எல்லாப் பாரத்தையும் நம்ம கிட்ட இறக்கிடறாங்களே’’

செண்பக மதினி அலுத்துக் கொண்டது உண்மை. அவளோட வீட்டுக்காரரும், மகனும் பேருந்தில் அடக்கம்.

காதுகுத்து, பூப்புனித நீராட்டு, நிச்சயதார்த்தம், திருமணம் என்று மங்கள நிகழ்வுகள், சாவு, அகால மரணம் என்ற குடும்ப நிகழ்வுகள் எதுவாயினும், மது அரக்கனுக்கு தனியாக 'மொய்' எழுதுவது வாடிக்கையாகிவிட்டது. மாந்திவிட்டு, தள்ளாட்டத்துடன் தரையெல்லாம் மிதித்துத் திரும்பினார்கள்.

எப்போது பார்த்தாலும் முகக்குளிர்ச்சி தீராமல் கிடக்கும் தனது ஊரா என்று ஆச்சரியப்பட்டுப் போனார் தவசியப்பன். 'கெத்துக் கெத்து' என்று அலையடித்த குளமாயிருந்த சொந்த ஊரின் குணங்கள் வற்றிப் போய்விட்டன. இந்தப் பழைய நினைவுப் புகைமண்டலத்துள் போய் மீண்டு வந்தார்.

தள்ளாட்டம் போட்டவனை தள்ளிக் கொண்டு போய் ஒரு வீட்டில் போட்டு அடைத்துவிட்டதாக சேதி கிடைத்தது. நல்ல சேதிதான்.

பா. செயப்பிரகாசம்

7

பெண்டுகள் வாசற்படியிலிருந்து முற்றத்துக்கும், முற்றத்திலிருந்து வீதிக்கும் எட்டுவைத்தார்கள். எதிரில் வந்த வாத்திமார்களின் பிரசன்னம் இரு கைகளையும் குவியச்செய்தது. சோளக்கருதுகளை மூடிய தோகைபோல் இரு கைகளுக்குள் விலையில்லா வாஞ்சையைப் பொதிந்த கும்பிடு வந்தது. அப்துல்கனி கூட்டாய் நின்ற பெற்றோர் களிடம் பேசிக்கொண்டு நிற்கிறார். தவசியப்பன், முத்துராக்கு, சின்னச்சாமி வாத்திமார்கள் வீட்டு வீட்டுக்கு பிள்ளைகள் கணக்கெடுக்கப் போனார்கள்.

''அது எங்க ஸார்''

ஏழாம் வகுப்பு வாத்தியார் தவசியப்பனை உரிமை கொண்டாடினாள் செண்பகலட்சுமி.

''காட்டு வேலைக்கு ஆகாத பிள்ளைக வீட்டு வேலைக்கு ஆகுமேன்னு நெனைப்பீங்க. பிள்ளை தூக்கப் போட்டுருவீக. அந்த நினைப்பு இருந்தா வேற வினை வேண்டாம். இன்னையோடு அந்த நெனைப்பை அத்துருங்க. ஒங்க பிள்ளைக எங்களப் பாக்குறப்போ, இவங்க மாதிரி படிச்சு மேல வரனும்னு நெனைக்குறாங்க; அந்த நெனைப்பு ஒங்களுக்கும் வேணும்''

பள்ளிக்கூடத்தில புதுசா வந்த ஹெட்மாஸ்டர் முஸ்லீம் ஸார் என்று பிள்ளைகள் சொல்லிக் கேள்விப் பட்டிருக்கிறார்கள். அந்த ஸார் தான் பேசுகிறார். உள்ளூரில் ராமசாமி வாத்தியார் உண்டு. அவர் மாதிரி இனங் கனமா இருப்பார்னு பாத்தா 'பொசுக்குன்னு' தெரியிறாரே என்று பெண்டுகள் நினைத்தார்கள்.

"பிள்ளைகள் மேல் எவ்வளவு பிரியமாயிருக்கிறீர்களோ, அதே பிரியத்தில் நகக்கண்ணு கூட குறையாம படிக்க வைப்பதிலும் இருங்க, என்னடா இவன்? வேலைவெட்டி இல்லாம வேத்தூருக்கு வந்து புராணம் பேசுறான்னு நெனைக்காதீங்க'' பேசிக்கொண்டு போனார்.

புராணமெல்லாம் படித்து வைத்திருக்கிறார் போல என்று அதிசயமாய்ப் பார்த்தார்கள். ஒரு முஸ்லீம் புராண வாக்கியம் என்று சொல்கிறார்; அவர் மட்டுமல்ல, ஆசிரியர் எல்லோருக்கும் இரண்டு வேண்டுதல்கள்தான்.

''பிள்ளைகளைப் படிக்க அனுப்ப அயத்துராதீங்க; படிக்கிற பிள்ளைகளை நிறுத்திராதீங்க''

''வாங்க மாமா''

மாட்டுக்கு குளுதாடியில் மகிழந்தண்ணி கலந்து வைத்துவிட்டு, ஈரக் கையை முந்தாணையில் துடைத்தமானைக்கு சொர்ணத்தாய் வந்தாள்.

வில்வநத்தம் ஆசிரியர் தவசியப்பனை இந்த ஊர்க்காரர்கள் எல்லோரும் அறிவார்கள். சொந்தக்காரர்.

''யாரு?'' தவசியப்பன் பார்வையைக் குவித்தார்.

''என்ன மாறாட்டமா இருக்கா?'' கேட்டாள்.

''நெசம்மா, யாரோன்னு நெனைச்சிட்டேன் தாயீ'' தவசியப்பன் குய்யப்பட்டு நின்றார்.

பா. செயப்பிரகாசம்

"அயத்துப் போகுமில்லே" பேசினாள் சொர்ணம். முன்னப் பின்ன வந்து போக இருந்தா விடுபட்டுத் தெரியாதில்லே என்பது சொர்ணத்தாயின் நயப்பான வார்த்தைக்குள் வெளிப்பட்டது.

பத்துப் பன்னிரெண்டு வருசம் முந்தி வில்வநத்தத்தில் ஒரு சிறுபெண்; ருதுவாகிற வரை கன்ன எலும்புகள், முழங்கை மூட்டுக்கள், இடுப்பு எலும்புகள் துருத்திக் கொண்டிருந்தன. கிணற்றிலிருந்து ஒரு குடம் சுமந்து வருவதற்குள் அலமந்து போனாள். வந்ததும் வாசற் படியில் உட்கார்ந்து ஆத்தாடி, அம்மாடி என்பாள்.

"அந்தமானிக்கி கொமட்டுல் குத்தீருவேன், எண்ணெய்க் குடமாடி கொண்டு வந்தே ஆத்தாடி, அம்மாடிங்கறே" தாயார்க்காரியிடம் வசவு வாங்கிக் கொண்டிருப்பாள்.

ஒன் வசவு, அது என்னை என்னசெய்யும் என்று செனாய்த்துப் பார்ப்பாள்.

அந்தச் சிலுப்பட்டை சொர்ணத்துக்கும் இந்தப் பொம்பிளைக்கும் ரொம்ப விடுதலாகத் தெரிந்தது. அந்தச் சொர்ணமா? கல்யாணம், காட்சி, பிறகு ஒன்னுக்கு ரெண்டு பொட்டைகள் என்று தாயாகி, குடும்பப் பொறுப்பைச் சுமக்கிற வீட்டம்மாவாக மாறியிருக்கிறாள். சும்மா ஒரு நினைப்புக்குக் கூடச் சிறுமியாகப் பார்க்க ஏலவில்லை. சோளத்தட்டை மாதிரி அப்போது கண்டிருந்த உருவம்; இப்போது தூருந் தலைப்பும் ஒன்றாக ஆகியிருக்கும் ஒரு பொம்பிளையைக் கண்டார். கொஞ்சம் தடுமாற்றமாகி விட்டார்.

ராஞ்சனைப்பட்ட தவசியப்பன் கேட்டார் "சொர்ணமாப் பாத்தேன். இப்ப சொர்ணத்தாயா பாக்கிறேன். எப்படி இருக்கிற தாயி?"

"இப்பவாச்சும் பாதை தெரிஞ்சதே. எங்க ஊருக்குப் பாதையே கிடையாதில்லே மாமா"

''ஆள், ரொம்ப மகுட்டிரமா பேசுறே''(மகுட்டிரம்- செழிம்பு)

'ஒன் கோபத்தை நா ஏத்துக்கிறேன் மருமகளே' என்று அடங்கினார். கையைப் பிடித்து இழுக்காத குறையாய் அத்தனை பேரையும் வீட்டுக்கு கூப்பிட்டுப் போனாள் சொர்ணம். தவசியப்பன் மறுதலித்தார். இன்னும் நிறைய வீடுகள், தெருக்கள், இரண்டு ஊருகளுக்குப் பயணமாக வேண்டியுள்ளது; அவருடைய கோரிக்கை சொர்ணத் தாயிடம் செல்லுபடியாகவில்லை.

''அவுகளையும் சேர்த்துத்தான். புள்ளிக்கு ஒரு டம்ளர் காபி சாப்பிட்டுப் போவீங்க''

''நீ கடுங்காப்பி தான கொடுப்பே''

''யாரு சொன்னா?''

''நாங்க அய்யநாதன் கடையிலயே பால் காப்பி சாப்பிட்டுட்டுப் போறோம்''

'' சொல்லுவீகளா நல்லா? இங்ஙன நாலெட்டு வந்து பாருங்க . வீட்டில எத்தனை பிள்ளைத் தாய்ச்சி ஆடுக கெட்டிக் கெடக்குன்னு. அய்யநாதன் எருமைப்பால் காப்பி தான போடுறாரு''

''அது யாரு சொன்னா சொர்ணம், அவரு கழுதைப் பால் காப்பியில்ல போடறாரு''

ஊடாக்க நுழைந்து வேடியப்பன் என்ற பெரிசு சொன்னது.

''அதுவும் அப்படியா மாமா''

''ஆமா, அதனாலதான் அத்தனை சுவையா இருக்கு''

'' இருக்கும், இருக்கும், ஒங்களுக்கு வேன்னா அங்கன வாங்கீட்டு வரச்சொல்லவா, மாமா''

''ஒங்கூட வாக்குடுக்க முடியுமா? சரிக்குச் சரி வாயடிப்பே. வாத்திமார்க வந்திருக்காக, செத்த குத்தாய்ச்சிக்கிர்றேன், தாயி'' என்று

ஒதுங்கிக் கொண்டார்.

அப்துல்கனி உறவுமுறைச் சொல்லாடலில் கரைந்தார். '' சரி காபி சாப்பிடுவம்'' தவசியப்பனுக்கு சமிக்ஞை காட்டினார்.

''எங்க ஐயா சொல்லீட்டாரு. நீ தயார்ப்பண்ணு''.

உள்முற்றம் பரந்து கிடந்தது; பள்ளை ஆடுகள் மூன்று ஒருசேர கால்களை எக்குப் போட்டு , தூக்கிக் கட்டியிருந்த அகத்திக் கீரையை கறும்பிக் கொண்டிருந்தன. அகத்தி அவளுடைய தோட்டத்தில் பயிராகிறது. சப்போட்டாப் பழத்தின் கறுத்த விதைகள் போல் முற்றத்திலும் கொட்டகையிலும் ஆட்டுப் புழுக்கைகள் பரவிக் கிடந்தன. ஆடுகள் மூன்றையும் கொட்டகையில் கட்டிப்போட்டு விட்டு, பருத்திமார்த் துடைப்பத்தால் பரபரவென்று கூட்டியள்ளினார் அவளுடைய வீட்டுக்காரர். இளையவள் தங்கம்மா. அவளுக்குதான் இந்த கூட்டிப் பெருக்குகிற வேலை. தங்கம்மாவுக்கு இப்போது கூடுதலாய் வேறு ஒரு வேலை வந்து சேர்ந்திருந்தது. பையன்கள் யாரையும் நுழைய விடாமல் வாசலைக் கைகளால் மறித்துக் காத்துக் கொண்டிருந்தாள்.

சின்னவள் தங்கம்மாவுக்கு 'தெரட்டு விழி'. இரண்டு கண்களும் வெளியே பிதுங்கி விழிப்பது போல இருக்கும். வெளித்தள்ளி நிற்கும் கண்கள் சாதாரணமாய் பார்க்கிறபோதே அதிசயித்து பார்ப்பது போல் தெரியும்; வாத்தியார்களைக் காவல்காத்துக் கொண்டிருந்தவளை ''பயமுறுத்தாதே போ'' என்று ராஸு தள்ளினான். வாசல் நிலையை கால்கள் பரப்பி மறித்துக்கொண்டு நின்ற அவள் அம்மா கூப்பிட்ட போது உள்ளே போனாள். உள்ளே நுழைந்த மறு நிமிசமே உட்கார்ந்திருந்த வாத்திமார்கள் பக்கத்தில் போய் நல்ல பிள்ளையாய் நின்று கொண்டிருந்தான் ராஸு.

'' டே ராஸு'' இங்கிருந்து கத்தினாள்.

''ஒங்க சண்டையை பெறகு போட்டுக்கோங்க'' சின்னப்பிள்ளை சண்டையை விலக்கியவாறு சில பெரியவர்கள் உள்ளே போனார்கள்.

சொர்ணம் வாகாக, சேலையைத் தூக்கிச் சொருகி, குட்டித் தாச்சி பள்ளை ஆட்டின் பின்புறமாய்க் கால்களை லாவிப் பிடித்து தொடைகளுக்கிடையே கிடுக்கிப்பிடி போட்டாள். ஆடு திமிரவில்லை; கண்கள் கிறங்கி ஆடாமல், அசையாமல் நின்றது. முட்ட முட்டச் சுமந்திருக்கும் காம்புகளிலிருந்து பால் வெளியேறினால் மடிக்கனம் குறைந்து சுகமாகிவிடுகிறது. பால் பீச்சிக்கொண்டு எழுந்த சொர்ணத்தைப் பார்த்து தவசியப்பன் சொன்னார்.

''மருமகளே, ஒன்வீடுதான் கடைசின்னு நெனைச்சி தாயமாட்டுப் பண்ணாதே''

''மாமா காப்பி அடுப்பில ரெடி. நானென்ன கடா வெட்டி ஒங்களுக்குச் சோறு போடவா போறேன்''

'' செஞ்சாலும் செய்வ''

'' இப்ப சொல்லுங்க, ஒரு சணத்தில முடிச்சிர்றேன்''

பேச்சு பேச்சாக இருக்கிறபோதே ஆட்டுப்பால் கலந்த காப்பியை ஆற்றி ஒவ்வொருத்தராய்க் கொடுத்தாள். அப்துல்கனி ஸாருக்கு ஆட்டுப் பால் காப்பி புதுசு. அதனினும் மேலான சுவையாய் வந்தது அந்தப் பெண்பிள்ளை பேச்சு.

''சொர்ணம்மா, ஆட்டுப்பாலு காபி கொடுத்து எங்க ஸாரை மயக்கிட்ட. நாங்க வில்வநத்தம் போய்ச் சேர்றதுக்குள்ளே ஒரு ஆட்டைப் பத்தி அனுப்பு''

எழுந்தார்கள். மூன்று பிள்ளைத் தாச்சி ஆடுகளும் பசுவும் கட்டியிருந்த தொழுவத்தைக் கண்டார்கள். மேப்புறச் சுவரையொட்டி கூரைக்கொட்டகையில் ஒரு பசுமாடு. இவர்கள் வெளியேறுகிறபோது வெறிச்ச வெறிப்பில் உடனே ஈன்றுவிடும் போல் தடதடத்தது. காளங்கன்று என்றால் ஒருநாள் கூடச் செல்லாது.

தவசியப்பன் வாத்தியாருக்கு வாத்தியார், விவசாயிக்கு விவசாயி. மாடு மொடையடிக்கிறது என்பார்கள். பிறப்புறுப்பில் தேங்காய்

எண்ணெய் போல் வழியும். வழிவது கண்டதும் பலன்பிடிக்க காளைக்குப் போட வேண்டும். காளை விழுந்தபின்னும் சினை பிடிக்கவில்லையென்றால், இருபத்தி நான்காம் நாள் மறுபடி பசு மொடையடிக்கும்; பழையபடி காளைக்கு விடவேண்டும். சினை பிடித்து விட்டால் ஒன்பது மாதம் பத்து நாட்களில் தட்டுக்குழி நெறிந்து ஈத்துக்குத் தயாராகும். ஆசன வாயிலுக்கு மேல், வாலுக்கு இருபக்கமும் இடுப்பு எலும்பு விரிந்து குழிவிழுவது தட்டுக்குழி. இடுப்புப் பாகமும், பின்பகுதியும் ஈத்துக்குத் தயாராகி விட்டதற்கான அறிகுறியை தட்டுக்குழி இறங்குவதில் கண்டுபிடித்து விடுவார்கள். நிறைசூலியாய் தொழுவத்தில் பசு திணறிக் கொண்டிருக்கிறது. மனுசப் பிறவி மாதிரிதான். பிறகு அததுக்குப் பாடு பார்க்க சரியாகிப்போகும். 'உஷ்'ஸுன்னு உட்காரமுடியாது. அத்தனைக்கும் நானாச்சு என்று பறந்து கொண்டு திரிகிறாள் சொர்ணத்தாய்.

சொர்ணத்தாயை ''வாய் கருப்பட்டி, கை கருணைக்கிழங்கு'' என்று லேசாய்ச் சொல்லிவிட முடியாது. அத்தனை கருப்பட்டியும் அவள் மனசுக்குள்ளும் கைகளிலும் ஒன்னாய் இருந்தது. புல்லரித்துப் போன தவசி நினைவுகளில் வாழ்ந்தார்.

அவருக்குத் தெரியும் ஒரு சம்சாரியின் வாழ்வு பற்றி. நாளும் பொழுதும் குண்டிசாய்க்கமுடியாமல் விவசாயியும் அவன் குடும்பமும் அசைந்து கொண்டேயிருக்கிறது.

8

கடவுள் வாழ்த்துப் பாட பத்து நிமிடங்கள் இருக்கையில் ஆசிரியர் அறையில் தனஞ்செயனைக் கண்டது அனைவருக்கும் ஆச்சரியத்தை வீசியது. பையன்கள், பிள்ளைகள் திடலுக்கு நடந்து கொண்டிருந்தார்கள். கண்ணாடியில், பளபள தகட்டில் ஒளிபட்டு எதிரடிப்பது போல் தங்கள் முகத்தின் அதிசயிப்பை அவன் முகத்தில் வீசினார்கள் ஆசிரியர்கள்.

கடவுள் வாழ்த்து ஒழுங்கமைவுக்கு உடற்பயிற்சி ஆசிரியர் வையவன் பொறுப்பு. திடலில் நின்று விசில் அடித்து மாணவ மாணவியர்களை ஒழுங்குபடுத்திட எழுந்திருக்கப் போனபோது தனஞ்செயன் எதிரில் நின்றான்.

''நா இனிமே கடவுள் வாழ்த்துப் பாடமாட்டேன் ஐயா''

வையவன் ஏறெடுத்துப் பார்த்தார். ஆசிரியர் அறைக்குள் இருந்த அத்தனை பேரின் காதுகளையும் அவன் சொன்ன சொல் தொட்டிருந்தது. அதிசயம் போலப் பார்த்தனர். தனஞ்செயன் சொன்னதை அவர் நம்பவில்லை என்பதுபோல் வையவன் கேட்டார் ''என்ன ஸார் சொல்றீங்க?''

''இனிமேப் பட்டு நான் கடவுள் வாழ்த்துக்கு வரமாட்டன்''

''வரமாட்டியா, பாடமாட்டியா?'' இரண்டுக்கும் வேத்துமை

இருப்பதுபோல் அவர் கேட்டது தென்பட்டது. தெளிவுபடுத்துவது போல் மறுமொழி வந்தது; ''வருவன். பாட மாட்டன் ஐயா''.

கிண்டல் செய்வது போல் இளக்காரமாய்க் கேட்டார். ''எதுக்கு ஐயா?''

முன்னக் கூட்டி தனக்குள் பல மணி நேரங்கள் அவன் யோசித் திருக்கிறான். செங்கல், மணல், சிமிண்ட், சாந்து என்கிற அத்தியாவசியப் பொருட்கள் சேகரிப்புச் செய்த பின்னர் அடிக்கால் போடத் தொடங்கு கிறார்கள். அவன் இந்தக் கடகால் போட எத்தனையோ திடமான பொருட்களைச் சேகரித்து வைத்திருக்கிறான் எனப் புலப்பட்டது. யோசிப்பின் பின்னர் தெளிவான, திட்டமான வார்த்தைகள் வந்தன.

''இனிமேப் பாட மாட்டேன், என்னைய விட்ருங்க''

ஆசிரியர்களின் பார்வை ரகுராமை நோட்டமிட்டது.

''எதுக்குன்னுதான் கேட்கிறேன்''.

''இனிமேப் பாடமாட்டேன்''

சொன்ன ஒன்றையே திரும்பத் திரும்பச் சொன்னான். இனி எத்தனை தரம் கேட்டபோதிலும் அவன் இந்த முடிவிலேதான் நிற்கப் போகிறான்; அவனை எதுவும் செய்ய இயலாது என்பது தெளிவாகியது.

''சரி போ'' உடற்பயிற்சி ஆசிரியர் எழுந்தார். அவன் உள் மனதுக்குள் பாதாளக் கரண்டிபோட்டு, கீழே கிடப்பவைகளை மேலே எடுத்துவர நிறைய அவனுடன் தர்க்கிக்க வேண்டும். இரண்டு சொல்லை அவனுக்குள் போட்டால், அடிமனத்திலிருக்கும் எதிர்ச் சொல்லை கண்டடைய முடியும். அந்த விசாரணைக்கு தோது இல்லாத நேரம் என உடற்பயிற்சி ஆசிரியருக்குப் புரிந்தது.

தனஞ்செயன் வெளியேறியதும், ''அந்த உறுமிக்காரப் பய என்ன சொல்லீட்டுப் போறான், அவனை விட்டா யாரும் இல்லையா'' கேட்கிறார் ரகுராம். ''இது தானே வேண்டாங்கிறது'' சலிப்பாய்ப்

பேசினார் வையவன். அவரவருக்கு தன் மனதை வெளிப்படுத்த சுதந்திரம் உண்டு. அதிலென்ன உறுமிக்காரன் என்ற ஏகடம்? அவருக்குள் குலத்தொழில் பற்றிய வன்மம் புரையோடியிருக்கிறது என அனைவருக்கும் புரிந்தது.

திடலுக்கு வேகமாய்ப் போகிறபோது, அவரின் முன்னால் போய்க்கொண்டிருந்த தனஞ்செயனை நிறுத்தி முதுகில் ஒரு 'ஷொட்டு' விட்டு, "நல்ல காரியம் பண்ணுன" என்றார் வையவன்.

தலைமையாசிரியர் அறையிலிருந்து வெளியேறி, 'சர்'ரென்று ஆசிரியர் அறைக்குள் ஏதோ சொல்ல வந்த முத்துராக்கு, அறையின் முகம் சப்பழிந்து கிடந்ததைக் கண்ணுற்றார். ஆசிரியர்கள் எழுந்து ஒவ்வொருவராய் கடவுள் வாழ்த்துக்கு வெளியேறிக் கொண்டிருந் தார்கள்.

ஒவ்வொரு நாளும் வழக்கமாய் யாருடைய குரலில் நாள் திறக்குமோ, அந்தச் சாவி அன்றையநாள் இல்லாது போயிற்று. கொடிமர மேடையில் வேற ஒரு குள்ள உருவம் தென்பட்டது. மாணவ, மாணவியரின் கண்களிலிருந்து ஆச்சரியப் பறவைகள் வெளியேறி மேடையேறிய புதிய குள்ள உருவை மொய்த்தன.

"வையம்மா"

தனஞ்செயன் இருக்கும் வரை தன்னைக் கடவுள் வாழ்த்துப்பாட எவரும் அழைக்கப் போவதில்லை என அறிவாள். அந்தப் பெண்ணை கொடிமர மேடையின் கீழே காண்பது இந்த வருடம் இது இரண்டாவது. அக்கா குழந்தைக்கு காதுகுத்து என்று தனஞ்செயன் சோலைசாமி கோயிலுக்குப் போன நாளன்று அவனைக் கண்டது. இன்றைக்கு இங்குதானே இருக்கிறானென்ற கேள்வி வையம்மாவைப் போலவே மாணவர்களின் விழிகளில் மொய்த்தது.

உடற்பயிற்சி வாத்தியார் வையவன் நேரே அந்தச்சிறு பெண்ணிடம் வந்தார். அவள் ஒன்பதாம் வகுப்பு.

பா. செயப்பிரகாசம்

"இன்னைக்கு நீதான் கடவுள் வாழ்த்து" என்றார். அவள் திகைத்துப் போனாள்.

பத்தாம் வகுப்பு வையம்மா என்ற குள்ளப்பிள்ளை கடவுள் வாழ்த்துக்கு மேடையேறி பொங்கு கொழித்துக் கொள்ளப்போகிறாள் என்று நின்று கொண்டிருந்த அத்தனை பிள்ளைகளுக்குள்ளும் ஆச்சரியம் உருண்டது. குத்துக்கல் மாதிரி தனஞ்செயன் நிற்கிறான். இவளுக்குப் புத்தி பெடதியில் ஏறியிருக்கா?

பாடி முடித்து வையம்மா கீழிறங்கப் போன வேளையில், உடற்பயிற்சி ஆசிரியர் வையவன் அவளைத் தடுத்து நிறுத்தினார். இன்னொரு அதிசயிப்பு கொடிமர மேடையிலிருந்து கீழே எல்லோருக்கும் பரவியது. "நாளை முதல் பத்தாம் வகுப்பு மாணவி வையம்மா கடவுள் வாழ்த்துப் பாடுவாள். அவளுடைய இனிய குரலில் இன்று கலைமகள் எல்லோருக்குள்ளும் நடந்தாள். இனியகுரலுக்கு வாழ்த்துக்கள்".

உடற்பயிற்சி ஆசிரியர் இரு கைகளையும் சேர்த்துக் கொட்டினார். மாணவ மாணவியர் அனைவரும் கைகொட்டி வாழ்த்துத் தெரிவித்தார்கள். வையம்மாவுக்கு கையும் காலும் நடுக்கமெடுத்தன. இந்த எழவெடுப்பான் ஏன் நம்மளை சோதனை பண்றான் என தனஞ்செயனை நினைத்தாள்.

"குரல் கெட்டிருச்சி" துணிந்து சொன்னான் தனஞ்செயன்.

"சும்மா கொசமுசக்குப் பண்ணாதே, அதுக்கும் இனிமே வருச முழுக்கப் பாடாம இருக்கிறதுக்கும் என்ன சம்பந்தம்" சுளீரென்று அடித்தாள்.

அது மற்ற பிள்ளைகளுக்கும் கேட்டது. "இப்ப நல்லாத் தானே பேசுற" நேருக்கு நேர் கேட்டவள் முகம்பார்த்துப் பேச அவனுக்கு ஏலவில்லை.

அன்றொரு நாள் கடவுள் வாழ்த்துப் பாட வையம்மா அவனுடன்

சண்டை பிடித்தது இப்போது ஞாபகம் வந்தது.

வையம்மாவுக்கு பேச்சு நளினம் ஜாஸ்தி; பேச்சு பேச்சாக இருக்கிற போதே முகமும் கண்களும் பாவனை செய்ய உடல் ஒரு நாடக மேடையாய் மாறும். குட்டைக் கனகா தோள்மேல் கைபோட்டு ஒருக்கணித்து, சுட்டுவிரல் மேல் பெருவிரலை வளைத்துத் தொட்டு தனஞ்செயனை அன்று மறித்திருந்தாள்.

''கடவுள் என்ன ஒனக்கு மட்டும் சொந்தமா?'' கேள்வி கேட்டவள் அவள்.

அர்த்தம் பிடிபடாமல் தனஞ்செயன் பார்த்தான்.

''வெளங்கலே. ஒரு நாளைக்கு எங்க நாக்கிலயும் தான் கலைமகள் வந்து உட்காரட்டுமே''

இன்றைக்கு அவளுடைய நாக்கிலும் கலைமகள் வந்து நின்றாள். உடற்பயிற்சி ஆசிரியரும் அதையேதான் சொல்லிவிட்டுப் போயிருக்கிறார். அன்று அவன் சொன்ன பதிலும் நினைவு வந்தது.

''நா, என்னமோ நெனைச்சிட்டென், நல்லாப் பாடு. நானா வேணாங்கிறேன்'' அவள் வாயடித்து மறித்த அந்நாளில் சொன்னான்.

''எப்ப?''

''நாளைக்கு''

''பாப்பமா?''

''பாக்கத்தான போற''

அது நிஜமாகிப்போயிற்று. மறுநாள் வையம்மா கடவுள் வாழ்த்தில் நின்றாள். அக்கா பையனுக்கு முடிஇறக்க சோலைசாமி கோயிலுக்கு அன்று தனஞ்செயன் போனதாகச் சேதி.

''சொன்னபடி செஞ்சிட்டியப்பா'' வையம்மாவும் கனகாவும் மெச்சினார்கள்.

பள்ளிக்கூடத்து ஆண்டுவிழா. வருடாவருடம் எல்லாப்போட்டியும் நடந்தது. ஒவ்வொருதடவையும் தனஞ்செயன் பாட்டுப்போட்டியில் முதல்பரிசு மெத்திக்கொண்டு போனான். வழக்கம் போல் வையம்மாவுக்கு இரண்டாம் இடம். உயர்நிலைப்பள்ளியாய் தரம் உயர்த்திய ஆறாம்வகுப்பிலிருந்து இதே பாடாய்த்தான் இருந்தது.

இப்போதும் சண்டை போட்டாள். வையம்மாவுக்கு இரட்டைச் சடைக்காரி என்று பேருண்டு. இப்போதுள்ள நிலையில் ‘இரட்டைச் சண்டைக்காரி’ என பேர் வைத்து விடலாமா என அவளிடமே சொல்லிக் காட்டினான். அவனோடு அவ்வப்போது சடைத்துக் கொள்வதும் சண்டை போடுவதும் வழக்கமாயிற்று. ‘‘ஒவ்வொரு தடவையும் முதல் பரிசை நீதானே மெத்தீட்டுப் போறே’’ என்றாள் அழுவது போல்.

‘‘சரி, அடுத்த தடவை நா ஜெயிக்கலே’’

ஒன்னை நம்ப முடியாதப்பா என்பது போல் நோக்கினாள். ‘‘என்ன சொன்னே போன வருசம், இதே மாசம் தான், ஆட்டைக்கு வரமாட்டின்ன. வந்துட்ட இல்லே’’.

அவன் சொல்வதை நம்பக்கூடாது, கருப்பட்டியிலும் கல்லுக் கிடக்கும் என்பது போல் அவனைப் பார்த்தாள்.

அந்த ஆண்டுவிழாவில் வையம்மாவுக்குப் பரிசு கிடைத்தது. ரகுராம் ஆசிரியரின் மனவெக்கை அதைத் தீர்மானித்தது.

‘குரல் கெட்டிருச்சி’ என்ற பதிலில் யாருக்கும் லவலேசமும் நம்பிக்கை வரவில்லை. குரல்மாற்றம் பதினான்கு, அல்லது பதினைந்து வயதில் பையன்களுக்கு உண்டாகும். இவனுக்கு குரல் உடைவு ஏற்கனவே வந்து போய்விட்டது.

மாணவர் சங்கக் கூட்டத்தில் ரகுராம் வாத்தியார் சாதியைச் சொல்லி கேவலமாகப் பேசி சாட்டை வீசினது - அவனுள் காந்தலெடுத்துக் கொண்டுள்ள பச்சைப்புண் என அனைவருக்கும் தெரியும். அந்தச்

சாட்டையாலேயே அவர்மேல் இப்ப திரும்ப வீசிவிட்டான் என்பதில் எல்லோருக்கும் பொங்குதல் ஏற்பட்டது.

திடலுக்கு நடக்கிறபோது வையவனின் கரம் அவன் முதுகில் தீண்டிய போதில் ''நல்ல காரியம் பண்ணுன'' என்று ஒரு வார்த்தை உதிர்த்தது, எதற்காக?. அது தன் செயலுக்கு முதல் ஆதரவு; அடுத்து முத்துராக்கு உறுதியாய்த் தன்பக்கம் நிற்கிறார் என உறுதிப்பட்டுப் போனது.

''ரகுராம். நீங்க செய்தது மகா பெரிய தப்பு'' முத்துராக்கு எடுத்துச் சொன்னார்.

''போங்க ஸார், நீங்க ஒன்னு'' லேசாய்த் தட்டிவிட்டார் ரகுராம். நல்லவேளை, தலைமையாசிரியரின் காதுக்கு யாரும் கொண்டு போகவில்லை.

9

கட்டிடங்கள் வெளித் தெரியாமல் வேப்பந்தோப்புக்குள் அடங்கியிருந்தது பள்ளி. வேம்புகளை விலக்கிக் கொண்டு உள் நடந்தது கட்டிடங்களைக் காணவேண்டும்.

ஒவ்வொரு பயிருக்கும் விடவேண்டிய இடைவெளியை பாட்டால் அளந்தான் விவசாயி. ஓரொரு பயிரும் எவ்வளவு தூரம் விட்டு நட்டால் மனுவாகிக் கொள்ளும் என்பது விவசாய மேலாண்மை. அனா, ஆ- வன்னா அரிச்சுவடி போல், 'ஓரோன் ஒன்னு ஈரோன் ரெண்டு' - வாய்ப்பாடுபோல், ஒரு சம்சாரியின் ஆரம்பகால அனுபவப் பாடங்கள்.

நண்டோட நெல்,
நரியோட வாழை
தேரோடத் தென்னை
நாலுகால் பாய்ச்சலில் ஒருவன் ஓடித் தாவிக் குதிக்கிற இடைவெளி அளவில் வேம்பு.

பள்ளிக்குள் மனுவாகியிருந்தன. சுற்றுச் சுவருக்கு உட்பட்டு பொழி முழுக்கவும் வேம்பு வளர்த்திருந்தார்கள்.

"குற்றாலக்குளிச்சிக்கு எங்கயும் போக வேண்டாம். குளுகுளு

ஊட்டி, கொடைக்கானல்ன்னு ஏன் தேடனும். நம்ம ஊர் மாதிரி வேம்பாய் இருந்தாப் போதுமய்யா''. ஊரின் பேச்சாக மட்டும் நிற்கவில்லை. 'வேம்பாய் நட்டிக் கெடக்கு அங்கன' என்று உலக அதிசயங்களில் ஒன்றாய்ப் பேச்சுப் பொருளாகியது.

ஒவ்வொரு வேம்பும் தன்கீழ் ஒண்டும் பிள்ளைகளைத் தடவிக் கொடுக்க ஒற்றைக் காலில் தவமியற்றுகிறது. தன்னடியில் வாசிக்கும் பிள்ளைகளைக் குடையாய்க் கவிழ்ந்து நோக்குகிறது. வெயிலில் இளைப்பாற வருவோரை மக்கமாராக நினைத்து நிழல் தோகையால் வருகிறது.

மதியச் சாப்பாட்டுக்கு வழக்கமாய் உட்காரும் வேம்புக்கு ரங்கா, வடிவு, தனம், யசோதை நடந்தார்கள். நான்கு பெண்களும் வேப்ப மரத்தடிக்கு நடக்கையில் எதிரே தனஞ்செயன் வந்து கொண்டிருந்தான். ரங்கா, வடிவு, தனம் அமர்த்தலான சிரிப்புடன் அவனைக் கடந்து போனார்கள். சிநேகிதிகள் மாதிரி கடந்து போயிருக்கவேண்டும்; அல்லாமல் எதிர்ப்பட்டவனைப் பார்த்து யசோதை பின் தங்குவது கண்டு சிநேகிதிகள் சின்னச் சின்ன நடையில் முன்நடந்தார்கள்.

லேசாய் ஒருக்கணித்தாள். ''ஏன், நீங்க, கடவுள் வாழ்த்துப் பாட வரலை?''

''பிடிக்கலை''

''ஏம் பிடிக்கலை''

ஒங்கிட்ட அதெல்லாம் சொல்லனுமா, ஒனக்கே தெரிஞ்சதுதான் என்பது போல், ''பிடிக்கலைன்னா பிடிக்கலைதான்'' என்றான்.

''எனக்குப் பிடிக்குதே'' என்றாள். லேசாய்ப் புன்னகை கசிந்தது, பிடிக்குதே என்ற வார்த்தையால் ஒரு வித்தினை அந்தச் சிறுபெண் நட்டுவிட்டாள்.

ஒவ்வொரு நாளும் கொடிமர மேடையேறி தனஞ்செயன்

பாடுவதைக் கண்டு கொண்டிருக்கிறாள். ஒவ்வொரு நாளும் பாடுவதைக் கேட்கிறாள். குரல் மனசில் பதிகிறது. உருவும் குரலும் திரண்ட காட்சி இனி காணஇயலாமல் போகும்.

''ஓங்களப் பாக்கமுடியாம போயிருமேன்னு தோணுது''

''ஏன்?''

''நீங்க கொடிமரத்து மேடையில் இனிமே வரமாட்டீங்கள்ளே''

எதிரில் இந்த இளநெஞ்சம் யாது உணர்த்த வருகிறது என்பதை உணர மனசின் காதுகளைக் கூர்மைப்படுத்தினான். இது அவன் கேட்கும் வித்தியாசமான முதல்மொழி.

கொடிமரமேடை முன்னால் பெண்பிள்ளைகள் அணிவகுப்பு. பின்னால் மாணவர்கள் அணிவகுப்பு- கடவுள் வாழ்த்து நடக்கையில் அவன் பின்வரிசையில் நிற்கிறான். தனஞ்செயன் சொல்வான் '' இப்ப நா பின்வரிசையில் தான நிக்கிறேன், காணாமப் போகலையே''

''அதுக்கு?'

''நா ஒன்னைப் பாத்துகிட்டுத்தான் நிக்கறேன்''

''அது போதுமா'' என்பது போல் யசோதை ஏறெடுத்துப்பார்த்தாள்.

'' வேணுமின்னா திரும்பி திரும்பிப் பாத்துக்கோ''

''அய்யோ, வேற வினை வேண்டாம்'' சிறு தலையசைப்பு வெளிப்பட்டது.

ஏன் என்பது போல் பார்வையைக் கேள்வியாக்கினான்.

''சும்மாவே அ-ங்கிறதுக்குள்ளே, ஊ-ங்குது ஊரு'' யசோதை சிரித்தாள்.

இதோ இப்போது கூட அது தொடங்குகிறது. மற்றவர் பார்வையில் விகற்பமாய்த் தோன்றத் தொடங்குகிறது. அப்படித்தான். இதற்கெல்லாம்

உளைந்தால் பிரியம் கொள்ளவே முடியாது. இருவரும் பொங்குதலாய் சிரித்தபடி பிரிந்தார்கள்.

கால்களைப் பெயர்த்து வேப்பமரத்தடிக்கு நடந்தாள். ''என்னம்மா, புங்கை மரம் விட்டிருச்சா?'' ரங்காவும் தனமும் பார்த்தார்கள். யசோதை தாமசித்த இடத்தில் ஒரு புங்கை மரம் இருந்தது.

முதல் சாட்சி புங்கைமரம். ''ஒன்னு நீ சொல்லனும், இல்லே புங்கைமரம் சொல்லனும், அது பேசாது'' நொய்மையாய் வெளிப் படுத்தினார்கள். புங்கைமரமும், பூக்கள் கசியவிடும் வாசமும் அல்ல அவளைக் கிறங்க வைத்தது. இளமனசைக் கிறங்க அடிக்கும் ஆண் வாசனை என்பது அவர்களுக்குத் தெளிவாயிற்று. ''உனக்குன்னே பிறந்தது அது. ஒனக்கு அஞ்சு வருசம் முன்னாடியே பிறந்துவளந்து காத்திருக்கு. அவ்வளவு லேசா அதை விடுவியா'' புங்கை மரத்தை ஒரு நெம்பு நெம்பினார்கள் .

10

முதலாவது செங்குளம். தாண்டி நடந்தால் புதுக்கிராமம் சேரி. ஊரின் கடைசியில் இருப்பதாக செங்குளத்தார் நினைத்துக் கொண்டிருந்தார்கள். தெற்கிலிருந்து வந்தால் ஊருக்கு முதலாவதாக வந்தது சேரி.

சேரிக்குள் அப்துல்கனியின் சைக்கிள் ஓடிற்று. 'புதுக்கிராமம்'என அழகுப்பெயர் சூட்டியிருந்தனர் குடியிருப்பு மக்கள். சின்னச்சாமி சேரி ஆரம்பத்தில் நின்றுவிட்டார். "ஸார் அங்க போக வேண்டாம்".

ராம்கோ சிமிண்ட்ஸ் மெட்ரிகுலேஷன், தீபம் மெட்ரிகுலேஷன், இமாகுலேட் பள்ளி, புதூர் வித்யோதயா பள்ளி, கொஞ்சம் தள்ளி இண்டர்நேஷனல்ஸ் ஸ்கூல். இத்தனை கொள்ளையர்களும் அரசுப் பள்ளிகளைச் சுற்றி முற்றுகையிட்டிருக்கிறார்கள். இந்த வழிப்பறி கொள்ளையர்களை எதிர்த்து வில் ஏந்திப் புறப்பட்டவர்கள் இந்த ஆசிரியர்கள்.

சென்னம்பட்டி தள்ளி இருக்கிறது. எட்டாம்வகுப்பு வரை இடைநிலைப் பள்ளி. தனியார் நடத்தினாலும் அரசு உதவி பெறும் பள்ளி. தனியார் ஒருவர் பள்ளி தொடங்க இடமும் அரசுநிர்ணயித்த இருப்புத் தொகையும் தந்துவிட்டால் அனுமதி கிடைக்கிறது. ஆசிரியர்களுக்கான ஊதியம் அரசின் கருவூலத்திலிருந்து அனுப்பப்படுகிறது. பள்ளிக்கு

ஆகிற அனைத்துச் செலவையும் அரசே ஏற்கிறது என்ற போதும் பள்ளி தனியாருக்கு உரியது. தலைமை ஆசிரியர், மற்ற ஆசிரியர்கள், பிற பணியாளர்கள் நியமனங்கள் பள்ளி நிர்வாகத்தினால் நடத்தப் பெறும்.

ஆசிரியர்களுக்கு முழுச்சம்பளமும் வந்து சேராது. சம்பளத்தில் கணிசமாய் பள்ளிநிர்வாகியின் டிரங்குப்பெட்டியில் போய்ச் சேருகிறது. ஒவ்வொரு ஊரிலும் இப்படியொரு முதலாளி. சென்னம்பட்டி முதலாளிக்கு கீர்த்தனா, வந்தனா பெண்கள். கார்த்திக், ரமணன் பையன்கள். அவர்கள் படிப்பது முதலாளி நடத்தும் உள்ளூர்ப் பள்ளிக் கூடத்தில் அல்ல. அவரது பிள்ளைகள் நகர ஆங்கிலப் பள்ளியில் விடுதிகளில் தங்கிப் படிக்கிறார்கள்.

"அவர் மட்டும் தம் பிள்ளைகள எங்க போய்ப் படிக்க வைக்கிறாரு?".

சபிக்கப்பட்ட பதிலும் கிராமத்தில் அலைந்தது ''அவர் இருக்கப்பட்டவரு''.

இருக்கப்பட்டவனுக்கு நகரத்துப் பள்ளி; கைக்குமெய்க்கும் போதாமல் வாழுகிற வத்தல் தொத்தல்களுக்கு இவர் நடத்தும் உள்ளூர்ப்பள்ளி. ஊருக்குள் புகைச்சல் ஆரம்பமாகியது.

இன்னைய தினத்தில் சென்னம்பட்டி எப்படியிருக்கிறது?

சென்னம்பட்டி இடைநிலைப் பள்ளியில் போன வருடம் ஒன்னாம் வகுப்பில் சேர்ந்த பிள்ளைகள் எண்ணிக்கை 13. பிறகு அது 9 ஆகக் குறைந்தது. பள்ளியில் சேர்த்து விட்டு, அருகிலுள்ள நகர மெட்ரிகுலேசன் பள்ளிகளில் இடம் கிடைத்ததும் நான்கு பிள்ளைகள் போய்ச் சேர்ந்துவிட்டார்கள். நால்வரும் மேல் சாதி.

இந்த ஆண்டு சென்னம்பட்டியில் புதிதாக 14 பேர் சேர்ப்பு. ஒரே ஒரு உயர்சாதிப் பையன் தவிர்த்து மற்றவர்கள் தாழ்த்தப்பட்டவர்கள், பிற்படுத்தப்பட்டவர்கள்.

பா. செயப்பிரகாசம்

1) அரிகரன் - பள்ளர்
2) அருள் - ஏகாலி (வண்ணார்)
3) அடைக்கலமுத்து - கோணார்
4) ஆதிமுத்துமாரி - அம்பட்டர் (முடிதிருத்தும் தொழிலாளி)
5) கவியரசன் - பள்ளர்
6) சென்னராயன் - ராஜ கம்பளம்
7) கு. மகேஸ்வரி - ராஜ கம்பளம்
8) மாதவி - அருந்ததி
9) க. மாலதி - ஏகாலி
10) மதுநிஷா - ஏகாலி
11) மதுபாலா - ராஜ கம்பளம்
12) பானுப்பிரியா - பறையர்
13) விக்னேஸ் - ரெட்டி
14) விஜயராஜு - அருந்ததியர்

பக்கத்து நகரங்களிலிருக்கின்ற மெட்ரிகுலேஷன் கல்விக் கூடங்களுக்குள் ஏற இவர்களுக்கு ஏணிகள் தேவை. ஏணிகள் இவர்களைப் பெற்றவர்களுக்கு எட்டாத உயரத்திலிருக்கின்றன. இது நல்ல நயமான சரக்கு என்று ஆசை காட்டுகிறார்கள். அதைவிட, உள்ளூர் கொஞ்சம் மெதந்தான் (குறைச்சல்) என்றாலும், இதுதான் அவர்களுக்கு லவிக்கப்பட்டது.

கனியும் முத்துராக்கும் தவசியும் சென்னம்பட்டியை எண்ணி தவித்துப் போனார்கள். அப்துல்கனியின் உருண்ட முகம் அந்த விவரங்களைப் பார்த்ததும் செக்கச்செவேல் ஆகியது. சாதீயக் கட்டுமானம் இருக்கையில் சமூகக் கட்டுமானம் மாறும் என்பது ஆகிற வேலையா! முத்துராக்கு, தவசியப்பன், அப்துல் கனி எல்லாரும்

அழிந்து போய்க்கொண்டிருக்கும் அந்த செய்யாலைக் (அழிமானக் காடு) கண்டு திகைத்து, தம்முன்னிருந்த புள்ளிவிவர அறிக்கையைக் கண்டுகொண்டிருந்தனர். நேர்வசத்தில் போய்க் கொண்டிருந்த புத்தியை புள்ளிவிவரம் லம்ப வைத்தது.

சேர்ந்து கூப்பாடு போட வேண்டிய தருணத்தில் புதுக்கிராமம் என்ற சேரிக்கு போகக்கூடாது எனத் தடுக்கிறார் சின்னச்சாமி.

11

புதுக்கிராமச் சேரி முனையில் சைக்கிள்கள் நிற்கவில்லை. ஒரே வாலாய்த் தெரிந்த தெருவுக்குள் நெட்டோட்டமாய் அப்துல்கனி போய்க் கொண்டிருந்தார். ஒரு முனையில் ஆரம்பித்து மற்றொரு முனையை முடிப்பது என்ற குறிக்கோளில் அப்துல்கனி போய்க் கொண்டிருந்தார். அவர்கள் நால்வராக வந்ததில் ஒரு எண்ணம் குறைவது தெரிந்தது.

சேரியை சக்கிலியக்குடி தொடங்கி வைத்தது. தரைபெயர்ந்த குடிசைக்குள் கனி போயிருந்தார். தவசியப்பனும் முத்துராக்கும் கொஞ்சம் நெட்டைக்கால் ஆட்கள். தலை குனிந்து, உடம்பு வளைந்து உள் நுழைய முடிந்தது.

பெரியவர் திடுக்கிட்டு ஏறிட்டுப் பார்த்தார். பிறந்தாம் பிறப்பிலயும் இப்படி ஆட்களைக் கண்டதில்லை. போலிஸ் விசாரணைக்கு வந்திருக்கிறார்கள் என நினைத்து அவருடைய பெயர் மட்டுமல்ல சக்கிலியக்குடிப் பெயர்களை அடுக்கினார். ஒட்டான், பூந்திரன், பெரியாள், பச்சைமண்ணு, மாடன்- மாடத்தி - ஆண், பெண்களின் பெயர்கள் அப்படியே கொட்டின. ''இம்புட்டுப் பேர்தான் இருக்கிறோமிய்யா, யார் வேணும் உங்களுக்கு''.

வந்திருக்கிற தாங்கள் யார் என்பதைச் சொன்னதும் பெரியவருக்கு

பதட்டம் விலகியது.

''நம்ம பள்ளிக்கூடத்தில இப்படிப்பட்ட பெயர்கள் தெம்படலை; நா காங்கலையே'' கனி அதிசயித்தார். வருகைப் பதிவேட்டில் ஒரு வகுப்பிலும் இந்தப் பெயர்கள் வந்ததில்லை. சேரிக்குள்ளிருந்து உயர்நிலைப்பள்ளிக்குள் எவரும் எட்டுவைத்து வந்ததில்லை என்ற நிதர்சனம் அது.

இன்னொரு உண்மையை முத்துராக்கு பிடித்தார். நவீன சமுதாயத்தினருடன் சேர்ந்து, தொயந்து ஓடிக் கொண்டிருக்கிறார்கள் என்பதின் சாட்சியம் இவர்களின் பிள்ளைகள் பெயர்கள். இன்று நவீனமாய்ப் பெயர்சூட்டிக் கொள்ள ஆரம்பித்துவிட்டார்கள். அவர்களும் சீர்திருத்தத்துக்கு வந்துவிட்டார்கள் என்றார். சான்றுக்கு வேறு எங்கும் அவர் செல்லவில்லை. சென்னம்பட்டியை இழுத்துவந்து முன்விட்டார். அருந்ததியர் வீட்டில் மாதவியும், பள்ளர் குடும்பத்தில் கவியரசன், பறையர் குடிசையில் பானுப்பிரியாவும் பிறந்துவிட்டதை சுட்டிக்காட்டினார். எந்தப் புதுமைக்கும் முகம் கொடுத்து விடாமல் அவர்களைத் தடுப்பது மேக்குடிகள்.

பறையர் 12 குடும்பங்கள்; குடிசையின் முன்புறத் தாழ்வாரத்தில் சாணிப்பால் மெழுகிய தரை. சிறுகுழந்தை தரையில் மூத்திரம்பெய்து மெழுகி விளையாடிக் கொண்டிருக்க, பிள்ளைக்குக் காவலாய் இருந்த பெரியாள் ''தப்பளம் போடுறான்'' என்று சிரித்தார். ஒரு ஏனத்தில் பழைய கஞ்சி. சாப்பிட்டுக் கொண்டிருக்கையில், குழந்தை, கழிந்து வைத்தான். ''வற்ரண்டா வற்ரன்'' சொன்ன பெரியாள், கையைக் கழுவிவிட்டு, பிள்ளையைத் தூக்கிக்கொண்டு வெளியே போனார். தன் குடிசைக்கு வெளியே கொண்டுபோகிற போது ''இருங்க சாமி வர்றேன்'' என்றார்.

''தரையெல்லாம் மேடு பள்ளம், தவழ்ந்தால் உறுத்தாதோ'' ஏழைத்தாய் பாடிய தாலாட்டுப்பாடல் பேராசிரியர். நா.வானமாமலையின் 'தமிழ்நாட்டுப் பாடல்கள்' தொகுப்பினுள்ளிருந்து தமிழையா

முத்துராக்கின் காதுகளில் ஒலித்தது. கனி யோசிக்கவில்லை. மேடுபள்ளத் தரையில் உட்கார்ந்து பெரியவருடன் பேசத் தொடங்கிவிட்டார். ''வீட்டுல பிள்ளையைக் கவனிச்சிக்க பொம்பிளையாள் இல்லையா?''

''அவ காட்டுவேலைக்குப் போயிருக்கா'' மருமகளைச் சொன்னார்.

''மகன்?''

''அவன் அங்க இருக்கிறான்'' வடக்குத் திசைக்கு கை நீண்டது.

''மெட்ராஸில் பெயிண்டர் வேலை. மாசம் ஒருதடவை, ரெண்டுமாசத்துக்கு ஒரு தரம் வந்து போவான்''.

சக்கிலியக்குடி, பள்ளக்குடி, பறைக்குடி-ஒவ்வொரு குடியாய் கனியும் முத்துராக்கும் தவசியும் உள்ளிறங்கினார்கள். ஒவ்வொரு குடியோடும் அவர்களுக்குப் பேச்சு இருந்தது.

ஊரெல்லையிலேயே தவக்கட்டம் போட்டுவிட்ட வாத்தியார் சின்னசாமிக்கு உள்மனசில் ஓடியது. ''இப்படின்னு தெரிஞ்சிருந்தா, வந்திருக்கமாட்டனே'' ரொம்பநேரம் காத்திருக்க வேண்டியதாயிற்று.

ஒவ்வொரு குடிசையாய், ஒவ்வொரு ஜீவனாய் விசாரிக்க ஆரம்பித்ததில் நிறையக் கிடைத்தது.

''ஒங்களுக்குப் பிள்ளைக?''

''மூணு. அவ்வளவும் பையங்க''

''என்ன செய்றாங்க''

''இப்ப ஒருத்தன் டீக்கடை வேலைக்குப் போறான். இன்னொருத்தன் பாத்திரக்கடை. அடுத்தவன் பலசரக்குக் கடை''.

''எங்க?''

''கண்காணாத இடம்தான். ஒருத்தன் சென்னை; ஒருத்தன் பொள்ளாச்சி, ஒருத்தன் வேலூர்.''

''இங்கனக்குள்ள கெடைக்கலையா? ஒங்களுக்கும் ஒத்தாசையா இருக்கும். போகவர, பாக்கச் செய்ய, தோதாப் போகுமில்ல?''

''போகுந்தாம். அது இங்கன உள்ளவங்களுக்கு ஆகாது.'' அவரது கை தானாக செங்குளத்துப் பக்கம் காட்டியது. அவர் காட்டிய திசையில் சின்னச்சாமி நின்றுகொண்டிருக்கிறார்.

''இப்ப மூத்தவனோட சம்சாரம்தான் இங்க இருந்து பாக்கிறா, வேலைக்குப் போயிருக்கா''

கண்பார்வை தொடுகிற எல்லைக்குள் இருந்து தொழில் செய்ய ஏலாது.தேநீர்க்கடை, சாப்பாட்டுக்கடை, மளிகைக்கடை, துணிக்கடை எதற்குள்ளும் வட்டாரத்தில் வேலைபார்க்கக் கொடுப்பினை இல்லை.

''இவனையா வேலைக்குச் சேத்திருக்கிறீங்கன்னு போட்டுக் கொடுப்பாங்க.வேலைத்தலத்துக்கு உள்ள போக லாயக்குப் படாதுன்னா, சொந்தமா தொழில்செய்து குப்பைகொட்ட முடியுமா? பிழைக்க விடுவாங்களா? ஏப்பசாப்பையா இருந்து இங்கன வாழ முடியுமாய்யா?''

அதற்குமேல் எந்த யோசிப்புக்கும் போகமுடியாமல் பிரமத்தியடித்தது போல் இருந்தார்கள் மூவரும்.

வெளிச்சம் அவர்கள் கையில் இல்லை. அவர்களின் சூரியன் சாதிக்காரர்களின் கையில் இருக்கிறது. சேரிமக்களின் வாழ்வினை செங்குளத்தார் வகுக்கிறார்கள். யார் யாருக்கோ எங்கெங்கோ வந்திருக்கிற சுதந்திரம் இவர்களுக்கு வரவில்லை.

செங்குளத்தில் நடக்கிற தொடக்கப் பள்ளியைப் பற்றி பெரியவர் சொன்னது பெரியவிசனமாக இருந்தது. ''நீங்க மடமடன்னு உள்ளே போய்ட்டீங்க. நாங்க அப்படி நேரே செங்குளத்துல நடந்துற முடியாது. பள்ளிக்கூடத்துக்குப் போறதுகள் ஊரைச்சுற்றித்தான் போகவேண்டும்.''

செங்குளம் தொடக்கப்பள்ளியில் இந்த வருடம் ஐந்தாம் வகுப்பு முடித்தவர்கள் சேரியில் எத்தனை பேர் என்று கணக்கெடுக்கையில்

சக்கிலியக் குடி, பறைக்குடி, பள்ளக்குடி வீடுகளில் 5ஆம் வகுப்பு முடித்தவர்கள் 9 பேர். ஆறாம் வகுப்புக்கு ஒருகுஞ்சு கூட போகவில்லை.

''உங்க குடியிருப்புக்குப் பேர் என்ன?''

''புதுக்கிராமம்''

''நல்ல பேர்''

''ஊர்ப் பேரை யார் சொல்றா? சேரின்னு தான் இன்னைக்கும் சொல்றான்'' பெரியவர் நொம்பலப்பட்டது கண்டு பேச்சற்றது.

''மனுஷன் பேரையே சொல்றதில்லே'' சேர்த்துச் சொன்னார் முத்துராக்கு.

வருத்தப்படட காலம் கொஞ்சம் கொஞ்சமாய்க் கண்மறைவாகிக் கொண்டு வருகிறது. எப்பாடு பட்டாவது பிள்ளைகளை வாசிக்க அனுப்புங்கள். வருத்தம் மறையும் காலம்வரும் என்று தேறுதல் தந்தார்கள்.

''ஒங்க புதுக்கிராமத்திலே ஒன்பது பேர் 5-ம் ஆம் வகுப்பு முடிச்சிட்டாங்க. ஒரு பிள்ளை விடுபடக் கூடாது; அத்தனையும வில்வநத்தம் உயர்நிலைப் பள்ளிக்கு வந்து சேரனும்''

''இன்னும் வில்வநத்தம் உயர்நிலைப்பள்ளின்னு ஏன் சொல்லனும்? மாத்திச் சொல்லுங்க. கனி மாமாவோட பள்ளின்னு''.

பின்னாலே ஒரு மடாங்குக் குரல்(விரிந்த தொண்டை) கேட்டது. ஒரு இளந்தாரிப் பையன். இருபதுக்குள் அடங்கும். டி.வி.எஸ். 50 வாகனத்தில் இறங்கினான்.

அந்த வட்டாரத்தில் அது ஒரு பேச்சுப்பழக்கம். எந்த சாதிக் காரராயிருந்தாலும் இஸ்லாமியரை மாமா என்றும் மாமி என்றும் அழைத்தார்கள். சிலபேர் ''மாமூ'' என்று மரியாதையில் கூப்பிட்டார்கள். அது அவர்களுக்குள் மண்டிக்கிடக்கும் வாஞ்சையைக் காட்டியது.

''ஒங்களப்பத்தி நெறையக் கேள்விப்படறோம். மாமாவை இன்னைக்குத்தான் நேரில பாக்க முடிஞ்சது''

முறுக்கான ஆளாய் இருந்த அவனிடம் அணைவாய்ப் போய் முத்துராக்கு ''தம்பீ'' என்றார். தம்பீ என்ற அவரை பொன்னப்பன் அதிசயத்துடன் பார்த்தான்.

''இங்க பாரு, இந்த அஞ்சு காளங்கன்னுகளையும் நாலு பொட்டைகளையும் வில்வநத்தம் கொண்டுபோக வேண்டியது ஒம் பொறுப்பு. ஏற்பாடு பண்ணு '' கட்டளையிட்டார் பெரியவர்.

''அயத்துராதீங்க, என்ன நா சொல்றது'' கனிக்கும் வட்டார மொழி தொற்றிக் கொண்டது.

பொன்னப்பன் சொன்னான் ''அயத்துருவமா மாமா? 'லேசா' சொல்லீட்டிங்க? '' கொஞ்சம் சடைத்துக் கொண்டது போல் தெரிந்தது.

நொச்சிக்குச்சியாய் இருந்த ரெண்டு கைகளையும் ஒன்னாய்ச் சேர்த்து பெரியவர் ''ஒங்களால, எங்களுக்கு ஒரு விடிவு வரணும்யா'' என்றார்.

இவர்கள் சேரிக்குள்ளிருந்து வெளியில்வந்து பார்த்தபோது சின்னச்சாமி வாத்தியார் அங்கு இல்லை. பக்கத்தில் குளுகுளு அலை வீசும் கண்மாய்கரை. கரை மேல் பெருத்துக் கிடக்கும் விருட்சங்களின் கீழே நெளிசல் எடுத்தவாறு அசைபோடும் மாடுகள், வாலாட்ட உணத்தியற்ற மாடுகள் மேல் செலாவத்தாய் பேணெடுக்கும் காக்கைகள்-எல்லா உசுப்பிராணிகளும் இருந்தன. இந்த ஒரு உசுப்பிராணி ஒரு இடமும் தென்படவில்லை.

சேரி மக்களுக்குள் போவதைத்தான் சின்னச்சாமி தடுத்தார்.

12

அன்றுதான் தனஞ்செயனைப் பள்ளியில் கடைசியாய்க் கண்டது. பலருக்குத் திகைப்பை உண்டுபண்ணிவிட்டான். ''ஆந்தைக் கண் ரகுராம் ஒழிக'' என்று ரோட்டில் வெள்ளை சாக்கட்டியால் எழுதியிருந்தார்கள். தனஞ்செயன் எங்கிருக்கிறான், எங்கே போனான், தண்ணிக்கு அங்கிட்டா இங்கிட்டா என விசனத்தோடு தொடர்ந்தது விசாரிப்பு. 'மதுரைக்கு அங்கிட்டுத் தண்ணிதானாம்' என்ற நம்பிக்கை வட்டார மக்களின் வாப்பழக்கத்தில் இருந்தது. சிலர் சொன்னார்கள் ''அவன் கடல் தாண்டிப் போயிட்டான்''.

நடை மாடு மூத்திரம் பெய்வது போல் பேச்சு கோணல்மாணலாக போயிற்று. எப்போதும் வென்றான் என்ற ஊரில் அவனுக்கு அக்கா ஒருத்தி இருந்தாள். அங்கு உயர்நிலைப்பள்ளி இருந்தது. 'மாறுதல் சான்றிதழ்' வாங்கிக் கொண்டு அங்கே போய்ச் சேர்ந்திட்டதாய்ச் சொன்னார்கள்.

பிரியம் ஆரம்பித்து இப்போதுதான் ஓரிலை, ஈரிலை விடத் தொடங்கியிருக்கிறது. பேசிக் கொள்ள, பார்வை பார்க்கச் செய்ய இருக்கிறார்கள். இவ்வகை பாசப் பரிமாற்றம் எல்லையில்லாமல் நீண்டு போகும். ''ஓங்கிட்ட கூட சொல்லீட்டுப் போகலாயாடி''

என்றார்கள் ரங்காவும் தனமும். என்ன தான் இருக்கட்டும், எதுவென்றாலும் ஒரு வார்த்தை அவளுக்குத் தந்துவிட்டுப் போயிருக்கலாமென எண்ணினார்கள்.

ஒவ்வொருவருடைய அனுமானமும் கற்பனையும் எங்கெங்கோ, எந்தெந்த ஊர்களுக்கோ பயணிக்கிறது. இந்த மனோலயத் தேரில் சடுதியில் ஆகாயமார்க்கமாகப் பறந்து விடுவது பள்ளிப் பிள்ளைகளுக்கு உடன்பிறந்த பழக்கம்.

திங்கட்கிழமை காலை பள்ளிக்கூடத்தில் தனஞ்செயனைக் கண்டார்கள். அவன் தலையைக் காணவில்லை. மொட்டைத் தலை - தலையில் தொப்பி வைத்திருந்தான். இதுவரை அவன் குறித்து எழுப்பிய புரளி மொட்டையானது. பளிச்சென்று தலையில் இருந்தது உண்மை.

போகவர மயிரை இழந்துவிட்டு வந்துவிடுகிற மனுசாள்களில் தனஞ்செயன் ஒருவனாகிப் போனான். கொஞ்சம் மயிர் வளரட்டுமென்று ஒருவாரம் 'எப்போதும்வென்றானில்' அக்காவீட்டில் 'டோரா' போட்டு விட்டு வந்திருக்கிறான்.

எல்லாரும் எல்லாநாளும் மொட்டையடித்து அலைவதில்லை. காணாததைக் காணுகிற எதுவும் பிள்ளைகளுக்கு அதிசயித்தையும் பாட்டையும் உண்டாக்கி விடும்.

மொட்டைத்தலை கண்டுவிட்டால் சின்னப்பிள்ளைகள் குஷியாகி விடுவார்கள்.

"மொட்டை மண்டை மொளகு சாறு
கேப்பை ரொட்டி டமாஸ்"

"தலைப்பிரட்டு பிடிச்ச பயலுக" திருப்பிப் பார்த்து திட்டினான்.

உயரமான இந்த மொட்டைத் தலையனை தொட்டும் தடவியும் கிண்டல் செய்ய தெருக்காரப் 'பரட்டைகளுக்கு' முடியாமல் போனது.

எல்லாம் சரிதான், உரியதாரிக்குக் கூட சொல்லாமல் செய்யாமல்

போனால் எப்படி. யசோதை இனி அவனை ஏறுட்டுக் கூடப் பார்க்கக் கூடாது என்று நினைத்தாள்.

13

சாதாரணமான வித்தியாசம் அல்ல; முத்துராக்குடன் பேசுதலில், பழகுதலில் பள்ளிப்பிள்ளைகள் தங்கள் அருகாமையை உணர்ந்தார்கள். அவருடைய அணுகுமுறையில்சூ ஒரு தன்மை அமைந்திருக்கும். கணக்குப் போட்டு எட்டு வைக்கிற சிலர் போல் இல்லை. முத்துராக்கு ஏழாம் வகுப்பு ஸார் நமசிவாயமும் இரு துருவங்கள்; இதுவரை திறக்கப்படாத கதவுகளை முத்து திறந்தார். ஒவ்வொரு மாணவ, மாணவியிடமும் முடிந்த அளவு தனிப்பட்ட பரிச்சயம். ஒவ்வொரு சிறு பிள்ளையின் மன உணர்வுகளையும் அவர்களின் குடும்பப் பின் புலத்திலிருந்து அனுமானித்தல்;

‘‘எப்பப்பாரு, பொம்பளப் பிள்ளைகளா கூட்டிவச்சிக்கிட்டு. வேற ஆட்களே இல்லை இவருக்குப் பேச’’

பேசுபவர்களுக்கு முடிச்சுப் போடும் திறமை இருந்தது. அவர் மணமாகாத தனீ ஆள், முறுக்கான வாலிபம் - புகைமூட்டம் போடப் போதுமானது. அகண்ட, விசாலப் பார்வை கொள்ளாத சிலர் பிரயோகித்தார்கள். யார் புகைமூட்டம் ஏற்படுத்தினார்களோ, அவர்கள் அதிலிருந்து வெளியேற வகையில்லாமல் மூச்சுத் திணறுகிறார்கள். ரகுராம் போல விகற்ப மனசுகளுக்குச் சொல்ல வேண்டாம்.

எச்சிதுப்ப இடம் இல்லாமல் சனமருள் நெறிகிற தெரு. கடை வீதியைத் தாண்டி சுண்ணாம்புக்காரச் சந்தில் இருக்கிறது முத்துராக்கின்

வீடு. அதற்குமுன் வைசியர் தெரு. பிரதான வீதியிலிருந்து சந்தில் உள் நுழைந்ததும் மலைமறைவுப் பிரதேசம் போல், ஒரு அமைதி பரவி நிற்கும் குறுகலான தெருக்களுக்கே உண்டான அலாதியான - மனித நடமாட்டமும் வாகன ஓட்டமும் இல்லாத சந்து.

சுண்ணாம்புக்காரச் சந்து போல் நிறைய சந்துகள் வில்வநத்தம் பேரூரில் உண்டு. சந்து சந்தாய் நடமாடி, ஒரு சந்தில் நுழைந்து மற்றொரு சந்தில் வெளியேறிவிடலாம். வர்த்தகம், தொழில் பெருக்கம் காரணமாய் நகரம் உண்டாவதற்கு முன்னால் கிராமமாகக் கிடந்த பூமி என்பதை சந்துகளும் பெயர்களும் தெரிவித்தன. நகரத்துக்குண்டானசாபம் இங்குசந்துகளிலும் இருந்தது. வெளிச்சமின்மை, ஆகமான காத்து வராது; முதற்கிரணம் தொட்டு மறுகிரணம் வரை பொழுதாபொழுதன்னைக்கும் இருளடிச்சிக் கிடக்கும் வீடு.

''இந்த வீட்லயா ஸார், இருக்கிறீக, இப்படி அவியுது''- பவளத்தாயி முந்தாணை கொண்டு கழுத்தைச் சுற்றித் துடைத்தபடி ஆச்சரியத்தை அவிழ்த்தாள்.

உள்ளே காலடிவைக்கிற யாருக்கும் பவளத்தாயி கேட்ட கேள்வி தான் வரும்; முத்துமுத்தாய் வியர்வை துளிர்த்த முகத்துடன், லட்சுமியைக் கையில் பிடித்திருந்தாள்.

விசையைப் போட்டார். பள்ளியிலிருந்து வந்ததும், சட்டையைக் கழற்றிவிட்டு, ஈஸி சேரில் உட்கார்ந்து, பின்புறம் ''டேபிள் ஃபேனை''த் தட்டி சாபவிமோச்சனம் செய்து, வாசல்வழி தெரியும் வீதியுலகைப் பார்த்துக் கொண்டிருந்தார்.

முந்தின தெரு வைசியர்கள் வாழ் தெரு. உள்ளூர் ஆசாமியான, அதே தெரு நமச்சிவாயத்தை தெருவில் பாதியாவது தெரிந்திருக்க வாய்ப்புண்டு. ஒரு நேரம் போல் ஒரு நேரமிருக்காது. தாயும் மகளும் பதட்டத்துடன் வைசியர் தெருவைக் கடந்து முத்துராக்கு வசிக்கும் சுண்ணாம்புக்காரத் தெருவை அடைகிறார்கள்.அந்த வீட்டுக்குள்

போனதைக் கண்டுவிட்டால், அதெல்லாஞ் சொல்ல இயலாது, ஏதாவது ஒரு குஞ்சு குருமான் போட்டுக் குடுத்துவிடும். மறு நாள் வகுப்பில் ''அப்பு அப்பு'' என்று அப்பி எடுத்துவிடுவார் நமசு.

வீட்டுக்குள்ளால் கமரும் வெக்கை மட்டுமில்லை. வைசியர் தெரு கடந்து வந்த பதட்டமும் வேர்வை துளிர்க்கக் காரணம். முள் அப்பும் நெருஞ்சிக் காட்டில் நடக்கிற பாதங்கள் பொத்திப் பொத்திப் பதிந்து வந்தன.

லட்சுமி பேசவில்லை. பருந்து சாடிய கிளிக்குஞ்சின் பயம் கண்களில்.

''அப்பவும் வாத்தியார்னா அடிக்கனுமா, சொல்லிக் கொடுக்கனுமா?'' மகளைத் திருப்பி, தோள்பட்டையின் கீழ் ஒரு வாங்காய் இழுத்துக் கிடந்த தடிப்பைக் காட்டினாள். நமச்சிவாயம் பிரம்பை ஓங்குகிற போது, பயத்தில் முதுகைத் திருப்பி நின்று கொண்டிருக்கிறாள்.

''எனக்கே, ஏச்சாங் காட்டுறயா?'' திருப்பி ரெண்டு இழு இழுத்திருக்கிறார்.

''எந்நேரமும் அடிக்கிறதுன்னா, அது என்ன சோலி?''

பவளத்தாயி கேட்டது ஒரு அப்புராணியின் கேள்வி. முத்துராக்குக்கே படக்கென்று வந்தது.

''என்ன நினைச்சிக்கிட்டிருக்கார் அந்த ஆளு? அதுவும் எக்கிக் கிட்டுப் பாயுறதுக்கு பொம்பிளப் பிள்ளைக தான் கெடைச்சாங்களா?''

''பையன்களை, கிள்ளுற கிள்ளுல 'நிமிட்டாம் பழம்' வந்துருது ஐயா'' என்று தாயிடம் 'சில்லான்' போல் ஒண்டிய லட்சுமி தெரிவித்தாள்.

நீங்கதான் கேட்டுக் கொடுக்க வேண்டுமென்று பவளத்தாயி நிற்கிறாள். அந்த ஆள் ஈடு சோடான வயதுவந்த மனிதர்களை ஏன் கை ஓங்குவதில்லை? வேறொன்றுமில்லை, எங்கு அதிகாரம் செல்லுபடியாகுமோ, எங்கே பிரம்பெடுக்க முடியுமோ

அவ்விடத்தில்? பெண்கள், சிறார்தான் இருக்கிறார்கள்.

விடைபெற்றுச் சென்ற அந்த இருபெண்ணுருவங்களையும் பின்னிருந்து பார்த்தார். சில்லுண்டி போல பவளத்தாயி; ஒண்டியபடி ''சில்லான்'' போல லட்சுமி.

நமச்சிவாயத்தின் பிரம்பு - வகுப்பறையில் அமர்ந்திருக்கும் பெண் பிள்ளைகளின் மேலாடையைச் சில நேரம் தூக்கிப்போடும். பாவாடை தாவணி அணிந்திருப்பது பிரம்புக்கு லாவகமாக அமைந்தது.

பள்ளிக்கூட மணியடித்ததும் கடவுள் வாழ்த்துப் பாட வரிசை நின்றுவிட்டால், வாசல் அடைக்கப்படும். வாசலில் கையில் பிரம்போடு நமசிவாயம். உள்ளூர்க்காரர் என்கிறதால் அதிகாரம் கூடியிருந்தது.

பள்ளிக்கூடம் உண்டாகி முதல் தலைமுறை உள்ளே வந்திருக்கிறது; கருத்தாக எப்படி கை தூக்கிவிட வேண்டுமென்ற கரிசனம் இல்லை. வாத்தியார் தோரணை ஜாஸ்தி. வேறொன்றுமில்லை. தாமதமாக வரும் மாணவர்கள் இடதுகையை நீட்டுவார்கள். வலது கை நீட்டுவதில்லை; பேனா பிடிக்கமுடியாது. இன்னொரு தண்டனை உண்டு - அதைப் பிரயோகித்தால் மாணவர்கள் நடுங்கிப் போவார்கள். பையனுடைய இடது கையை வாகாகப் பிடித்து தோளுக்குக்கீழ் கிள்ளி 'நிமிட்டாப் பழம்' உண்டாக்குவது. அந்த நேரத்தில் உயிர் போகும்; கையை பிறகு தூக்க முடியாது.

பெண்பிள்ளைகளுக்கு வேற தண்டனை. ''நீட்டி நெளிச்சிட்டு வர்றே?'' வெட்கத்தில் நெளிவார்கள் பெண்பிள்ளைகள். வர்ற வசவு பெண்பிள்ளைகளுக்குத் தாங்கமுடியாது. ''ஒன்னையும் பெத்தாளே, ஒங்க அம்மா ரெண்டு காலோட கையோட'' முகம் சுறீச்சிப் போகும்படி கேட்பார். ஒருபிள்ளை தாமதமாய் வருவதற்கான காரண காரியமெல்லாம் அந்த மனுசனுக்கு வேண்டியதில்லை.

''சட்டியைக் கழுவிக் கவித்திட்டு வாறீகளோ?''

முழுப்பெயர் வீரநாயகி. ரொம்பப் பிரியம் போல் ரகஸ்யமாய்

மெல்லக் கேட்டார்.

''ஒன்னைய ஒங்க அம்மா என்ன சொல்லி வைவா?''

வீரநாயகி விழித்தாள். ''தெரியலே ஸார்.''

''வெளக்கு மாத்தால அடிக்கத் தோதா இப்படி குறுக்க படந்திருக்கயே. வெளக்கமாத்தாலே சாத்திறதில்லையா?''

நிஜமாகவே வீரநாயகியின் அம்மா அப்படியெல்லாம் கேட்பதுமில்லை. அடிப்பதுமில்லை; இல்லை என்று தலையை ஆட்டினாள் வீரநாயகி.

அந்த மூதிக்கு நமச்சிவாயம் குரங்கு கேலி செய்கிறது என்றிப்படி புரிந்துகொள்ள முடியவில்லை. உடனே ''ஒங்கம்மா சொல்லலே இல்லே, நா சொல்றேன். ஒன்னை அடிக்காத புளிய விளாறு கையில இருக்கலாமா?'' பாய்ச்சலாய் விளாரைத் தூக்குவார்.

முத்துராக்கின் காதுகளில் வந்தடைந்த இந்தச் சேதிகள் நாராசமாய் ஒலித்தன. நாளுக்குநாள் கூடிக்கொண்டுபோய், ஒருநாள் தலைமை ஆசிரியர் அறைக்குள் சென்றார்.

14

புதுக்கிராம குடியிருப்பு முகணையில் நடந்த நாடகம் வீடடைந்த அப்துல் கனியின் கண்களில் மறுபடி நடந்தது. அவர்களுடன் வாராது நின்றுவிட்ட சின்னச்சாமி வாத்தியார் ‘‘அங்க நமக்குத் தெரிஞ்சவங்க இல்ல, ஸார்’’ என்றார். அப்துல் கனி அமைதியானார்.

‘‘இப்ப போன செங்குளத்தில தெரிஞ்சவங்க இருக்காங்கன்னா போனோம்.’’

உத்தேசமான ஒரு பதில் உண்டு சின்னச்சாமியிடம். ‘‘அங்க எல்லாம் தெரிஞ்சவங்க ஸார்’’.

‘‘எல்லாருமில்ல, ஒன்னுரெண்டு பேருதான். அதுவும் தவசியப்பனுக்கு வேண்டப்பட்டவங்க’’.

‘‘சேரியில இருந்து எந்தப்பிள்ளையும் உயர்நிலைப்பள்ளிக்கு வாறதில்லை. இந்தப் பிள்ளைக ஆரம்பப் பள்ளியோட நின்னுர்றாங்க’’.

‘‘அதுக்குத்தான் போயிருக்கோம். அதனால என்ன, அடுத்த வருசம் அனுப்புங்கன்னு, கேப்போம்’’

இந்தப் பிள்ளைபிடிக்கப் போகிற இந்த விளையாட்டில் இனிமேப்பட்டு கலந்துகொள்ளக் கூடாது என்று முடிவெடுத்தார் சின்னச்சாமி.

சிவபெருமாள் நோய்வாய்ப்பட்டு, சட்டடியாய் படுத்திருப்பதாக சேதி வந்தது. சின்னச்சாமியின் துணையோடு சிவபெருமாளைப் பார்த்து வர கனி ஊருக்குள் புறப்பட்டுப் போனார்; இன்னொரு கட்டிலில் இப்பவோ பிறகோ என்று அவருடைய சம்சாரமும் கிடந்தது. ஈடு இணையில்லாத ஆள், 'இஞ்சின் கொணங்கிப் போச்சி என்பார்களே' அதுபோல் இற்றுப் போகிற நிலையிலிருந்தார். அவர்களைக் கவனித்துக் கொள்ள, சக்கிலியக்குடியிலிருந்து வேலைக்கு ஒரு நடுத்தர வயதுப் பொம்பளை வந்து கொண்டிருந்தாள். அவர்கள் இட்டதைச் செய்ய, எடுக்க வைக்க துணைக்கு இருப்பவள் முத்துமாரி. அவர்களுக்கு ரொம்ப காலப்பழக்கம். சோறு சமைக்கிறாள், குழம்பு வைக்கிறாள், கூட்டு பொரியல் செய்து கொடுக்கிறாள். கிணற்றிலிருந்து தண்ணீர் இறைத்துக் கொண்டுவந்து புகட்டுகிறாள்.

''அவ ஒத்தத் துணைதான், அவளும் இல்லைன்னா நாங்க என்னைக்கோ சொந்த ஊர் போய்ச் சேர்ந்திருப்போம்''.

மேலே காட்டியது அவர் சம்சாரம் சீத்தாலட்சுமி. நிஜந்தான். அவர்களில் யார் முதலில் சொந்த ஊர் போய்ச்சேர இருக்கிறார்கள் எனச் சொல்லமுடியாது. அந்தம்மாவுக்கு முத்துமாரி சோறு ஊட்டினாள்; அவள் கைபட்ட தண்ணீரைத்தான் அவர்கள் பருகினார்கள்.

சாவுக்களை தட்டிக்கிடந்தது வீடு. பக்கத்து வீடுகளில், அதே தெருவில், ஊரில் இருககும் ஈ, காக்கை, குஞ்சுகூட தென்படவில்லை. கேள்வி இல்லாமல் கிடந்தார்கள். சக்கிலியக்குடிப் பிள்ளையை அவர்களோடு சேர்த்து வைத்துக் கொண்டார்கள் என்பது விலகலுக்குக் காரணம். எதற்கும் தயாராய் இருப்பவர்களை பத்திரமாக அனுப்பி வைக்க வீட்டோட ஆளாய் ஆகியிருந்தாள் சக்கிலியக் குடிப்பெண்.

'ஹார்லிக்ஸ்' கலக்கி எடுத்து வந்தாள் முத்துமாரி.

''என்ன ஸார், நாங்க, ஒரு காப்பிக்கா வந்தோம்'' அப்துல்கனி மறுதலித்தார். சிவபெருமாள் சொன்ன சொல் அவரை உலுக்கியது.

"அவ வருத்தப்படுவா, எடுத்துக்கோங்க" முத்துமாரியைக் காட்டினார். தன் ரத்த உறவாய் அந்தப் பெண்ணைக் கருதிய பார்வை சொல்லில் வெளிப்பட்டது. கனி எடுத்துக்கொண்டார்; சின்னச்சாமி வேண்டாம் என்றார்.

"வாங்கிக்கோப்பா" பெரியவர் சொன்ன பிறகும் சின்னச்சாமி எடுத்துக் கொள்ளவில்லை.

"எடுத்துக்கோங்க, ஸார்" கனியும் வேண்டிச் சொன்னார். சின்னச்சாமி தொடவில்லை.

"எங் கையாலே கொடுக்கிறதை, அவரு சாப்பிட மாட்டாரில்ல"

பட்டென்று போட்டு உடைத்தாள் அந்தச் சக்கிலியக்குடி.

"அப்படியாப்பா?" பெரியவருக்கு ஆச்சர்யமாகி சின்னச்சாமியின் முகத்தைப் பார்த்துக் கேட்டார். இத்தனை நாள் அவர் அறியாதது இந்தச் சமாச்சாரம்.

"அவ கெடக்கிறா" முகம் திருப்பிக் கொண்டார் சின்னச்சாமி.

உள்ளூர்வாசிகளின் சாதிக்காங்கை சக்கிலியக்குடிவரை தகித்துப் பொசுக்கிக் கொண்டிருக்கிறது. சொல்லாலும் சொல் அல்லாமலும் வெக்கரிப்பைக் காட்டிக் கொண்டிருக்கிறார்கள். வீட்டுக்குள் முத்துமாரி காலடிவைத்ததால் சாதியுடைய காலடிகள் விலகிப் போயின. அந்தப்பெண் வீட்டுக்குள் வந்த நாளிலிருந்து, வந்து கொண்டிருந்த உறவுகள் சன்ன சன்னமாய்க் குறைந்து வரத்தே இல்லாமல் போனது. சொந்தம் சுருத்து என்றால், அந்த அம்மா செய்கிற பணிவிடைகளை அவர்கள் எடுத்துச் செய்யலாம், யார் தடுப்பார்கள் என்றெல்லாம் யோசிப்புக் கொண்டார் கனி.

15

அப்துல் கனி தலைமையாசியராய் பொறுப்பேற்று ஆறுமாத காலத்துக்குள் பணியாற்றி ஓய்வு பெற்றிருந்தார் சிவபெருமாள். உள்ளூர்க்காரர். பள்ளியில் வாழ்நாள்ப் பணியாற்றி ஓய்வு பெற்றவர்; ''ஒங்க தடத்தில நின்னாலும் அந்தப் புத்தி வருமா'' என்று அவரை வாயாரப் புகழும் பேச்சுக்களை கனி கேள்விப்பட்டிருந்தார். பேருந்துகள் போக வர இருக்கிற பள்ளிச்சாலையில் அவர் எதிர்ப்பட்டால், வணக்கம் வைத்து ஓரமாய் விலகி நிற்கிற ஆட்களை கனி பார்த்தார். அமர்ந்த முகத்துடன் அதை ஏற்று அவர் நடப்பார்; ஒரு மூத்த அறிஞரின் முகம் அவரிடம் இருந்தது.

பெரியவர் சிவபெருமாளுக்கு வாழ்நாள் கனவு ஒன்றிருந்தது. தன்னிடமுள்ள நூல்களையெல்லாம் சேர்த்து, ஒரு நூலகம் அமைக்க ஆசைப்பட்டார்.

''ஒரு பய ஒத்தாசனை செய்யலே. பத்திரிகையில, தொலைக் காட்சியில படம் வர்றதுக்குன்னா, பேர் வாங்குறதுக்குன்னா வர்றான்.''

''ஒங்க கிட்ட படிச்ச மாணவங்க செய்வாங்களே ஐயா''

''படிச்சவங்க தான், வெளியூர்ல, வெளிநாட்டில வேலை, பதவி, வியாபாரம்னு ''போட்ஸா'' இருக்கிறாங்க. அவங்க கிட்டயும்

கேட்டுப்பாத்தேன். ஒரு உதவியும் கிடைக்கலே. கோயில் திருவிழா, அம்மனுக்குக் கொடை - ன்னா, பத்தாயிரம், இருபதாயிரம்னு கொண்டு வந்து எறியுறானுங்க. குடும்பத்தோட வந்து மூணுநாள் தங்கி கூத்தடிச்சுட்டுப் போறாங்க. வருசா வருசம் நடக்குது.''

''நாம ஒன்னும் வருசா, வருசம் கேக்கலயே. நூலகம் ஆரம்பிக்கிறதுக்குத் தான கேக்கிறோம்'' கனி சூதானமாய் அண்டக் கொடுத்துத் தேற்றினார்.

''நா ஒன்னும் அதிகமாக் கேட்கல. அறுபதாயிரம் ஆகும்னு சொன்னேன், இத்தாம் பெரிய வீடு. இதுல ஒரு பகுதியை பாகப்பிரிவினை செய்து, நூலகத்துக்கு எழுதி வச்சிர்றேன், சும்மா தர்றேன்னேன், பலனளிக்கல. புத்தகங்கள் அடுக்கச் செய்ய ரேக்குகள் வாங்க, நாலு பேர் படிக்கச் செய்ய நாற்காலிகள்னு, இதுக்குத் தான் அறுபதாயிரம். பெறகு மாத, நாளிதழ்கள் வாங்கிப் போட செலவு. அதுக்கு என்னோட ஓய்வூதியம் வருது''

பெரியவருக்கு எந்தவிதமாய் ஆறுதல் சொல்வதென்று புரியவில்லை.

பெரியவர் சொன்னார் ''பேரூராட்சித் தலைவன் ஆழ்வாரப்பன் நம்ம பையன்னு அவங்கிட்டப் போய்ச் சொன்னேன். சக்குன்னு வழியை மறிச்சிட்டான். அரசு நூலகம்னு ஒன்னு நாங்க நடத்தறமில்ல, அது போதாதான்னு கேட்டான். இருக்கிற நூலகத்துக்கு ஆட்களை வரப்பண்ணப் பாருங்க. அப்புறம் புதுசா வாசகசாலை தொடங்கறதப் பற்றி யோசிக்கலாங்கிறான்.''

கனி இரு தடவை வெளிநாடு போயிருக்கிறார். கல்கத்தாவில் சாந்தி நிகேதன் தாகூர் நூலகம், டெல்லிப் பல்கலைக் கழகங்களின் நூலகங்கள் ஆகிய பலவற்றுக்கும் போயிருக்கிறார். ஒரு கல்விப் பணியாளர் என்ற அடிப்படையில் முதலில் அவர் பார்வையிடுவது நூலகங்களைத்தான். ஒவ்வொரு துறையிலும் மூல நூல்கள் மாத்திரமல்ல, அவ்வத்துறையில் நேற்று வரை வெளியான புத்தகங்கள் அடுக்கி வைக்கப்பட்டிருக்கின்றன. அந்த நூலகங்களையும், தமிழ்

நாட்டில் சீக்கு வந்த கோழிக்குஞ்சாய் முடங்கிக் கிடக்கும் பொது நூலகங்களையும் பார்க்கிறார். அரசு நூலகம் தராத அறிவை, இது போன்ற தனியார் தொண்டு நூலகங்களும் தருகின்றன.

"எங்கிட்டயே இவ்வளவு புத்தகம் இருக்கு பாருங்க. இவ்வளவையும் சும்மா கொடுத்து, வீடும் கொடுக்கிறேன், ஏதோ சொல்லீட்டுப் பெருவழி போறவன்ங்கிற மாதிரி நெனைக்கிறான் அவன்"

அவர் கைகாட்டவும், வேலைக்கார முத்துமாரி போய் திறந்து வைக்கவும் சரியாக இருந்தது. ''சித்திரக் கூடம்'' - என எழுதப் பட்டிருந்த அலமாரியின் இரு கதவுகளும் திறந்தன. சித்திரக் - கூடம் என தனித்தனியாய்ப் பிரிய - மேலே வெ. சாமிநாத சர்மா நூலகம் என எழுதப்பட்டிருந்தது.

வெ. சாமிநாத சர்மா - எவ்வளவு பெரிய படிப்பாளி. மார்க்ஸிய சமூக அறிவியல் சிந்தனையாளர். பெரிய படிப்பாளிகளாக இருப்பவர்கள் தாம் பெரிய அறிஞர்களை அறிந்துகொள்ள முடிகிறது. இத்தாம் பெரிய அறிஞர் பெயர் தன்வீட்டு சிறு நூலகத்துக்கு இடுவது எனில் - அது அந்த அறிஞருக்குக் கிடைத்த சிறப்பு மட்டுமல்ல, இவரும் அந்த உயரத்தை அடைந்துவிட்டவராகத் தோன்றுகிறார்.

சின்னச்சாமி என்னசெய்கிறார்? குத்துக்கல்லுக்கு என்ன குளிரா வெயிலா என்பதுபோல் உட்கார்ந்திருந்தார். அவர் மனசில் என்ன ஓட்டம்? உப்புக் கல்லுக்குப் பெறாத பய என பெரியவரை நினைத்திருப்பார். இந்தப் பிரகிருதிக்குச் சாதிவிலக்கம் தகும் என உள்ளூர மகிழ்ந்து போயிருப்பார்.

இப்போது சின்னச்சாமியை கூட்டி வந்தது பெரியதப்பு என துயர ரேகை மனசுக்குள் ஓடியது. புறப்பட்ட நேரத்துக்கு துணைக்கு ஆள் கிடைக்கவில்லை. வேதனை என்னவெனில், ஜான், வைரவன் எல்லாரும் இருந்தார்கள். அத்தனை பேரும் அசலூர்க்காரர்கள்.

தமிழய்யா முத்துராக்கு ஊரில் இல்லை. பெரியவர் சிவபெருமாள் வீடு அறிந்தவர்களில்லை.

அலமாரியில் அடுக்கிய நூல்களை ஒவ்வொன்றாய்ப் புரட்டினார். ''ஐயா, ஒரு யோசனை'' - முன் வைத்தார் கனி.

''இவ்வளவு புத்தகங்களையும் நாங்க பள்ளி நூலகத்துக்கு எடுத்துக்கீறோம்''.

''அப்படியா, அப்படியா சொல்றீங்க'' - அசந்து போய் எழ முயன்றார். அவரைத் தடுத்து உட்காரச் செய்தார் கனி.

''விலை மதிப்பில்லா நூல்களைப் பள்ளி நூலகத்தில் சேர்த்துக் கொள்வது எங்களுக்குப் பெருமை''

''அப்படியா சொல்றீங்க'' - அதற்கு மேல் பெரியவருக்கு வார்த்தைகள் வரவில்லை, மெய்ம்மறந்து இரு கைகளையும் சேர்த்தார். கனியின் கைளைத் தன் கைகளுக்குள் பொதிந்து கொண்டார்.

கடைசியில் அவருக்கு ஒரு சந்தேகம் எழுந்தது. இவ்வளவு கனமான புத்தகங்களை பையன்கள் படிப்பார்களா என்பது அவருக்குள் உதித்த கேள்வி.

''அதுக்கென்ன, நாங்க படிச்சிட்டுப் போறோம்'' - என்றார் கனி.

பெரியவர் சிவபெருமாள் ஒரு தாளை எடுத்துவரச் சொன்னார். அவர் சொல்லச் சொல்ல கனி எழுதினார்.

''இனி இந்த சேகரிப்புகளெல்லாம் உங்களுக்குச் சொந்தம். இப்பவே அருதிக் கிரையம் பண்ணியாச்சு. இந்தாங்க பிடிங்க'' - குதூகலமாக எழுந்து நின்றுவிட்டார். இனி தன் வாழ்நாள் பரியந்தம் நிம்மதி என்று கனியைத் தடவிக் கொடுத்தார். கனி, குனிந்து ஆசியை ஏற்றுக் கொண்டார்.

16

''குந்தாணி கொளுக்கட்டை
ஓம்புருசன் தவக்கட்டை''

கேலியடிக்கு ஆளான அந்த மகராசி கைக்குழந்தையை கக்கத்தில் இடுக்கி, புருசன் அடைஞ்சி கிடக்கிற கோயில் மண்டபத்துக்கு வந்தாள். குழந்தையை அந்த மகராசனிடம் விட்டுட்டு அவள் துவைப்புத் துறைக்குப் போக வேண்டும். புருசன் எங்கே ஒண்டிக் கிடப்பான் என்று சோலைத்தாய்க்குத் தெரியும், கடந்தகாலத்தில் பழங்கோயில் மடம்; சூஇப்போது வெங்கிட்டம்மா கடை.

''இந்தாரும். ஓம்ம பிள்ளை'' நீட்டினாள். அப்பனைக் கண்டதும் தேவாங்கு மாதிரி தாவி ஒட்டிக் கொள்கிறது.

''குருடி அவல் திங்க
விளக்குப் பிடிக்க நாலு ஆளாம்''ங்கிற மாதிரி இந்தம்மா வேலைக்குப் போக, நா பிள்ளை தூக்க''

சலித்துக் கொண்டான் போயிலைக்கட்டை. அவனுடைய கரட்டு வழக்கைத் (தீராவழக்கு) தீர்த்துவைக்க வெங்கிட்டம்மா வருவாள் என்று தெரியும்.

''ஓம் பிள்ளை தான? ஊராரு பிள்ளையவா தூக்கச் சொல்றா?''

வெங்கிட்டம்மா சோலைத்தாய்க்கு எப்போதும் ஆதரவு.

''ஒனக்குத் தெரியாது பெரியம்மா''

''என்ன தெரியனுங்கறே?''

''ஆரையை அரிக்கையில கோரையை அரிப்பாளாம்ங்கிற ஆளு இவ'' (ஒரு வேலையைச் செய்ய முயற்சிக்கும் போதே மறைவாக ஆதாயம் தேட முயற்சிப்பது)

ஊர்ப் பொம்பிளை பிள்ளைகளுக்கு அது நல்ல பொழுது போக்கு. கெந்திக் கெந்தி நடந்துவரும் அவனைக் காணவில்லையென்றால், கண்ணடையாது. அவனைக் கூட்டி வைத்து பேச்சுக் கொடுப்பார்கள். அத்தனை ருசியுடன் சொலவங்கள் பரிமாறுவான். பெண்களோடு சமமாக பேச்சுப் பழக்கம் போடுவான்.

வாய்க்கு வாய் சொலவடை போடுவதில் அவனை அடிக்க முடியாது.

''வாய்க்கு வந்த மாதிரி பேசாதே. 'உஸ்னு' குத்தாய்க்க முடியாம, எங்ஙன கெடந்து சாவோம்னு திரியறன்'' சோலைத்தாயி சபித்தாள்.

அதற்கு மேல் சோலைத்தாய்க்குப் பேச நேரமில்லை. அத்தையும் மாமனும் இந்நேரம் துவைப்புத் துறைக்குப் போயிருப்பார்கள். ஆளைக் காணமே என்று வழியை வழியைப் பார்த்துக் கொண்டிருப்பார்கள். நாலு நல்ல புத்தி சொல்லி இந்தக் கழுதையை மேய்க்கனும் என்று நினைத்துக் கொள்வாள் வெங்கிட்டம்மா.

''அமர்த்தனைக் கட்டி ஆளுவதினும்

சமர்த்தனைக் கட்டிச் சாவது நன்று- கட்டபொம்மன் நாடகத்தில வெள்ளையம்மா வசனம் பேசுவா. ஆகாத வெறும் பயல்கள் ஆயிரம் பேர் இருந்தாலும், நீ சமர்த்தன்னு நெனைச்சித்தான் ஒன்னைக் கட்டிக்கிட்டு வந்தேன். பேப்பயலே''ன்னு கட்டின புருசன் வெள்ளையத் தேவனைப் பாத்து சொல்லாமச் சொல்லுவா அவ. நீ

அமர்த்தனா, சமர்த்தனா - சொல்லு''

வெங்கிட்டம்மா அவனைப் பார்த்துக் கேட்கிறாள். பொண்டாட்டி என்ற வாயில்லாப் பூச்சி கேட்க வேண்டியதை இந்தப் பெரிய மனுசி கேட்கிறாள்.

நேரடியாய் அவனைப் பார்த்து பார்வை பதிந்தது: போயிலைக் கட்டை கப், சிப் ஆகிவிட்டான்.

நிதானித்துச் சொன்னாள் வெங்கிட்டம்மா.

''ஆனா ஒன்னு, எட்டுக்குத்துக்கு இளையவள்னாலும் எம்மருமகளக் கொண்டாடனும்''.

''துவைப்புத் துறையில் பிள்ளைய விட்டுட்டுப் போறேன். அங்ஙன தொட்டியில தண்ணிகிடக்கு; தண்ணியக் கண்டு பயந்து இருளடிச்சிருச் சின்னா'' சோலைத்தாய்க்கு நெஞ்சு படபடத்தது.

''அத விடு, பக்கத்திலேயே இருட்டுக் கெசம் மாதிரி கெணறு'' வெங்கிட்டம்மாவுக்கும் அதற்குமேல் யோசிக்கத் தோணவில்லை

பெறகென்ன அம்மான்னாலும் வராது அய்யான்னாலும் வராது.

வெங்கிட்டம்மா குழந்தையை இறுக்கிக் கொண்டு முத்தினாள். இந்த சுப நேரத்தில் தான் கிராமுன்சு, தருமகர்த்தா, மிலிட்டரிக்காரர் மூன்று பேரும் அவளிடம் வந்தார்கள். இதுவரை அந்தத் திசைக்கே வராத ஆட்கள் வந்திருக்கிறார்கள். பதறி எழுந்தாள் வெங்கிட்டம்மா.

''உக்காரு, ஓங்கூடக் கொஞ்சம் பேசனும் தாயீ'' என்றார்கள். தாயீ என்ற சொல் வெங்கிட்டமாவை உருக்கிவிட்டது. புருசனை இழந்து ஒத்தப்பாரியாய் பரிதவித்த போது இப்படி யாரும் வரவில்லை. ஒரு ஒத்தாசையும் செய்யாதபடி யாரோ எவரோ என்று விட்டுவிட்டார்கள். இன்றைக்கு கைக்கும் மெய்க்கும் நல்லநிலையில் இருக்கிறாள் என்றால், இது அவளாய்த் தேடிகொண்ட ஐஸ்வர்யம். அவளே கையை ஊன்றிக் கரணமடித்துக் கொண்டதால் வந்த பலன்.

பள்ளிக்கூடம் நடக்கிறது. இங்கே இந்த இடத்திலேயே ஒன்னோட பலகாரக்கடை பள்ளிக்கூடத்துக்கு பலவகையிலயும் இடைஞ்சலாக இருக்கு. பஸ்ஸூம் லாரியும் பைக்கும் எந்நேரமும் சர்ர் புர்ர்ன்னு சத்தக்காடு பெருகிட்டது.ஏற்கனவே இருந்த பஸ் நிறுத்தம் தோதான இடம். கொஞ்சம் தள்ளி அங்கன கடைய மாத்திக்கோ. இங்க வர்றவங்க செத்த தொலைவு நகர்ந்து அங்கன வந்திட்டுப் போறாங்க.

இதுதான் அவர்கள் வெங்கிட்டம்மாவிடம் எடுத்துவைத்தது. வேண்டுதல் போலத்தான் சொன்னார்கள். அதிகார தோரணை இல்லை. வெங்கிட்டம்மா ஒன்றும் பேசவில்லை. ''அதுக்கென்ன மாமா, அங்கன மாத்திக்கிறேன்'' என்றாள். ஊர் முக்கியஸ்தர்களை விரோதித்துக் கொண்டு ஒன்றும் செய்ய ஏலாது. போயிலைக்கட்டை முகத்தைத் திருப்பி வைத்துக் கொண்டான் .

''நாம அந்தம்மாட்ட பேசறோம். இவரு ஏன் வேதநாயகம் பிள்ளை சடச்ச மாதிரி மூஞ்சியைச் சுறீச்சிக் கிட்டுப் போறாரு'' கிராமுன்சு சிரித்துக் கொண்டார்.

''ஏலே, இங்க வாடா'' இராணுவக் கேப்டன் பரமசிவம் அதட்டிக் கூப்பிட்டார். பக்கத்தில் மஞ்சனத்திசெடி விளாரை ஒடிக்கப் போனார். ''சரி விடுங்க, அந்தப் பயலோட வாக்குடுத்துக் கிட்டு'' தடுத்தார் கிராமுன்சு.

''சொன்னா 'சுருத்து 'மயிரு வருதோ, அப்படித்தான்'டா இருக்கும் எல்லோருக்கும். சனங்க மத்தில ஒரே கூச்சக்காடாயிருக்கு, தெரியுமாடா'' மிரட்டினார் கேப்டன்.

'' இப்ப என்ன சொல்லீட்டேன்னு எங்கூட வம்பு கட்டுறீரு '' அவன் யாருக்கும் பயந்தவனில்லை.பயப்பட வேண்டியதுமில்லை.

''நாங்களாடா, வம்புக்குவாறோம். உரியதாருகிட்ட பேசிட்டிருக்கோம். நீ யாரு, மைசூர் மகாராஜா? .''

''நா ஏதாவது பேசினனா'' செனாச்சிக்கிட்டு அந்தப்பக்கம்

நகர்கிறான்.

சனி ஞாயிறு பள்ளி விடுமுறை. ஞாயிற்றுக்கிழமை காலையில் அடுப்பை மாற்றியிருந்தாள் வெங்கிட்டம்மா. மூவர் கூட்டம் முதன்முதலாகச் செய்த ஒரேயொரு நல்ல காரியம் அது. சாதுவானவர் என்றாலும், அப்துல்கனி சூதானமான ஆள். ஊர்ப்பெரிசுகளால் இந்த முக்கியமான காரியம் ஆகவேண்டியிருந்ததால் விட்டுப்பிடிக்க வேண்டுமென கனி நினைத்தார். அவர் நினைத்தது நடந்தேறிற்று.

பள்ளிக்கூடத்துக்கு வந்து அரட்டையடிக்கும் வழக்கத்தைக் கைவிட்டார்கள். எப்பேர்ப்பட்ட உத்தமமான காரியம் அவர்கள் பண்ணியது.

அவர்களுக்குப் புரிந்துவிட்டது. சிவப்பாய் குளுச்சியான முகத்தோட தெரிந்தாலும், நல்ல நிலைக்குப் பள்ளியைக் கொண்டுவர முன்னெடுப்புகள் செய்கிறவருக்கு உபத்திரவம் தரக்கூடாது.

அவர்கள் அந்தப் பக்கம்போன பிறகு ''ஏ யய்யா இங்க வா, அது யாரு லாந்தர் இன்ஸ்பெக்டர், அது யாரு'' போயிலைக்கட்டையைச் சமாதானப்படுத்த வெங்கிட்டம்மா பேச முயன்றாள்.

''எப்ப?'' கேட்டபடி வந்து நின்றான். சமாதானமாகி விட்டான் என்று தெரிந்தது.

''இவனுகளுக்கெல்லாம் லாந்தர் இன்ஸ்பெக்டர்தான் லாயக்குன்னு சொல்லீட்டுப் போனயே, ஒனக்க முணக்கம் ஒனக்கு மட்டும்தான் கேக்குமா? நா என்ன காதைக் கடனா கொடுத்திட்டேன்?''

''அவரு மாதிரி ஆளு இருந்தா இவனுக வசத்துக்கு வருவானுங்க'' என்றான்.

''சரிய்யா,அது யாரு சொல்லு''.

''எங்க தாத்தா பொன்னுதான் சொல்வார். லாந்தர் இன்ஸ்பெக்டர்னு ஒருத்தர் இந்த வில்வநத்தத்தில இருந்தார். அவர மாதிரி நியாயமான

ஆளைக் காண முடியாது. 'சத்தியமா குத்தம் செய்யலே: தலைத் துண்டைப் போட்டுத் தாண்டறேன்னு' சொன்னா, ஓடிப் போடா நாயேன்னு விரட்டி விட்டிருவாரு.

அவர் வீட்டுக்கு முன்னால ஒரு லாந்தர் விளக்கு. மின்சாரம் வராத காலம். ஒரு கல்தூண் நட்டி அதன் உச்சியில் எண்ணையில் எரியும் லாந்தர் விளக்கு. காற்றில் அணைந்து விடாமல் நாலாபக்கமும் கண்ணாடி அடைப்பு. உண்மையாய்க் குற்றம் செய்தவனாக இருந்தால், தப்புத் தண்டாச் செய்தவன் என்று தெரிந்தால், தண்டனை கொடுக்காமல் விடமாட்டார். அவனைப் பார்த்துச் சொல்வார்.

''ஏலே, அந்தா இருக்கிற லாந்தர் கல்லுல போய் நாலு முட்டு முட்டிக்கிறயா, இல்லே எங்கிட்ட முட்டிக்கு முட்டி லாடம் கட்டிக்கிறயா?''

அவருக்குச் சலவை செய்து, உடுப்பு தேய்ச்சிக் கொடுத்தது எங்க தாத்தா பொன்வண்டு. பொன்வண்டு உடுப்புத் தேய்ப்பு கத்திமாதிரி நிற்கும். முன்னால் 'சல்யூட்' அடித்து நிற்கும் போலீஸ்காரர்களின் வயிற்றில் குத்துவது போல இன்ஸ்பெக்டரின் காக்கி டிரௌசர் நிக்கும்.

''பொன்னு, நீ தேய்ச்சிக் கொண்டாறது டவுசரா? மாட்டுக் கொம்பாடான்னு'' ன்னு சிரிப்பார் லாந்தர் இன்ஸ்பெக்டர்.

கிராமியப் பாடகர், கஞ்சரா வாசிப்பவர், உடுக்கு இசைப்பவர், வில்லுப்பாட்டுக் குழுவில் பாட்டு, உபகதைகள் முழங்குபவர்; ஒன்னுக்கொன்னு இசைவான கலைச் சாமர்த்தியங்களில் முக்குளித்து மேலேறி வருகிற கலைஞன் பொன்னுவை லாந்தர் இன்ஸ்பெக்டருக்குப் பிடிக்கும்.

''டே, பொன்னு, எடுத்திட்டு வா, கஞ்சிராவைத் தட்டி நாலு பாட்டுப் பாடுடா'' என்பார். தாத்தா பொன்னு துணி துவைக்கையில் அலுப்புத் தோனாமல் இருக்கிறதுக்காகப் பாடும் துறைப்பாடல் களாய்ப் பாடுவார்.

அந்தக்காலத்தில் தம்பாள்புரத்துக்கு துணியெடுக்கப் போவார் தாத்தா பொன்னு. ஈரனேர், மூவனேர் சம்சாரிகள். அதக்காட்டிலும் மோட்டிப்பான சம்சாரிகளெல்லாம் இருந்தார்கள். அதில் ஒருத்தர் வீட்டில துணியெடுக்கப் போனால், அவர் கையில கம்ப வச்சிக்கிருவாரு. கும்பா நெறைய இட்டிலி , சட்னி, சாம்பாரை விட்டு 'சாப்பிட்டுத்தான் ஆகனும். அப்பத்தான் துணிகளக் கழற்றிப் போடுவ'ன்டா என்பாராம். ''அப்ப நல்ல வாலிபம்.அப்படியான வீடுகளுக்கும் துவைச்சிக் கொடுத்திருக்கார் எங்க தாத்தா .

''சும்மா பேச்சுக்குச் சொல்லலே . நா அப்ப சின்னப் பெய. போகிற போதும், வருகிற போதும் தெருவழியா பாடிட்டுப் போவேன். இத நாட்கணக்கில் கவனிச்சிருக்காரு லாந்தர் இன்ஸ்பெக்டர். ஏலே, இங்க வான்னாரு ஒரு நாள். பயந்து போய் நின்னேன்.

''எல்லாரும் போனாங்கன்னு
நானும் போனேன் மாங்காத் தோப்பு''-ன்னு பாடுனயே, அதைப் பாடுன்னாரு. எடுப்பாயிருக்கும் அந்தத் தெம்மாங்கு. நான் பாட, பொன்னுசூதாத்தா திண்ணையில் உக்காந்துசூகஞ்சராவையும், சிற்றுடுக்கையும் வாசிக்க லாந்தர் இன்ஸ்பெக்டர் அப்படியே சொக்கீட்டாரு.''

இப்படி ஊடே ஊடே விரிந்து போகிறது அவன் சொல் கதை; அது கதையாக இருக்கும்; தன்வரலாறாகவும் இருக்கும். தானாகக் கட்டிக்கொண்ட சொல்சாதுரியமாகவும் இருக்கும்.

17

யசோதைக்கு சினப்பாய் வந்தது.

இந்த வையம்மா, ''ஏ, ஒனக்கு மொட்டை அழகாயிருக்குப்பா. அழகு மொட்டை'' என்கிறாள்.

சிரித்து கொண்டே பேசுகிறாள். ''ரெண்டு அப்பு அப்பீரலாம் போல இருக்கு'' அந்த சிரிப்பைக் கண்டு கறுவிக் கொண்டே நடந்தாள் யசோதை.

இரண்டு நாள் தனஞ்செயன் பட்டபாடுகள் சொல்ல முடியாது. எதிர்எதிரில் வந்தான். வேத்து ஆள் மாதிரி யசோதை கடந்து போனாள். ஏதோ பேச, அவன் வாய் எடுத்தான். சட்டை பண்ணாமல் விடு, விடுவெனக் கடந்தாள்.

மரத்துக்கு மரம் நின்று பார்க்கிறான். அவர்கள் தொடங்கிய புங்கை மரம். அங்கயும் நின்றான். அந்த இடத்தில்தான் வேகம் கொண்டவளாய் 'சரட்'டென்று போய்விட்டாள்.

''அப்படியும் அந்த உசிரை இந்தப் பாடா படுத்துவே''.

தனத்துக்குப் பொறுக்க முடியவில்லை. தாங்க முடியாமல் பொருமினாள்.

ரங்கா, தனஞ்செயனுக்கு ஏத்துக் கொண்டு வந்தாள்.

"அவருகிட்ட ஏன் வாக்குடுக்காம இருக்கிறே. நல்லாவா இருக்கு. ரெண்டு வாய்ச்சத்தம் போட்டு அனுப்பு"

"நீ என்ன அவருக்கு ஏத்துக்கிட்டு வர்றே", சுளீரென்று வீசினாள் யசோதை. ரங்கா லேசாய், முகத்தை மலர்த்தியாய் வைத்து. வழக்கமான ரோஜா ஈறு அழகாய்ப் பளிச்சிட, வாய்திறந்து கை கூப்பினாள் "இனிமே ஒம்பாடு, அவர்பாடு, நாங்க ஒன்னும் கேக்கல மகளே".

அவனிருந்த பக்கமாய் நடப்பாள் யசோதை. அவன் பரிதாபமாக பார்த்துக் கொண்டிருந்தான். அவனைக் கடந்து ரெண்டு எட்டு வைத்துவிட்டு "என்ன?" என்று சினப்பாய்க் கேட்டாள். பிறகு "பக்கென்று" சிரித்து விட்டாள். அவன் கேட்டது அப்படி.

பக்கமாய் வந்து, அவள் காதில் மட்டும் கேட்கும்படி "கால்ல விழட்டுமா" என்கிறான்.

எதிர்த்தரப்பு சிரித்ததும்தான் அவனுக்கு உயிர் வந்தது. மெல்லவும் முடியாமல், விழுங்கவும் முடியாமல் சாம்பிப் போயிருந்த முகம் தெளிச்சி கொண்டது.

தனஞ்செயனிடம் தீவிர யோசனை ஓடிக் கொண்டிருந்தது. யோசிக்க யோசிக்க கைக்குப் பிடிபடாமல் போய்க் கொண்டிருந்தது;

"எதுக்கு அப்படிப் பண்ணின?" யசோதை அவனைக் கேட்டாள். கோபம் தணிந்துவிட்டது என்று தெரிந்தது.

"நான் கேட்க வேண்டிய கேள்வி" என்றான்.

"எது?"

"இப்ப இரண்டு நாளா என்னைய 'அலக்காத் தூக்கி' வீசினயே அது" சண்டைச் சேவலாய் அவள் உருமாறியதைச் சொன்னான்.

அவள் திருப்பினாள். ''ஏன் மொட்டை போடப் போறேன்னு, எங்கிட்டச் சொல்றதுக்கென்ன''.

''தன்னறியாம நடந்திருச்சி''

''எல்லாரும் இல்லாமயா போயிட்டோம். யாராவது ஒருத்தர்ட்ட தாக்கல் தந்திருக்கலாமே''

அவனிடம் மறு பேச்சில்லை. அவளுக்கு வந்த ஆங்கரிப்பில் ''நாங்க எல்லாரும் செத்தா போய்ட்டோம்'' என்று கேட்டிருப்பாள்.

''ஏன் தோணலை'' மறுகி மறுகிக் குடைந்தாள்.

''தோணலை. எல்லாம் ஒன்னாலதான்''

''என்னாலயா? சொல்லு, பாப்பம்''

செல்லமாய் முன்கையில் ஒரு கிள்ளுக்கிள்ளினாள். வேத்தாளா சொல்வதற்கு என்று அப்படி அந்த நினைப்பில் நடந்திருக்கிறான்.

யசோதைக்கு கொஞ்சம் வெட்கம் மேலிட்டது. முகத்தை லேசாய் கொணட்டி, வெட்கித்துச் சொன்னாள் சிநேகிதிகளிடம்.

''அவரை விட்டா நான் யார் மேலடி கோபிப்பேன்''

18

காலை முதல் மணி அடித்ததும் வாசலில் நின்றார் நமச்சிவாயம். நமச்சிவயாத்தை கண்டதும் பிள்ளைகள், பயந்து நெளிந்து ஒதுங்கினார்கள். அதட்டுப் போட்டதும் அனிச்சைச் செயலாய் கை நீட்டினார்கள். பிரம்பு மேலே உயர்வதற்கும், பையன்கள் வாகாய்க் கை நீட்டவும், அப்துல் கனி பின்னால்வந்து நிற்பற்கும் சரியாய் இருந்தது. நமச்சிவாயம் அறியார். அவரைக் கண்டதும் '' ஸார், நீங்க, நீங்க'' என்று திணறினார்.

ஆசிரியர்களைக் கண்டதும் பிள்ளைகளுக்கு உண்டாகும் வழக்கமான பயம்தரும் பார்வை; ஆசிரியர்கள் அடிப்பார்கள். தலைமையாசிரியரைக் கண்டதும், இவரும் சேர்ந்து தாமதமாய் வந்ததற்கு அடி பின்னப் போகிறார் என்று நடுங்கினர். பயந்து நின்ற ஒரு பெண்பிள்ளை, அழுதுவிடுகிறவளாட்டாம், ''அம்மா பிள்ளை தூக்கச் சொன்னாங்க ஸார், லேட்டு ஆகிருச்சி ஸார்'' என்றாள் கனியிடம். அவளைச் சைகையால் போகும்படி சொன்னார் கனி. கனவான் போன்ற அவரையும் கடுகடு நமச்சிவாயத்தையும் மாற்றி மாற்றிப் பார்த்தபடி உள்ளே ஓடினார்கள் பிள்ளைகள்.

''நீங்க போங்க ஸார், நா பாத்துக்கிறேன்'' என்கிறார் நமச்சிவாயம்.

''ஏன் நா பாக்கக் கூடாதா?'' துளியும் சினம் அற்றிருந்தது கனியின் முகம்.

பா. செயப்பிரகாசம்

''இந்தாங்க ஸார்'' நமச்சிவாயம் பிரம்பை நீட்டினார். பெற்றுக் கொள்ளமல், ''இது என்ன'' பிரம்பைச் சுட்டிக் கேட்டார்.

''ஒங்களை விசாரணை செய்யறதா நெனைச்சிக்கிறாதீங்க''.

''அடிக்கலேன்னா படிக்க மாட்டாங்க ஸார் நம்ம பிள்ளைக''

''அடிக்காத மாடு படிக்காது. அதானே''

''அதான். குடுக்கிறதைக் கொடுத்தா குடம் கொண்டு தண்ணிக்குப் போவாம்'பாங்க''

''அது பிள்ளைகளுக்கு மட்டும் தானா?நமக்கும் உண்டு தான'' சிரித்தபடி பின்னால் வந்தார் முத்துராக்கு. அசந்துபோனார் நமச்சிவாயம்.

''அடிக்கக்கூடாது. நாளையிலிருந்து நா பாத்துக்கிறேன்'' என்றார் கனி.

அன்று ஆறாம்வகுப்பு செண்பகவல்லியின் பைக்கூடு ஊதிப் போயிருந்தது. பெஞ்சுக்கடியில் கால்களுக்குக் கீழ் மறைத்திருந்தாள். பாடப்புத்தகம், நோட்டு, ஜாமென்ட்ரி பாக்ஸ் எல்லாமும் இருந்தன. ஒரு புத்தகத்தை அவள் எடுத்தபோது,

''என்ன தாயி, புத்தகத்தில் இருந்து பஞ்சா வருது'' நமசுக்கு கேலி நமட்டியது.

''பொஸ்தகம் பஞ்சு நூக்குதா''

பருத்திக்காட்டில் இன்னொரு மூலையில் அக்கா நிரைபிடித்துப் பருத்தி எடுத்துக் கொண்டிருந்தாள். பள்ளிக்கூட மணி பருத்திக் காட்டுக்குக் கேட்கும். மடியில் கட்டிய பருத்தியை அக்காவிடம் கொடுக்கக் கூட நேரமில்லாமல் பைக்குள் திணித்து நேரே பள்ளிக்கூடம் வந்து விட்டாள். பருத்திக் காட்டிலிருந்து வேகு வேகு என்று வகுப்புக்குள் வந்து சேர்ந்திருந்தாள்.

ஆறாம் வகுப்பைப் பார்வையிட வந்த கனி தற்செயலாய் அந்தக்

காட்சியைக் கண்டார்.கொறாவிப் போயிருந்த முகத்தைப் பார்த்து ''சாப்பிட்டயா'' என்று கேட்டார். உண்மையைச் சொல்வதா, தலைமையாசிரியர் மிரட்டுகிறாரா எனத் தெரியாமல் சீவஞ்செத்தவளாட்டம் நின்றாள்.

'' குத்துக் கல்லாட்டம் நிக்கிறே, ஐயா கேக்கிறதுக்குப் பதில் சொல்'' பாய்ந்தார் நமசு.

''அந்தப் பிள்ளை குளிக்கவோ, சாப்பிடவோ செஞ்சிருக்க மாட்டா'' கனி கூறினார். அப்படி தணிவாய்ப் பேசியது பிடிக்கவில்லை நமசுக்கு. பிள்ளைகளுக்கு இளக்காரமாய்ப் போகுமாம்.

பிள்ளகள் எந்தக் குடும்பத்திலிருந்து, எந்தச் சூழ்நிலையிலிருந்து பள்ளிக்கூடத்துக்கு வருகிறார்கள் என்பது கவனிக்கப் படவேண்டும். பள்ளிக்கு வந்து வாசிக்கும் பதமான உழவுகால் எல்லாக் குடும்பத்திலும் இருப்பதில்லை. நம்ம பாடு என்னைக்கு விடியும், வாதனை எப்ப முடியும் என்று கவலை கொண்டிருக்கிற குடும்பங்களிலிருந்து தான் வருகிறார்கள். ஒவ்வொரு பிள்ளையின் குடும்பச் சூழலையும் அவசியம் தெரிந்து கொள்ளக் கடைமைப் பட்டவர்கள் ஆசிரியர்கள்.

பிள்ளைகளுக்கு ஏதோ ஒரு வைராக்கியம்; படிக்க வேண்டுமென்ற வைராக்கியம். பெற்றோர்களுக்குமிருக்கிறது. நாலு பேரைப் போல் நல்லபடியாய் வாழ வேண்டுமென்று சபதம் எடுப்பதில் தவறில்லை. பள்ளிக்கூடத்தின் மேல், கல்வியின் மேல், கற்றுத்தரும் ஆசிரியர்கள் மேல் நம்பிக்கை கொண்டவர்களாய் வருகிறார்கள். அப்படியானவர்களைப் படி, படி என்றோ, கூன் விழும்படிக்கு புத்தகக் கட்டைச் சுமக்கச் சொல்லியோ, பிரம்பு காட்டியோ விரட்டுவது சிசுவதை என கனி பலவாக யோசித்தார்.

ஜான் ஆசிரியரைத் தனியாக அழைத்துச் செண்பகவல்லியிடம் பேசுமாறு கூறினார். அந்தச் சிறுபிள்ளை பேசுவதற்குப் பயந்தாள். மெல்லவும் முடியாமல் விழுங்கவும் முடியாமல் திக்கித் திக்கி சிலதுகளைச் சொன்னாள். கண்ணின் ஓரத்தில் நீர் கோர்த்தது.

ஒவ்வொன்றாய் சிறுபெண்ணிடமிருந்து எல்லாவற்றையும் தனக்குள் இறக்கிக் கொண்டார்.

பெற்றோர் மாத்திரம் உழைக்கவில்லை, ஆணும் பெண்ணுமான பிள்ளைகளும் வீட்டில் உழைக்கிறார்கள். மேனத்தான வாழ்க்கைப் பாவனை அந்தக் கிராமத்தில் சில வீடுகளில் கூட தென்பட்டது இல்லை. பேசப்பேச துணைத் தலைமையாசிரியர் ஜான் வட்டாரத்தின் இருக்கிற வாழ்க்கை முறையை அறிந்துகொள்ள அரைமணி நேரம்தான் ஆயிற்று.

முதல் வகுப்பில் கால்மணிநேரம் தாமதமாக நுழைந்தான் ரங்கநாதன்.

''ஏன்டா லேட்?'' செம்பட்டைக் கண்களால் ஏறிட்டார் நமச்சிவாயம். அவரின் சொல்லுக்கு முன்னாலேயே பிரம்பு உயர்ந்து விட்டது. ரங்கநாதன் பதில் பேசவில்லை. முன்னால் நின்ற இடத்திலிருந்து அவன் இடத்துக்குப் போனார். செடிகொடி வாசனை அவனிடமிருந்து மட்டுமில்லை, பைக்கூட்டிலிருந்தும் வெளிப்பட்டது. உளுந்துச் செடி வாசனை. கம்மங்கருதுக் கொம்மை (உமி) தலையிலும் கிழிந்த சட்டையிலும் ஒட்டியிருந்தது. காட்டு வேலை செய்து திரும்பிய அவன் இரு வாசனையையும் சுமந்து வந்திருந்தான்.

''சொல்லுடா, ஏன் லேட்?''

''புஞ்சைக் களைக்குப் போயிருந்தேன் ஸார்''

''படிப்பை விட்டுட்டு ஏன்டா அந்த வேலை? அப்பா, அம்மா செய்றதுக்கென்ன?''

நேரடியாக அவரைப் பார்த்தே சொன்னான்.

''சட்டியில இருந்தாத்தானே அகப்பையில வரும் ஸார்''

''அவ்வளவு திமிராப் பேசுறான் ஸார்'' என்று அந்த சம்பவத்தை விவரித்தார். ஜான் ஆசிரியர் தனக்கு சார்பாகப் பேசுவார் என்பதற்காகச் சொன்னார். ஜான் உதட்டிலிருந்து வந்த சிறு சிரிப்பைக்

கண்டு வாயைப் பொத்திக் கொண்டு நகர்ந்தார்.

''பொம்பிளப் பிள்ளைக யாரும் சும்மா இல்ல. நேரே பருத்திக் காட்டுக்குப்போய் பருத்தி எடுத்து, கூறு போட அம்மாகிட்ட கொடுத்திட்டு வர்றாங்க. இல்லேனா அம்மா, அய்யாவை காட்டுக்கு அனுப்பிட்டு, வீட்டு வேலையை முடிச்சிட்டு வர்றாங்க, கிராமத்து பிள்ளைகளுக்கு படிப்புக் கவனம் குறைச்சல், வாழ்க்கைக் கவனம் கூடுதல்.''

''நம்ம பிள்ளைக வசதியான, படித்த, கொளுத்த வீட்டுப் பிள்ளைகளில்ல. இப்படியான வீடுகள்ள இருந்துதான் செண்பகவல்லி, ரங்கநாதன் வர்றாங்க. ஏன் படிக்கலை, ஏன் வீட்டுப் பாடம் செய்திட்டு வரல்லை என்றெல்லாம் இயந்திரம்போல் இந்தப்பிள்ளைகளிடம் கேட்கக் கூடாது. குடும்பத்திலுள்ளோருடன் கூடமாட உழைக்கவில்லை என்றால் சட்டியில் சோறு வராது. சட்டியில் இருந்தால்தான் அகப்பையில் வரும். இந்தச் சொல் அனாதரவாய் நிற்கும் மக்களின் வாழ்க்கைக்கு எல்லாம் பொருந்தும்''.

நமச்சிவாயத்தை முன்னிட்டு, ஆசிரியர் சங்கத்தில் அனைவருக்குமான அறிவூட்டல் பிறந்தது.

ஒருநாள் பள்ளிக்கு வரவில்லையென்றாலும், பெற்றோருடன் தொடர்புகொண்டு நிலைமையைக் கேட்டறிவது, உடல்நலமின்மையா, தனிப்பட்ட பிரச்சினை உண்டா என்று அறிவதின் வழி குடும்பத்துடன் நெருக்கமாக உறவு கொள்வது- இது குழந்தைகளின் மன நலத்தை சீர்படுத்தி மேம்படுத்த உதவும் என தீர்மானிக்கப்பட்டது.

பொதுப்புத்தியிலிருந்து தனது வாத்திமாரை விலக்கி- இது ஏழை, பாழைகளுக்குச் செய்கிற கடமை என்று சமூக சேவையாக உணர வைத்த மனுசன் இப்போது மூன்றாம் வருடத்தில் கால் வைக்கிறார். மூன்றாம் வருடம் வழக்கம் போல் போடப்படுகிற மாறுதல் அவருக்கும் வரும். எந்த வருசம் வரவில்லை.

19

மஞ்சள் நிற சாதா காகிதத்தில் சின்னையாபுரம் வீரபத்திரசாமி ஆலயத்திருவிழா அச்சடித்த நோட்டீஸ் கையில். ஒவ்வொரு நாளும் ஓரொரு நிகழ்ச்சி .மூன்று நாள் விழா.

அவன் பத்துவயசு முத்துராக்கு.

''இன்னும் யார் வரனும்?''

அவர்கள் கட்டைப் புளியமரத்தடியில் காத்து நின்றார்கள். மூன்று பேர் 'செட்' சேர்ந்திருந்தது. ''இன்னும் பாக்கி ஒம் மாமன் தா'' ஏகாலி சண்முகத்தைப் பார்த்துச் சடைத்தார் கொண்டிக் காவல்.

கிராமங்களில் காடு, கரை காவல் பார்க்க, பயிர் பச்சை அழிமானம் கொள்ளாமல் காக்க, ஊர்க் காவல் போடுவார்கள். விதைப்பு, பயிரடிப்பு, களை, முளையெடுப்பு, கதிரறுப்பு என்று மகசூல் காலம் வரை ஒரு காவல் போடுவார்கள். அது கொண்டிக் காவல். மகசூல் சோலி முடிந்ததா - கொண்டிக் காவலும் எடுபட்டுப் போகும்.

''நேரம் போகுதே''

''ஏன் சாமி, உயிர் போகுற மாதிரி துள்ளுறே? ஒம் மாமன் அழகர் தான் வரனும்''.

கொண்டிக் காவல் சுப்பையா அதட்டுப் போட்டது தெரிஞ்சது, சுப்பையா ஊரை அரட்டில் வைத்திருந்தார். ஊர்க் காவலுக்கு கம்பு ஒன்னு மட்டும் போதாது. அரட்டும் (பயம்) இருக்கணும். அவருடையது முரட்டுக்காவல், யாராக இருந்தாலும் நிமுச்சலா கம்பை ஓங்கிருவார் என்பது அவரைப் பற்றிய கியாதி.

''சரிதான், நீங்களும் எங்களைச் சாமின்னு கூப்பிடறீகளா, முதலாளி?'' சண்முகம் கேட்டான். கூத்துப் பாக்கிற குதூகலம் கூடிக்கொண்டது. ஒருத்தருக்குள் ஒருத்தர் உழப்பிக் கொண்டார்கள்.

''ஏலே, ராஸா''

''எங்கள ராஸாவும் ஆக்கிட்டீங்களா? முதல்ல சாமின்னீங்க, எங்களுக்குப் போதும் முதலாளி''.

''நிஜமாத்தான்டா சொல்றேன் பேப்பயலே'' என்றார் சுப்பையா.

''இது சரி, இது சரி'' அவர் கடைசியாய்ச் சொன்ன பேப்பயலே பிடித்திருந்தது. சுட்டுவிரலை இரண்டு தடவை அசைத்துச் சொன்னான் ஏகாலி சண்முகம்.

அப்படி இப்படி என்று 'தாயமாடிக்' கொண்டிருக்கிற போது, அழகர் வந்துகொண்டிருந்தார்.

''பிள்ளையாண்டான் வந்தாச்சி'' சுப்பையா குதூகலப்பட்டார்.

''ஏம் மாமா, இம்புட்டு நேரம்?'' சண்முகம் கேட்டான்.

''ஒன் அக்கா கிட்டப் போயி கேளு''

''இங்கன நாலெட்டுத்தான, போயி கேட்டுட்டு வந்துர்றேன்''.

''பெறப்பட்டேனில்ல, பெறப்படுற சமயம் பாத்து கர்புர்றுங்குறா''

''ஏமாம்?''

''வெள்ளங்காத்தால துறைக்குப் போகனும். நீ வந்து சேந்துருவியாங்குறா. அப்படியே திங்கனும் போலத்தான் இருக்கு.

என்ன செய்றது, வீட்டுகாரின்னு பாக்க வேண்டியிருக்கு;''

''செவிட்டுல ரெண்டு கொடுக்க வேண்டியதுதான''.

''நானா இருந்தா கொடுத்திருப்பேன்; கன்னம் வீங்கிப் போயிரும்'' சொல்கிறார் காவல்காரச் சுப்பையா.

''கொடுத்திரலாம் தான். நாளைக்கு அதிலதானே கொஞ்ச வேண்டியிருக்கு''

மழுங்கலாய்ச் சிரித்தார் அழகர்.

அவர்களோடு சேர்ந்து நடந்து கொண்டிருந்தான் விரல்தண்டிப் பயல் முத்துராக்கு. அவர்கள் நால்வர், அந்நேரம் சின்னையாபுரம் 'கதம்ப காமிக்' பார்க்கப் போய்க் கொண்டிருந்தார்கள். ஆட்களைத் தொயர முடியவில்லை. லொக்கோட்டம் ஓடிக்கொண்டிருந்தான்.

அரைக்கால் டவுசர். மேற் சட்டை இல்லை. பழைய போர்வையை ஏத்தாப்பு போட்டுக்கொண்டிருந்தான்.

நடுக்காட்டில் 'அரவம்' கேட்டது. சரக், சரக் என்று சத்தம். நரை இருட்டு. நிலாவில் ஆள் சரியாய்த் தெரியவில்லை. முருகானந்தம் எதிர்ப்படுவான் என அவர்கள் நினைக்கவில்லை. ஒத்தையடித் தடத்தில் ஊடுகாட்டு வழி நடந்து வருபவன் ஆட்டுக்கிடை முருகானந்தம்.

''ஏ நீயாடா?''

''ஆமாம், அப்புச்சி'' ஆடு மேய்க்கும் அவனுக்கு ஏகாலி அழகர் அப்புச்சி முறை. தாழ்த்தப்பட்ட சாதி மக்களுக்குள் அப்படியொரு உறவுமுறை.

ஊடுகாட்டுக்குள்ளே அவன் விழுந்தடிச்சி வந்தது ஏதோ, நரி, காட்டெருமை நடமாட்டம் போலத் தோன்றியது.

''ஏலே, ஒனக்கு விருளியத்துப் போச்சா? சத்தம் கொடுக்காம 'சரக்,சரக்' னு வர்ற? புல்லுக்காட்டில புதர்க்காட்டில சரக், சரக் - ன்னு

உராய்வுச் சத்தம் கேட்டா, அப்படியே கம்பை ஓங்கியிருந்தா என்னடா ஆகியிருக்கும்''.

சுப்பையா முரட்டுக்காவல் என்பதைக் காட்டிப் போட்டார்.

''ஆட்டுக்கிடையில, சின்னப்பெயலை ஒத்தையில விட்டுட்டா வர்றே?'' அழகர் கேட்டார்.

''அப்புச்சி, இன்னொரு பயலும் இருக்கான்''

''நீ தான் நல்லாப் பாடுவியே, ஏ யய்யா, அதில ஒருபாட்டை எடுத்துவிட்டு வாறது'' என்றார் அழகர். ராத்திரி ஆட்டுக்கிடையில் அவனுக்குப் பாட்டும் பாட்டுக்கு அவனும் துணை. மணிகொண்டடிச்ச மாதிரி குரல். அத்தனையும் தெம்மாங்கு.

''கொஞ்சம் நில்லுங்க அப்புச்சி'' கேட்டுக் கொண்டான்.

''என்ன கேது பூதுன்னு இளைக்கீரு''

முருகானந்தத்திடம் பதில் இல்லை. 'கொஞ்சம் தைப்பாறிக்கிறேன்' என்பது போல் சைகை செய்தான்.

''ஆகமாக் கூட விளையாடல்லே. (இன்னும் கல்யாணம் கட்டல). அதுக்குள்ள இளைக்கி''.

''நடையா நடந்து கால் மூளையத்துப் போச்சி, அப்புச்சி'' முருகானந்தத்தைப் பார்க்கப் பரிதாபமாய்த் தெரிந்தது.

சின்னையாபுரம் களை கட்டியிருந்தது. பெட்ரேமாக்ஸ் லைட்டுகள். போதாக்குறைக்கு ஜெனரேட்டர் போட்டு மேடைக்கு டியூப்லைட்டுகள். மேடை ஜெகஜோதியாய்த் தெரிந்தது. முத்தூராக்கு அதிசயிப்பாய் பார்த்தான்.

மதுரையில் அரசர்கள் வீற்றிருந்து ஆட்சி செய்த கோட்டையின் ஒரு பாகம் நகருள் மேற்கிலிருக்கிறது.மேற்கிலிருந்து கோயிலை நோக்கிப் போகிற அந்த வீதி சின்னக்கடை வீதி. அது மூலப்பெயர்.

மேற்கில் சின்னக்கடை வீதி முடியும் முனையிலிருந்து திண்டுக்கல் போகும் சாலை ஆரம்பம் ஆகிறது. இதனால் திண்டுக்கல் சாலை. ''வெள்ளைக் கொக்கு பறக்குது'' என்று பிரிட்டீஷ் ஆட்சியை எதிர்த்து வெடிவேட்டுப் பாடிய நாடகக் கலைஞர்கள் மனதில் வேறுபெயர் வைக்கத் தோன்றியிருக்க வேண்டும். ''நேதாஜி சாலை'' என்று பெயரிட்டார்கள்.சின்னக்கடை வீதி, திண்டுக்கல் சாலை, நேதாஜி சாலை என்று அவரவருக்கு எது பிடிக்குமோ அதை சொல்லிப் பிடித்துக் கொள்ளவேண்டியது.

நேதாஜி சாலை வீதியில் ராஜபார்ட் உடையப்பா இருந்தார்; ஸ்தீரி பார்ட் மீனாபாய், சோலைவள்ளி இருந்தார்கள். ராஜபார்ட்டுகளுக்கும், ஸ்தீரிபார்ட்டுகளுக்கும் மேலாகப் பேர் வாங்கிய பபூன் நடிகர்கள் இருந்தார்கள். நாடகம் என்றால் கோமாளி எப்போ வருவான் என்று மக்களைக் காத்துக்கொண்டிருக்க வைத்தார்கள்.

அது அரிச்சந்திர மயானகாண்டம்; கதை சீராய்ப் போய்க் கொண்டிருந்தது. காசி மயானத்தில் சந்திரமதி பாலகன் சடலத்தை முன்போட்டுக்கொண்டு கண்ணீர் சொரிகிறாள். புலம்புகிறாள். அவள் தன் மனைவி; அந்தப் பாலகன் தன் பிள்ளை எனத் தெரிந்ததும், பத்தாக்குறைக்கு அரிச்சந்திரனும் சேர்ந்து அழுகிறான். அழுகையும் புலம்பல் சத்தமுமாய் மேடை நனைந்தது; முன்னுட்கார்ந்து பாத்துக் கொண்டிருந்த கூட்டமும் துக்க வெள்ளத்தில் கலந்தது.

அப்படி ஒரேயடியாய் விட்டிரக்கூடாது. விட்டால், ஏற்கனவே தலையாட்டத்திலிருக்கும் சனம், சாமியாடி தரையில் சாய்ந்துவிடும். அதுக்குத்தான் கோமாளியை இறக்குகிறது. நேரம் பார்த்து அரிச்சந்திரனும் சந்திரமதியும் பின்னால் கால்வாங்கிக் கொள்ள, இந்த நேரத்தில் அவர்களைப் பாடாய்ப்படுத்திய காலகண்ட ஐயர் வந்து சேர்வார். அந்த நேரத்தில் கூட்டம் சடக்கென்று எழுந்து உட்காரும். கோமாளி கழுகுமலைச் சுப்பையா வந்து நிற்பார். கொடுமைக்கார காலகண்ட ஐயரை, அவர் சம்சாரத்தை கழுகுமலைச் சுப்பையா அதகளம் பண்ணிவிடுவார்.

20

எல்லா ஊர்களும் ஒரு காரணப்பெயரால் உருவானதுதாம். கோவில்பட்டி - என்றால் கோவில் இருந்த கிராமம்; விளாத்திகுளம் என்கிற போது - விளாவும் அத்தியும் செழிக்திருக்கக் காரணமான குளம். கரிசல் பூமியில் ஒருகுளம்- கரிசல்குளம். செவல்பட்டி செம்மண் பிரதேசம். புவியியல் வழியாக, அல்லது அங்கு தரித்த மனிதப் பிறவியின் பெயர்சூசொல்லி ஊர் உருவாகியிருந்தது.

மதுரையிலிருந்து அருப்புக்கோட்டைச்சாலையில், காரியாபட்டிக்கு பக்கமாய் இருக்கிறது தோப்பூர். அந்த ஊர்க்காரர் கோமாளி வேடம் கட்டும் கோவிந்தன். பின் நாளில் அவர் பேரையிட்டு, ஊருக்குப் பேர் வந்தது. கழுகுமலையிலிருந்து தோன்றிய கூத்துக் கலைஞனுக்கு கழுகுமலைச் சுப்பையா.

தோப்பூர் கோவிந்தனும், கழுகுமலைச் சுப்பையாவும் அந்தக் காலத்தில் மதுரை இசை நாடக ஆட்டங்களைக் கலக்கிய ‘காமெடி ஆக்ட்’.

ஒருத்தருத்கொருத்தர் சளைத்தவர்களில்லை. அந்த போட்டாப்போட்டி சனங்களுக்கு ரொம்ப ரசிக்கக் கூடியதானது. தோப்பூர் கோவிந்தன், கழுகுமலைச் சுப்பையாவுக்கு ஜோடி மீனாபாய், சோலை வள்ளி.

அவர்கள் நகைச்சுவை அரசிகள். அகடவிகடமாய்ப் பேசுவதில் ஆளுக்கு ஆள் வல்லவர்கள். சொல்வில்லான ஆட்கள். ஒரு காமெடி, ஒரு பாட்டு, ஒரு நடனம், ஒருஅகடவிகடம் என்று இரண்டு ஜோடிகளும் சேர்ந்து 'கதம்ப காமிக்' ஆட்டம் ஜோராய்ப் போய்க்கொண்டிருந்தது.

அன்னைக்குத் தோண்டியெடுத்த கிழங்கு மாதிரி இருந்தாள் மீனாபாய். ஆளை எல்லாப்பக்கமும் பார்க்கலாம் போல இருந்தது. பகல் நேரமென்றால், முன்னே நடக்கவிட்டு பின்னே பார்க்கத் தோன்றும் உருவக் கட்டு. சோலைவள்ளி நிறம் கொஞ்சம் கம்மி; எகணை மொகணையா, பட் பட் டுன்னு பேசுறதிலே, பிடி கொடுக்காம பேசி அடிக்கிறதில் சோலை வள்ளி 'கூடுன ஆக்ட்'. வருசக்கணக்காய் நாடகத்தில் பாடிப்பாடி தொண்டை அகலித்திருந்தது. அகலத் தொண்டையில் இசைக்கு மேட்டிமை இல்லை. பாட்டு விளங்காது. பேச்சிலயே நகர்த்திக் கொண்டு போய்விடுவாள்.

தோப்பூர் கோவிந்தன் கெதியாய் மேலேறிக் கொண்டிருந்தார். அவர் கேட்க, மீனாபாய் மேடையில் இந்தப் பக்கம் அந்தப் பக்கம் நடைபோட்டு பதிலடி போட சுவாரசியம் கூடியிருந்தது. 'நின்ன லெக்கிலேயே' நின்று கேள்விமேல் கேள்வி அடுக்கிக் கொண்டிருந்தார் கோவிந்தன்.

''கோயிலுக்கு போறது யாரு?''

''நம்ம''

''நம்மன்னா?''

''நாங்களும் நீங்களும்''

''கோயில்ல சாமி கும்பிடறது யாரு?''

''நம்ம,''

''தேங்காய், பழம், சூடம் கொண்டு போறது யாரு?''

''நம்ம''

''கோயில்ல சாமிக்கு மணியடிச்சு நைவேத்தியம் காட்டுறது யாரு''

''அதுவும் நம்ம'' - சட் சட்டென்று பதில் சொல்லிக்கொண்டே வந்த மீனாபாய், நாக்கு தடுமாறி விட்டதுபோல் நடிக்க, ''ஏய், ஏய்'' என்று கை ஓங்கியபடி பாய்ந்தார் கோவிந்தன்.

'' என்ன சொன்ன?''.

''ஐயரு, ஐயரு'' - மாப்புக் கேட்டாள் நடிகை.

''அதான, சாமிக்கு மந்திரம் ஓதுறது யாரு?''

''ஐயரு''

''கோயில்ல மொட்டை போட்டுக்கிறது எவரு?''

''நம்ம''

''நமக்கு மொட்டையடிச்சி விடுறது யாரு?''

''நாவிதன்''

''அதென்னா அது. கோயிலு கர்ப்பக் கிரகத்தில அவரு, கோயிலுக்கு வெளிய கத்திபிடிக்கிறது நாம''

''அது அவங்கவங்க வாங்கி வந்த கிரகம்'' வாய்த்துடுக்காய்ப் பேசினாள்.

''மயிரு கிரகம், அவரு மயிரைத் தொட மாட்டாருல்ல''

''யோ,யோ'' - இடை மறித்தாள் மீனாபாய்,

''நீ எங்க சுத்தி, எங்க வாற? எங்கள ஒவயங்கெட்ட பயலுகளா ஆக்கனும்னு நெனைக்கிறீரா, நாங்க ஆக மாட்டம்ல''.

''அப்ப புளுத்துச் சாகு'' ஆத்திரதையெல்லாம் பாட்டில் கொட்டித் தீர்ப்பார் கோவிந்தன்.

''நாங்க தொட்டா மட்டும் பட்டுக்கீருமா?''

என்ற பாடல் அப்போது தென்மாவட்டங்களில் ஏகப் பிரபலமாகி ஓடிக்கொண்டிருந்தது. கூத்து உண்டுமோ இல்லையோ, கதம்ப காமிக் நடக்கிறதோ இல்லையோ இந்தப்பாட்டு கொடிகட்டிப் பறந்தது. ஆங்காரமான குரலில் வெளிப்பட்ட போது மிருதங்கமும் டோலக்கும், உடுக்கும் பின்பாட்டும் கூத்து மேடையில் ஈடு சோடாய் முழங்கின.

''நாங்க தொட்டா மட்டும் பட்டுக்கீருமா''

தீண்டாமை எதிர்ப்புப் பாடலை, நாடக மேடைக்குக் கொண்டு வந்தவர்களில் அவர் ஒருவர். பாரம்பரிய இசை நாடகத்தில் அவர் தான் முதல் என்கிறவர்களும் இருக்கிறார்கள். விடுதலைப் போராட்ட காலத்தில் வெள்ளையருக்கு எதிராய் உள்வாங்கிய ஆவேசத்தை பாட்டாய் வடித்து வைத்த விஸ்வநாத தாஸ், கே.பி.சுந்தாராம்பாள் வகயறாவுக்குபின், சமூக அநீதிகளைத் தோலுரித்து மக்கள் மத்தியில் பரப்பினார் தோப்பூர் கோவிந்தன் என்ற கோமாளிக் கலைஞன். மக்களுக்கு அந்த ஒத்தைப் பாட்டு பிரியக் காடாய் ஆகியிருந்தது.

''அதுவும் சன்னக் கூத்தா பண்ணுவாரு, வள்ளி திருமணம், பவளக்கொடி, அர்ச்சந்திர நாடகம், எந்த நாடகம்னு பாக்கிறவரில்லே. புரணக்கதையா இருந்தாலும் கோயில் திருவிழாவானாலும் அசராம இந்தக் கருத்துள்ள பாட்டுக்களை எடுத்திட்டுப் போயி நிப்பாரு'' என்றார் அழகர்.

''என்னம்மா தேவி சக்கம்மா,
உலகம் தலைகீழாய்ச் சுத்துதே நியாயமா?
சின்னப் பிள்ளைக எல்லாம் சிகரெட்டு குடிக்குது
சித்தப்பமார் கிட்ட தீப்பெட்டி கேட்குது
என்னம்மா தேவி சக்கம்மா
உலகம் தலைகீழாய் சுத்துதே நியாயமா?

மீசை வச்சவனெல்லாம் வீரன்னு சொல்றான்

காய்கறிக் கடையில கால்வைக்க முடியல
கசாப்புக் கடையில தலைகாட்ட முடியல
என்னம்மா தேவி சக்கம்மா ...

கட்டை உடைச்சவன் கடனாளியாகிட்டான் - விறகுக் கட்டை
உடைச்சவன் கடனாளியாகிட்டான்
ஏரைப் பிடிச்சவன் ஏமாளியாகிட்டான்
ஏய்ச்சிப் பிழைச்சவனெல்லாம்
எஜமானன் ஆகிட்டான்
என்னம்மா தேவி சக்கம்மா உலகம்
தலைகீழாய்ச் சுத்துதே நியாயமா''

-இந்தப் பாடல் அவர் எழுதிப் பாடினது. அந்தக் காலத்தில் நடிக்கிறவங்க எல்லாரும் அவரவருக்குப் பாட வேண்டியதை, பேச வேண்டியதை எழுதிக் கொள்வார்கள். பாட்டு ஒருத்தர், வசனம் இன்னொருத்தர், நடிக்கிறது ஒருத்தர்ன்னு இன்னைய சினிமா போல இல்லை.

சமுதாய நடப்புகள் தலைகீழாய்ப் போய்க் கொண்டிருப்பதை, வாணிபமும் முதலாளியமும் தமிழ்வாழ்க்கையில் பண்ணிக் கொண்டிருக்கும் சேட்டைகளை கிண்டலும் கேலியுமாய் எடுத்து விளாசினார்.

''அவருக்கு அன்னைக்கிருந்த மதிப்பு அப்படி'' அங்கீகரித்தார்கள்.

ஆட்டம் உச்சத்தில் ஏறியது. கூட்டத்தின் பின்புறம் லேசாய் கலைச்சல் தென்பட்டது. திரும்பிப் பார்த்தபோது, இரண்டு 'ரேக்ளா' வண்டிகள் வந்து நின்றன. ஒன்று மேலத்தெரு செண்பகம். இரண்டாவது வண்டி- தெற்குத் தெரு பெருமாள். வண்டியோட்டி, தவிர இரண்டிரண்டு பேர் இருந்தார்கள். முத்துராக்கு கண்டு கொண்டான். அது அவனுடைய அய்யா. அந்தக்காலத்தில் 'பஞ்சாயத்துப் போர்டு' தேர்தல் நடந்தது. கோவில்பட்டியில் வைத்து நடந்த வாக்கு எண்ணிக்கைக்குப் போய்விட்டுத் திரும்பிக்கொண்டிருகிறார்கள். காங்கிரஸ் கட்சி ஆள்

அதிக வாக்கு எண்ணிக்கையில் வெற்றி பெற்றார். அய்யா, ஊர் இளைஞர் காங்கிரஸ் தலைவர். வெற்றியாளரைத் தோள்களில் சுமந்து ஊர்வலம் போய் வந்த பின், இந்த 'கதம்ப காமிக்' கண்டு போக வந்தார்கள்.

'அய்யா' என்று குரல் கொடுத்து முத்துராக்கு அவர் முன் போய் நின்றான். போர்வையைச் சுற்றிக் கொண்டு உரல் மாதிரி முன்னால் வந்தவனைக் கண்டு அய்யாவுக்கு ஆங்காரம் பொங்கியது.

"வீட்டில் பொம்பளப் பிள்ளையை தனியா விட்டுட்டா வந்தே?"

வயதுக்கு வந்து மூன்று மாதங்களே ஆன தங்கச்சி வீட்டில் இருந்தாள்.

"இல்லே, செண்பகாக்கா துணைக்கு இருக்காங்க"

செவிட்டில் 'சப்' பென்று அறைந்தார். விக்கித்து நின்றான். கையை ஓங்கியபடி திரும்பவும் பாய்ந்து அடிக்க ஓங்கிய அய்யாவை பிடித்துத் தடுத்தார்கள். ஆங்கரித்து நின்ற கோலத்தைப் பார்த்தால், ஊர்வரை அடி நொக்கியெடுத்து விரட்டி வருவார் எனத் தெரிந்தது.

"ஓடுறா வீட்டுக்கு. கண்ணுல கண்டேன்..." நாக்கைத் துருத்தி அதட்டுப் போட்டார்.

சின்னையாபுரம் மந்தையில் தொடங்கியது அவனுடைய அழுகை. நிலா போய் நிஜ இருட்டு வந்துவிட்டது; வண்டிப்பாதையிலும், ஒத்தையடிப்பாதையிலும் நெட்டுக்க ஓடினான். அடிவாங்கிய வெறிச்சி சின்னப் பையனை ஊர்வரை நடத்தியது. சோள நாற்றுக்களிலும், புதர்த் தளிர்களிலும் தொத்திக்கொண்டு 'கீச், கீச்' சென்று கத்தின சில்வண்டுகள். எங்கோ நரிக்கூட்டத்தின் ஊளை ஊ, ஊ- என்று குவிந்தது. அழுதபடியும் ஈ, ஈ என்று விரிந்து குரலெடுத்தும் வெளிப்பட்ட அழுகை அத்துவானக் காடெங்கும் தொடர்ந்து வந்தது. எந்தப் பேயும், பிசாசும் அந்தப்பிஞ்சுக் கண்களுக்கு எதிரில்

வரவில்லை. வழக்கமாய் கோண அத்திமரத்தின் இருட்டுக் கிளையிலிருந்து புறப்பட்டு வரும்' முனி 'கூட தென்படக் காணோம்.

பருத்திமார்ப்படலின் பின்னால் பெருக்கல் குறி போல அண்டக்கொடுத்து இரண்டுஉலக்கைகள் நிறுத்தப்பட்டிருந்தன. படலின் இடது பக்க இடைவெளியில் கைவிட்டு, உலக்கை இரண்டையும் தள்ளிவிட்டான். 'ணங்' என்று கீழே விழுந்து உருண்டன.

''யாரு, யாரு?''

அச்சம் தோய்ந்த குரல்கள் கேட்டன. வெருக் வெருக் கென்று, தூங்காது விழித்திருக்கிறார்கள் தங்கை பார்வதியும், செண்பகாக்காவும். ஆண் துணை இல்லாத வீட்டில், ஆகமான கதவும் இல்லாமல், வெறும் மார்ப்படல் மூடியிருந்தது. லேசாய்த் தள்ளி விட்டு உள்ளே யாரும் நுழைய முடியும். இதற்காகத் தான் அய்யா அடி விளாசியது.

அன்று சின்னையாபுரம் நோக்கி நடந்த பத்துவயதுக் கால்கள், தாகம் குறையாமல் சைக்கிள் மிதித்து, இன்று கமலாபுரம் நோக்கிப் போய்க் கொண்டிருந்தன; மண்ணின் கலைகள் மீதான தாகம் வருடங்களாய் பின்னிக் கட்டிக் கொண்டு தொடர்கிறது. முப்பதைத் தொட்ட போதும், சாம்பிப் போகாமல் செழித்து வளர்ந்து வந்தது.

21

அப்துல் கனியிடம் சொல்லியபின் நடுவழியில் பிரிவுப் பாதையில் உருண்டது சைக்கிள்; முத்துராக்குக்கு கிராமியக்கலைகளில் கிறுக்கு கூடுதல். நாட்டுப்புறக் கலைநிகழ்ச்சி எங்கு நடந்தாலும் அலையக் குலைய ஓடுவார் என்று தலைமையாசிரியர் அப்துல்கனி கேள்விப்பட்டிருந்தார்.

இதே கமலாபுரத்துக்கு நாளை வரவேண்டியிருக்கிறது. வண்டியா, காரா என்ன, மிதிவண்டிதான். பிள்ளைகள் புதுசாய்ச் சேர்க்க நாட் கணக்குத் தப்பினாலும், ஊர்ப்பயணம் தப்புவதில்லை. தப்பாமல் பொழுது புலர ஊர்களுக்குள் போய் பொழுதடைய ஊர் திரும்புகிறார்கள். திரும்புகிற வேளையில் வழக்கமாய் மேற்குச் சூரியன் அடைவதற்கு கூடு கட்டிக் கொண்டிருப்பான். சோள நாற்றுக்குள் சில்வண்டுகள் சுதந்திரமாக கிறீச், கிறீச் பாட்டுப் பாடத் தொடங்கியிருக்கும். காடு இனி நடத்தும் இசைக்கச்சேரிக்கு பக்கமேளங்கள் தனீ. முதல் நாளிரவு விட்டு வந்த சோளப் பயிர்கள் மறுதினம் ஒவ்வொரு பயிரும் தலையில் சுடர் விளக்குகளை ஏந்திக் கொண்டு நிற்பதைக் காணுவார்கள்.

கமலாபுரம் போய்ச்சேர்ந்த போது 'கதம்ப காமிக்' நிகழ்ச்சி ஜோராய்த் தொடங்கியிருந்தது. குறவன் - குறத்தி ஆட்டக்காரர்கள் புழுதி கிளப்பிக் கொண்டிருந்தார்கள்.

அடுத்து சாமியாட்டம். கடைசியாய் பேயாட்டம். குறவன்-குறத்தி ஆட்டத்தில் பேயாட்டம் உச்சகட்டக் காட்சி. பிரமாதமாய் ஒலி பெருக்கியில் இடைக்கிடையே விளம்பரப்படுத்திக் கொண்டிருந்தார்கள்.

முத்துராக்குவைக் கண்டுவிட்டார் தங்கச்சாமி. உள்ளூர் ஆசிரியர். இது மாதிரியான ஆட்டங்களை நம்ம ஆள் தப்பவிடமாட்டார் என்பதை அவர் அறிவார்.

"இந்த நேரத்தில வந்து நிக்கிறீங்க"

முத்துராக்குவின் கையைப் பிடித்தார். முத்துராக்குவின் பதிலுக்குக் கூடக் காத்திருக்கவில்லை.

"வாங்க, புள்ளிக்கு ஒரு சாயா சாப்பிடுவோம்"

இழுத்துக் கூட்டிக் கொண்டு போனார்.

"அடுத்துத் தான் செமையான ஆட்டம். கடற்கரை சாமியாடுறதைப் பாக்கணும். குதிச்சிக் குதிச்சி கூட்டத்துக்குள்ளே போய் 'ஆதாளி' போட்டு ஆடுவாரு, சனங்க இருளடிச்சிப் போயிரும்"

"பாத்திருக்கேன்"

"சாமியாட்டத்தையா?"

"அதைச் சொல்லலே. கடற்கரையைச் சொன்னேன்".

எங்கிருந்தோ ஒரு காற்று சீராடிக் கொண்டிருந்தது. கூட்டத்தில் ஒவ்வொருத்தராய்த் தொட்டுச் சுகம் விசாரித்து நடந்தது. ஒரு பாவாடை தாவணியின் ஒயிலாகத் தொங்கவிட்ட முடிக்கற்றையை இடது தோளிலிருந்து தூக்கி, வலது தோளுக்குப் போட்டது. "அடச் சீ, காத்து" சிணுங்கிக் கொண்டாள். காற்றுக்கும் பிரியம் போல, அந்தப்பக்கம் இந்தப்பக்கம் என்று திருப்பிப் போட, காற்றும் சிறுசும் மாறி மாறி விளையாடிக் கொண்டிருந்தார்கள்.

"சாமீ"

"சொல்லு மகளே" கடற்கரை சாமியாடி.

தன்னிடம் உத்தரவு கேட்டு வருகிற பெண்ணை 'மகளே' என்கிறார்.

"அவருதாஞ் சாமியாடி, வழக்கம் போல சாமியாடுறாரு, நீங்க எதுக்கு ஆடுறீக?".

"அவன் ஆடுனா, நா ஆடுவேன்".

"அவரு பரம்பரைச் சாமி கொண்டாடி, நீங்க?"

"நா இந்த வருஷம் கோயிலுக்கு வரி கொடுத்திருக்கேனில்லே"

"வரி கொடுத்தா?"

"வரி கொடுத்தா, சாமியாடத்தான் செய்வேன்"

"வரி கொடுத்தவனெல்லாம் சாமியாடுனா பாக்குறது யாரு?" மேளக்காரர் போட்டுக்கொடுத்தார். "அப்படிக் கேளு".

சாமியாடி அவரை அடிக்கப் போனார்.

விளாத்திகுளம் ஆற்றங்கரையோரம் தப்பு விதை போல் முளைத்து, கொப்பும், கிளையும் கொண்ட விருட்சமாய் உயர்ந்து நிற்கும் கடற்கரை என்ற கலைஞன் சாமியாடி. எல்லோரும் மூடி மறைக்கிற உண்மையான மனிதனை கடற்கரை வெளியே கொண்டுவருகிறார். ஒரு வகையில் தன்னைத் தானே, விமரிசனப் படுத்திக் கொள்கிற பாங்கு. கேலியும், கிண்டலும் கலந்த பாணி. கடற்கரை என்ற கலைஞனுக்கு, தன்னைத் தானே கிழித்து தொங்கவிட்டுக் கொள்வதில் எந்தத் தயக்கமுமில்லை. இது தம்மைத் தான் குத்திக்காட்டுகிறது என்ற உணர்த்தி இல்லாமல் கூடியிருப்போர் சிரித்துக் கொள்வார்கள்.

"நீ நிறுத்துடா கொட்டை, ஒந்துருத்தியை ஊதிட்டுக் கெட" மேளகாரரைப் பாத்து கடற்கரை கையை ஓங்குகிறார்.

"அவரு மேளக்காரர் என்ன தப்பாவா கேட்டாரு?" பொம்பிளை கேட்டாள்.

''தப்பாவா? அவன் திகிடுமுகிடாப் பேசறான்.''

''அவரு கேக்கிறததான் நா கேக்கறேன். வரி கொடுத்தவர்கள்ளாம் சாமியாடுனா பாக்குறது யாரு?''

''ஊருக்கு வந்திருகிற விருந்தாளிக பாக்கட்டும். அவங்க பார்த்துட்டுப் போறாக. அவன், மேளகாரன் மசிரு ஒன்னும் பாக்க வேண்டாம்''

''அவரு என்ன சொல்றாரு?''

''அவனும் வருஷம் முழுக்க சாமியாடுறேன் சாமியாடுறேன்னு சொல்லிப்பிட்டு ஊருக்காரங்கள ஏமாத்தித் தின்னுப்பிட்டு, நல்லா உமித் தின்ன பன்னி மாதிரி வந்து நிக்கான். நா வரி கொடுத்து, வரி கொடுத்து அந்த நீர் மஞ்சங் கெணக்கா கெடக்கேன். ஆட்டத்த நிறுத்த மாட்டேன் மகளே''

''ஆமா இவ்வளவு பேசறீங்களே, நீங்க எந்தச் சாமி?''

''வய்யிறவன்''

''யாரை வய்யிறீக?''

''எந்த வைரவன்'' மேளக்காரர் இடைவெட்டு வெட்டுகிறார்.

முத்துராக்கு சைக்கிளை சுவரோரமாய் நிறுத்திவிட்டு, கைகட்டி ஆட்டத்தை ரசித்துக் கொண்டிருந்தார். சிறு சத்தம் போல வந்தது. கூப்பிட்டது ஒரு பெண்பிள்ளையின் குரல். மைனாக்குஞ்சின் சன்னக்குரல் போல் வந்ததைப் பக்கவாட்டில் பார்த்தபோது, பத்தாம் வகுப்பு தனம் நின்று கொண்டிருந்தாள். அவளை ஒட்டி நின்ற பெண்ணுருவை எங்கோ எப்போதோ பார்த்தமாதிரி இருந்தது. நினைப்பு தூரந்தொலைவாப் போயிருச்சி போல என்பது போல் பிடிபடாமல் பார்த்தார்.

''இது எங்க அத்தை அன்னக்கிளி'' தனம் கை காட்டினாள்.

வியப்புடன் ஏறிட்ட வேளையில் ''ஸாருக்கு அயத்துப் போச்சா? ரெண்டு வருசம் முன்னாடி பள்ளிக்கூடத்துக்கு வந்தது'' என்றாள்

அன்னக்கிளி.

ஒரு கலர், ஒரு வாழைப்பழம், இரண்டு கடலைமிட்டாய்- சட்டென்று பிடித்துக் கொண்டார் முத்துராக்கு.

''சரியாப் போச்சு, நீங்களா அது. நா யாரோன்னுல்ல நினைச்சிட்டேன்''

பக்கத்தில் தனத்தின் கூட்டாளிகளான மாணவிகள் ரங்கா, வடிவு. அவர்கள் ஊர் கமலாபுரம்தான் என்பதும் அயத்துப் போச்சே என்று ''சே'' என்று கையை உதறினார். கையை உதறி, 'சே' சொல்வது அவரது பாணி.

மாணவியர் மூவரும் ''வாங்க ஐயா வீட்டுக்கு'' என்றார்கள்.

''நீங்க வீட்டுக்கு வரனும்'' அழைப்பு அன்னக்கிளியிடமிருந்தும் வந்தது.

''வரலேன்னா?'' சீண்டுவது போல் கேட்டார்.

''நாங்க என்ன போலீசுக்கா போகமுடியும்?'' அன்னக்கிளியிட மிருந்து வந்தது பதில். சமத்காரமான பதில் தந்த அந்த முகத்தை ஏறிட்டார்.

''இல்லே, நாளைக்கு வாறேன்''

அவர்கள் நம்பவில்லை. அன்னக்கிளி நம்பாமல் பார்ப்பது தெரிந்தது.

''சும்மாவா சொல்றேன். நாளைக்கு வரவேண்டியிருக்கு'' ஒவ்வொருநாளும் செங்குளம், புதுக்கிராமம், தீத்தாரப்பட்டி ஊர்களுக்குப் போய்வந்த விசயத்தை எடுத்துப் பேசினார். பாலைப் பாக்கவா பாத்திரத்தைப் பாக்கவா என்பது போல் அவர்களையும் ஆட்டத்தையும் மாற்றி மாற்றிப் பார்த்துப் பேசிக்கொண்டிருக்க, ஆட்டம் தொடர்ந்தது.

''வைரவன்னா, நா சொன்னபடியெல்லாம் கேப்பானே. இவன் அந்தச் சாமியில்லே''.

‘‘இவன் திண்டுக்கு முண்டா பேசறான். இவன் வேத்து ஆள். எங்க இவன சுடலைமாடன் ஆட்டம் ஆடச் சொல்லு?’’

‘‘மகளே. எனக்கு சுடலையும் வருவாரு. சுடலைய அழைக்கச் சொல்லு, யோவ் மேளம் அடியும்யா.’’

டன் டணக் , டன் டணக், டன் டணக்.

‘‘ஏய் சாமியாடுனா. சாமியைப் பிடிக்க பொம்பிளையாள் கிடையாதா?’’

அந்த நேரத்தில் அன்னக்கிளி ‘கிளுக்’கென்று சிரித்தாள். மெல்லமாக ‘‘இது நல்லாருக்கு’’ என்றாள். முத்துராக்கு அன்னக்கிளியிட மிருந்து வந்த வீச்சை ரசிப்பது போல் புன்னகை புரிந்தார்.

‘‘ஏன் ஆம்பிளையாளுக பிடிச்சா ஆகாதா?’’

’’ஆம்பிளையாளுக அலுத்துப் போய் உக்காந்திருப்பாக. ஏம் பொம்பிளையாளு பிடிக்கிறதுக்கு கொள்ளையா வந்திருக்கு’’.

‘‘பிடிக்கிறேன் சாமி’’.

‘‘ம் அப்படித்தான் நல்லாப் பிடி, சாமி லம்பிக் கீழே விழுந்திரும் போல இருக்கு. நல்லாப் பிடி.’’

இப்போது முத்துராக்குக்கு சிரிப்பு பீறிட, ‘‘சாமி ரொம்ப சுதாரிப்பா இருக்கு’’ என்றார். சாமியாடி டங்கு, டங்கு என்று குதிக்கிறபோது சுற்றியிருக்கும் ஆண்கள் பிடித்து ஆசுவாசப் படுத்துவது வழக்கம். இந்த சாமியாடி பொம்பிளையாள் தேடுகிறார். ஒவ்வொரு மனித மனத்தின் உள்ளும் அசையும் கொளுப்பு உருகி வெளியேறுவதை அம்பலமாக்குகிறார்.

‘‘சாமிக்கு மேலெல்லாம் காந்துதே’’.

‘‘என்ன வேணும் சாமி?’’

‘‘பானக்கரம், மஞ்சப் பாலெல்லாம் கிடையாதா? எடுத்திட்டு

ஓடியா, நில்லு நில்லு பிள்ளே''

''என்ன சாமி''

''இது பானக்கரம், மஞ்சப் பாலுல தீராது. ஒரு ஆஃப், குவார்ட்டர் எடுத்திட்டு வா, அப்பதான் கேக்கும்.''

வீரபாண்டியபுரம் என்றொரு கிராமம். பெத்தனாட்சியம்மன் தேவதைக்கு பண்டிகை நடத்தினார்கள். முத்துராக்கு ஸாருக்கு அந்த ஊரில் நிறைய சொந்தங்கள். தவறாமல் ஊர்ப் பொங்கலுக்கு போய் நிற்பார். முதல் நாள் ராத்திரி தலைவிரி கோலமாய் ஆடிய இடும்பன் சாமி, மறுநாள் காலையில் ஊர்க்கடையில் தேநீர் சாப்பிட வந்தது.

இன்னும் இரண்டு நாள் ஆட்டம் பாக்கியிருந்தது. ஜாலியாய்ப் பேசி, கிண்டலடித்துக் கொண்டிருந்த விடலையிடம் ''அலுப்பெடுத்துக் கிடக்கு. ராத்திரிக்கு ஒரு ஆஃப் பாட்டில் தயார் பண்ணி வை''. இடது உள்ளங்கை மேல் வலது கையை வெட்டி, சைகை செய்தது இடும்பன் சாமி. அது உள்ளே இறங்கினால்தான் ராத்திரிக்கு தொடர்ந்து ஆட முடியும்.

கூத்து வெகு ஜோர். மண்ணுக்கும், மண்ணின் குளுந்த காற்றுக்கும், தரையில் உட்கார்ந்து கதை பார்க்கும் மக்களுக்கும் செழுப்பம் தந்து கொண்டிருந்தது.

நிலா உடைந்து மேற்கில் ஆடியது. போகிற நேரமா, வருகிற நேரமா நிலா எந்தப் போக்கில் போகிறதென்பது தெரியவில்லை.

''சாமி எனக்கு உத்தரவு கொடுங்க''.

''மகளே வாய்திறந்து உத்தரவு சொல்லிருவேன்''

''சொல்லுங்க சாமி''

''இது பொது மருளு (அருள்), மூணு வருசத்துக்கொரு தடவை தான் வாயைத் திறந்து சொல்லும்''.

''வாயே திறக்காதா? சாப்பாட்டுக்கெல்லாம் பலாப்பெட்டி மாதிரி வாயைத் திறக்கிறே'' மேளக்காரர் பக்கவாட்டில் வாங்கினார்.

''சோறெல்லாம் ரெண்டு மூணுதரம் வகையா வாங்கிச் சாப்பிடும். ஆனா உத்தரந்தாஞ் சொல்லாது. ஏன்னு கேக்கறியா. நா இந்த கானாங்காத்தான் கோயிலுக்கு வருஷத்துக்கொரு தரம் வந்து சேவிச்சுட்டு ஊரைப் பார்த்துப் போயிருவேன் மகளே''.

''ஆமா இவரு ஒருத்தர்தான் ஊரைப் பார்த்துப் போறாரு. மத்தவங்களெல்லாம் சுடுகாட்டைப் பார்த்துப் போறாக'' மேளக்காரர் விளாசினார்.

''நீ போ சுடுகாட்டுக்கு. இந்த வருசத்திலேர்ந்து எனக்கு இந்த ஊர்ல ஒரு வீட்டைக் கொடுத்து மூணு வருசத்துக்கு இருக்கச் சொன்னா, இன்னாரு வீட்ல இன்னது நடக்குன்னு சங்கதியெல்லாம் தெரிஞ்சி போகும். அப்ப பளிச்பளிச்சின்னு உத்தரவு கொடுத்திருவேன். இப்ப அடையாளம் தெரிய மாட்டேங்குது. எங்கிட்டுக் கூடி உத்தரவு சொல்ல மகளே''

அப்படிப் போடு அரிவாளை என்பது போல முத்துராக்கு சிரித்துக் கொள்கிறார். சமகால அரசியல் கண்ணாடியை எல்லார் முகத்துக்கும் நேராக கடற்கரை பிடித்து நிற்கிறார். தப்புத் தண்டா பண்ணுவதற்கு சாய்கிற மனசுக்கு இந்த நேரம் இன்ன தருணம் என்றில்லை. இந்தக் கவலை மிகக் கொண்டவராய் 'என்ன உத்தரவாதஞ் சொல்ல மகளே' என்று கேட்கிறார் .

''மகளே''

''சொல்லுங்க சாமி, கைய மேலே போடாதீங்க''.

''சாமிதான, ஒனக்கு எங்ஙன போட்டா என்ன? நா வேணுமின்னா போடறேன். சாமிதான் போடச் சொல்லுது.''

''கையை எடுத்திட்டுப் பேசுங்க.''

''அப்ப உத்தரவு கொடுக்க முடியாது போ''

''ஒங்கள நம்பி வந்திருக்கேன். இப்படிக் கோபிச்சா எப்படி?''

''சாமியக் கையைக் காலப் போடவிட மாட்டேங்கறீயே?''

''நீங்க ஆதாரத்துக்கு வேன்னா போட்டுக்கோங்க''

''மகளே, திருநீறு போட்டு விடறேன். எந் திருநீறு எப்படி வேலை செய்துன்னு பாரு''.

''சாமி, போன வருஷம் ஒங்க திருநீறு நல்லா வேலை செஞ்சுது''.

''ஆமா எப்படி வேலை செய்யுங்கற, அம்மன் கொடையோட ஊரு விளையாண்டு, ஒன் வீட்டுக்கு முன்னால சக்குன்னு நிப்பேன். அந்த நேரம் பாத்து அப்பனுக்கு ஒரு வேட்டை மாலை எடுத்துப் போடுவியா?''

''கண்டிஷனா போடுவேன் சாமி''

''ஏய், அடிர்றா கொட்டை''

டன், டணக், டன், டணக், டன், டணக்

''இவன் குடிகாரப்பய. குடிச்சிப்போட்டு ஆடறான். இவன் நல்லசாமி ஆடலே. கள்ளச்சாமி ஆடுறான்'' மேளக்காரருக்கு அடித்தது சான்ஸ்.

''நானாய்யா கள்ளச்சாமி ஆடுறேன்?'' கடற்கரை கேட்கிறார்.

''இப்படி கள்ளச்சாமி ஆடுற பயகளால்தான் உண்டான நல்ல சாமிகளுக்கு நாட்டில மதிப்பில்லாமப் போனது.''

''நல்ல சாமிக்குத்தான் மதிப்பில்லயே, எங்கிட்டாவது போய்ச் சாகுங்க''.

''இப்ப எதுக்கு விவகாரம்? இவன் இரண்டு சாமி ஆடுறானில்லா. இவனை வேட்டைக்குப் போகச் சொல்லு'' மேளக்காரர் கேட்டார்.

''வேட்டைக்கு மயிரு போவேன்''

''நீ தானப்பா வெளிச்சாமி ஆடுறே? வேட்டைக்குப் போறது வெளிச்சாமிதான் போகணும்''.

''இருட்டுக்குள்ள எவன் போய்ச் சாவான்?''

''சாமி, இந்த ஊருக்குப் பக்கத்துல ஒரு சுடுகாடு இருக்கு''.

''பெறகென்ன, எல்லா ஊர்கள்ளயும் அடுப்பாங்கரைக்குள்ளயா சுடுகாடு இருக்கும்''.

''சுடுகாடுன்ன உடனே ஆடாம பேசாம இருக்கான் பாரு'' மேளக்காரர் போட்டுக் கொடுத்தார்.

''நா இருந்தா ஒனக்கென்ன, ஒனக்கு மேல் வலின்னா, தைப்பாறி ஆடு''.

''சாமி, நீங்க முதல்ல மயானத்துக்குப் போய் வருவீகளாம்''.

''மகளே! அவன் மேளகாரன் தான் வைரவனும், சுடலையும் ஆடறான். அவன் மயான வேட்டைக்காரன்; நா கருப்பன், வன வேட்டையாடுறவன். மானு, நரி கிரின்னு வேட்டையாடுறவன்''.

''வயக்காட்டு வழியா எலி வேட்டைக்குப் போற பய, நல்ல சீருக்குள்ள ஊர ஏமாத்தியிருக்கான். ஒன்னைய எல்லாம் ஊருக்குள்ள ஓடவிட்டு வெரட்டணும் பாரு''

மேளக்காரர் தாவினார்.

''சாமி, இது எதுக்கு விவகாரம். சாமி கையில் சூடத்தைக் கொளுத்தி வைங்க. நிஜச் சாமி எது, கள்ளச் சாமி எதுன்னு கண்டுருவோம்.''

''யாரும் தீப்பெட்டி வச்சிருக்கீகளா?'' மேளக்காரர் கேட்டார்.

''என்னத்துக்கு. கருவாடு சுடப்போறியா?'' கடற்கரை சுண்டி வீசுகிறார்.

''ஆமா, கருவாடு சுட்டு சாமிக்குச் சோறு போடப் போறேன். நீங்க

கள்ளச்சாமி ஆடுறீக, கையைக் காட்டுங்க, சூடத்தைக் கொளுத்தி வைக்கணும்'' பொம்பிளை சுள்ளாப்பாய் எக்குகிறாள்.

''மகளே, எங்கையிலயா, சூடத்தைக் கொளுத்தப் போறே?''

''ஆமா''

''சூடத்தை அவன் கையில் கொளுத்து''

''முடியாது, கொண்டாங்க கையை''

''எங் கையில் ரெண்டு ஊதுவத்திக் குச்சிய வை மகளே''

''முடியாது, சூடம்தான்''

''அப்ப சாமி மலையேறிருச்சி''

''மலைக்கா போறீங்க சாமி? ஏஞ்சாமி, எல்லோரும் குவைத்துக்குப் போறாங்களாமே, அங்க கொஞ்சம் போய்ட்டு வர்றீங்களா?''

''இவனா? பகலிலே பசுமாடு தெரியாத பய. ராத்திரி எங்க எருமை மாட்ட கட்டப் போறான். இவனையெல்லாம் குவைத்துக்கு அனுப்பினா சாணி போட்டுருவான்''.

மேளக்காரர் இடைவெட்டு வெட்டி 'டம், டம்' என்று மேளத்தைத் தட்டி முழக்கினார். அருள் வருகிறதுக்கு அடிக்கிற அடியாகத்தான் முழக்கினார். அந்தத் தண்டி அடி அடித்தும், சாமிக்கு அருள் வரவில்லை.

'நீ என்ன வேன்னா அடி, நா மலையேறத்தான் போறேன்' என்பது போல் மூலையில் முடங்கி உட்கார்ந்தது சாமி. வம்புச் சண்டைக்கு இழுத்துக்கொண்டு இருந்த மேளக்காரர் ''சாமி, சுடுகாடு போய்ச் சேர்ந்தாச்சு'' என்றார் கடைசியாய்.

முத்துராக்கு அசந்து போய் நின்றார். 'எத்தாந் தண்டி விசயத்தையும் எவ்வளவு அத்தாசமாய்த் தூக்கிப் போட்டுர்றாரு, இந்த ஆள் கடற்கரை' வியந்து போய் நின்றார்.

வாராத விருந்தாளி வந்தால் பெய்யாத மழை பெய்யும்; இங்கே

ஒரு மனசில் பெருமழையடித்துக் கொண்டிருந்தது. ஆனால் கேட்டது தனம் ''ஐயா, நீங்க இங்க தங்கீட்டுப் போகலாமில்லே''

''யாரு?'' அறிந்துகொள்ளத்தான் கேட்டார். சொன்னதும் கேட்டதும் விருப்பப் பட்டதும் எல்லாம் ஒரு ஆள்தான். ஆனால் மூன்று கன்னிமாரும் சேர்ந்து ''நாங்கதான்'' என்று ஒத்தையாய்ச் சொன்னார்கள்.

''அத்தை சொன்னாங்க. இந்நேரம் நீங்க பயிர்பச்சைக்கூட ஊடுகாட்டு வழியே ஏம் போகனும், பூச்சி பொட்டு அலையற நேரமா இருக்கு''

''அதான் நாளைக்கு இங்க வர்றமில்லே. நடந்தா போறேன், குதிரை இருக்கு, ஜம்முன்னு சவாரி போயிருவேன்''

மிதிவண்டியைக் காட்டினார். அவர் இராத்தங்கலுக்கு ஏற்பாடு செய்ய விரும்பிய அந்த உயிர்கள் கொஞ்சம் உணங்கிப் போயின.

அவர் எதிர்பார்க்கவில்லை. ரங்கா இரண்டு டம்ளர்களில் காப்பியோடு வந்து நின்றாள்.அன்னக்கிளியின் ஏற்பாட்டில் நடந்தது.

''ஒங்க சிநேகிதரைக் காணோம்?''

''அவரத் தெரியுமா''

''ஒரு ஊர்க்காரங்களுக்குள்ள தெரியாமப் போகுமா? எங்க உறவுக்கார அண்ணந்தான்''

அன்னக்கிளி பேசினாள். எதித்தாப்பில் இருந்த முகம் ஒரு வடியாய்ப் போய்க்கொண்டிருந்தது. அவர் பேச்சுக் காட்டவில்லை. இன்னொரு டம்ளர் அன்னக்கிளி கையிலேயே தத்தளித்துக் கொண்டிருந்தது.

''நீங்க சாப்பிடுங்க''

''இருக்கட்டும்'' அன்னக்கிளி சாப்பிட விருப்பமில்லாமல் நின்றார்.

''பக்கத்துல நிக்கிறாங்கள்ளே மூணு கன்னிமாரு, அவங்கள்ள யாருக்காவது குடுங்க''என்றார். மூன்று சிறுசுகளும் வெட்கித்து

நெளிந்தார்கள்.

''ஏய், நீ சாப்பிடுறியாடி?'' தனத்தை ரகசியம் போல் கேட்டாள் அன்னக்கிளி.

''ச்சீ, ஈய்'' என்று அவள் மறுதலித்தபின், அந்த வேண்டுதல் மெல்லமெல்ல ரங்கா, வடிவு என்று போய்த் திரும்ப அன்னக்கிளி கையில் டம்ளராக நின்றது. ''யாருக்கும் வேண்டாமாம்'' பதிலிறுப்பில் மெல்லிதாய் நளினம் பரவிற்று.

''ஒங்க யாருக்கும் வேண்டாமில்ல, நா ரெட்டைக் காப்பி சாப்பிடுறேன்''

அவர் யாரையோ சமதானப்படுத்துவதற்காக செய்வது போலிருந்தது. அன்னக்கிளி மெல்லிசாய்ச் சிரித்துக் கொண்டாள்.

அவர் வில்வநத்தம் திரும்பிவந்து கால் மிதித்த வேளை- ஊர் அமைதியில் சுருண்டிருந்தது. முன்னிரவு கால் வைத்து நடந்த குளுந்த தடத்தில் நடு இரவு வரவேற்றது. தெருவுக்கு தெரு சேதி எடுத்துப் போக இயலாமல் நாய்கள் முடங்கிக் கிடந்தன. தெருவில் சைக்கிள் உருண்ட போது, நிலா வந்து போயிருந்தது. பகல் பொழுதில் நிலவு வேறு எங்கே, என்ன வகையாக வேலை செய்து அலுத்துப் போயிருந்தது என்று சொல்ல இயலாது. நாள் முழுதும் உழைத்துக் கொண்டிருந்தாலும் 'நிலவு' முகக் குளிர்ச்சியுடனேயே நிற்கிறது. இந்த மனுசப் பிறவிக்கு மாத்திரம் கூடப் பிறந்த தரித்திரம் போல் முகச்சுண்டுதல் பிரியவே மாட்டேனென்கிறது என யோசிப்பு ஓடியது.

22

‘‘நீ ஏன் அந்த இடத்தை விட்டுக்கொடுத்தே?’’ கேட்டார் அய்யாரப்பன். இடப்பெயர்வு ஆனதினால் வியாபாரம் கம்மியாயிரும் என்பது அவர் எண்ணம்.

‘‘பிள்ளைக படிக்கனுமில்லய்யா, படிப்புக்கு நம்ம இடைஞ்சலா இருக்கக் கூடாதுல்ல’’

‘‘படிக்கிற பிள்ள எங்கயும் படிக்கும்’’ அய்யாரப்பனுக்கு ஏற்றுக்கொண்டு வந்தான் போயிலைக் கட்டை.

‘‘நல்லாக் கேளுங்க மாமா. பெரியம்மா என்ன சொன்னாலும் தலையாட்டீருது. புத்தி பிடதியில ஏறிருக்கு’’

அய்யாரப்பன் சொன்னபடியோ, மற்றவர்கள் எதிர்பார்த்த மாதிரியோ இடமாற்றம் விற்பனையில் கைவைக்கவில்லை. நிஜத்தில் வெங்கிட்டம்மாவுக்கு வியாபாரம் சக்கைப்போடு போட்டது. அவளால் பலகாரம் கொடுத்துத் தீரவில்லை. போயிலைக் கட்டையோடு சேர்த்து நான்கு கைகள். நான்கிருந்தும் வியாபாரத்தைக் கவனிக்கமுடியாமல் துன்பப்பட்டாள். பேருந்து நிறுத்தத்துக்கு கடையை மாற்றியது தான் நல்ல சீருக்குப் பேர் தந்தது; பேருந்துகள், சரக்குந்துகள் என வரிசையாய் இவளுடைய கைச் சரக்குக்கு காத்து நிற்கின்றன. முன்னைவிடச் சரக்கு கூடுதலாய் செல்லுபடியானது. வண்டி, வாகனம், பேருந்து என்று

கும்மரிச்சம் கூடிக் கொண்டு போகிறது.

வெங்கிட்டம்மா கையலைப்பும் குறையவில்லை. இவன் போயிலைக்கட்டை வாயளப்பும் குறையவில்லை. வெங்கிட்டம்மாவுக்கு மாடு, கன்று, சொத்து,மனை பெருகிக் கொண்டது. இப்போது கடைபோட்டுள்ள இடத்துக்கு பின்னாலே மாட்டுத் தீவனப் படப்பு போட்டிருந்தாள். ஈத்து மாடாய் இரண்டு பசு வாங்கி விட்டிருந்தாள்.

போயிலைக்கட்டை படப்புப் பக்கம் போனபோது இரண்டு பேர் படப்புக்குப் பின்னால் ஒதுங்கியதைக் கண்டுவிட்டான்.

''ஏன்டா அங்க போன ''

நா ஒன்னும் ஒன்னுக்குப் போகலேங்கிறான். அப்ப எதுக்குப் போனான்னு தெரிஞ்சி போச்சா. இதுக்கு விளக்குப் பிடிச்சித் தேடனுமாக்கும் என்று பெரியம்மாவிடம் பிராது வைத்தான்.

''இன்னொரு தடக்க அவனைக் கண்டமின்னு வச்சிக்கோ, அவனை நொங்க எடுத்திரனும். நம்மளை நோட்டம் பாக்கான், லேசாய் விட்டுர முடியுமா?''

''என்ன மாதரி?'' கேட்டது அய்யாரப்பன். தென்னை மரத்தில ஏறினவன் கதை தெரியுமா?

''என்ன மாதிரின்னா கேக்குறீரு? தென்னை மரத்தில ஒருத்தன் ஏறியிருந்தான்.''

''எதுக்கு?'' அய்யாரப்பன் கேட்டார்.

''தேங்காய் திருடறதுக்கு. அதுக்கு தென்னமரத்தில தான் ஏறனும். அவன் ஏறுனதை தோப்புக்காரன் பாத்திட்டான். மரத்துக் கீழே வந்து நின்னு ஏன்டா, தென்னை மரத்தில ஏறுனேன்னு கேட்கிறான்'

''மாட்டுக்குப் புல்லுப் பிடுங்குறதுக்கு'' என்கிறான் திருடன்.

''அங்கயாடா, புல்லுக் கிடைக்கும்''

"அதான் எறங்குறேன்"ன்னான் கள்ளன். கள்ளப்பயக சாமர்த்தியக் காரப் பசங்களா இருக்காங்க"

"அவன் என்ன சொல்றான்யா"

முத்தண்ணன் கேட்டார்.

"எம் புளுகு இவ்வளவுதான். எங்கப்பன் புளுகு வண்டியில வருதுங்கிறான்" பதில் சொன்னார் உடலை நெளிவிட்டபடி ஒருவர்.

"சரி, நீ சொல்லுயா?" கேட்கிறார் அய்யாரப்பன்.

"பாதர்வெள்ளை- வெள்ளையம்மா கதை தெரியுமா, மாமா?"

"தெரியாது மருமகனே"

"இப்ப நா சொல்றது வேற. வீரபாண்டியக் கட்டபொம்மன் நாடகத்தில-பாதர் வெள்ளை என்ற வெள்ளையத் தேவன் யுத்தத்துக்கு கோப்புக் கட்டும் காட்சி"

"போகாதே, போகாதே என் கணவா
பொல்லாத சொப்பனம் நானும் கண்டேன்-னு பாடுற பாட்டுத்தானே மாப்பிள?"

"ஆமா,போருக்குப் போக விடைபெற்றுப் போக வந்தவனை வெள்ளையம்மா என்ன சொல்லித் தடுக்கிறா? என் பேரு வெள்ளையம்மா. ஒன் பேரு வெள்ளையத் தேவன். எதிர்த்து வர்றவனும் வெள்ளையன். இன்னைக்கு வெள்ளிக்கிழமை. நீ போருக்குப் போகிறதும் வெள்ளி; இன்னைக்குப் போக வேண்டாம். நாளைக்குப் போ. எல்லோரையும் ஜெயிச்சு வருவே".

"முன் வைச்ச காலைப் பின் வைக்கமாட்டான் இந்த வெள்ளையத் தேவன்".

"என் சொல்லுக்குக் கட்டுப்பட மாட்டே. பெண் சொல்லா நெனைக்கிறே நீ. சரி போ" என்கிறாள். போய் வா என்று சொல்லவில்லை. அதனாலதான் போருக்குப் போனவன் திரும்பவரல்லை"

ஒரு வண்ணான் வெளுத்துக்கிட்டிருக்கான். ஓடைக்கரை ஓரமா ஒரு ஒத்தையடித் தடம்; அந்தத் தடத்துவழியா இளைக்க இளைக்க ஓடிவந்த ஒருத்தன் கேட்டான். கேட்ட ஆள் புருசன்காரன்.

''மூணு உசுப்பிராணி ரெண்டு காலோட இந்தப் பக்கம் போச்சுதா?''

இந்தத் தொழிலாளி சொல்வான். ''ஆமா, இப்பத்தான் போகுது. அடிப்புல்லையும் கிள்ளிப் போட்டு, நுனிப்புல்லையும் கிள்ளிப் போட்டுட்டு நடுப்புல்லை மேஞ்சிட்டு ஒரு உசுப்பிராணி ரெண்டு காலோட போகுது''

போன பொம்பிளை வெற்றிலையின் காம்பு, நுனி - இரண்டையும் கிள்ளிப் போட்டுவிட்டு நடுப்பகுதியை மென்று கொண்டு போகிறாள். போகிறவள் நிறை சூலி: வயித்திலிருக்கிற சூலுக்கு ரெண்டு கால்: இடுப்பில் ஒரு பிள்ளையைச் சுமந்த கொண்டு போகிறாள். இடுப்புப் பிள்ளைக்கு ரெண்டு கால். அவளுக்கு ரெண்டு கால். மூணு உசுப் பிராணிக்கு ரெண்டு கால்; சரியாப் போச்சா என்கிறான் கதை சொல்லியான போயிலைக்கட்டை.

அப்போது புருசன்காரன் முகத்தை வேதனை வெளுப்பாக்கியது.

''அவ கோபிச்சிட்டுப் போறாய்யா'' என்கிறான். துணி துவைப்பிலிருந்த தொழிலாளி சொல்கிறான்.

''ஒத்தையடித்தடம் முடிகிற எடத்தில் ஒரு பாழுங்கிணறில்ல இருக்கு''

''ஐயோ, போச்சே, போச்சே''

அலறியடித்துக் கொண்டு ஓடுகிறான்.

ஒரு சொல் மாதிரி, ஒரு சொல் இருக்குமா? எதை வீசினாலும் திருப்பி எடுத்திரலாம். ஆனா சொல்லை எடுக்க முடியாது. குய்யோ முறையோன்னு அதுக்கப்புறம் கத்தினா போன உசிரு வந்திருமா என்று கேட்கிறான் போயிலைக் கட்டை.

23

மறுகாலை அவர்கள் கமலாபுரம் புறப்பட எத்தனித்தபோது வானம் மத்திசமாய்த் தென்பட்டது. முந்தின நாள் புழுக்கம் இல்லை. ஒரு எண்ணம் குறைந்தது. புதுக்கிராமம் குடியிருப்புடன் அதன் வருகை நிரந்தரமாக நின்றது. ''புத்தியைக் காட்டிவிட்டார்'' என்றார் தவசியப்பன்; மிகச் சரியான வார்த்தை என்று மற்றவர்களுக்குப்பட்டது.

கமலாபுரம் பெரிய ஊர். மற்ற வாத்திமார் உடன்வருவதாகச் சொன்னார்கள். வேண்டாம் என்று கனி தடுத்துவிட்டார். உடன் வருகிறேன் என்று சொன்னவர்களும் அவரைப் போல் அந்த மண்ணுக்கு அசலூர்க்காரர்கள். கமலாபுரத்துக்கு முத்துராக்கு, தவசியப்பன், சென்னப்பன் வந்தால் தாட்டியமாய்த் தெரியும்.

''ஆளும் பேருமா போகிறபோது தோரணையா இருக்கும்'' ஆசிரியர்கள் வற்புறுத்தியபோது மறுதலிக்காது, அடுத்த வாரம் போய்க்கொள்வோம்; வேடசந்தூர் போகிறபோது என்பது கனியின் யோசனையாக வந்தது.

கழுநீர்த் தொட்டியில் மாடு முக்குளிப்பது போல், செங்குளம் காட்சிகள் குமிழ்குமிழாய் அவர் நினைப்பில் மேல்வந்தன. செங்குளத்தில் தவசியப்பனுக்கு கிடைத்த இனிய உறவுகள், வைத்திருந்த மரியாதை, காட்டிய வரவேற்பு; ஒருத்தருக்கு அவர் மகன்; இன்னொருவருக்கு மாமா; ஒரு வீட்டுக்கு அவர் அண்ணன்;

மற்றொரு வீட்டுக்குத் தம்பி. எம்பாடென்ன ஒம்பாடென்ன என்று போயிருந்தால் ஊரில் ஒரு குஞ்சும் முகம் காட்டியிருக்காது. ஒருவர் வாழும் வாழ்க்கை இப்படித்தான் சகல பக்கத்திலும் பேசப்பட வேண்டுமென முத்துராக்குவை, தவசியப்பனை கனி நினைத்தார்.

கமலாபுரம் விழாக்கோலம் கொண்டிருந்தது. முத்துவுக்கு ஆச்சரியம், நேற்றுத்தான் கோவில் திருவிழா முடிந்தது; இன்னைக்கு என்ன கொண்டாட்டம், தெரியவில்லையே என கனியை ஏறிடுகிறார். கனியும் ஆச்சரியத்தோடு நின்று பார்க்கிறார்.

உயர்நிலைப் பள்ளியில் படிக்கிற மாணவ, மாணவியர்களுடன் ஊர்ச் சனத்தில் பாதி இணைந்து மந்தைப்புஞ்சையில் நின்று இவர்களை வரவேற்றது. யார் சேதி சொல்லியிருப்பார்கள்.

''கண்டுக்கிட்டேன்'' என்றார் முத்துராக்கு அவர்களைப் பார்த்து.

சந்தேகமில்லாமல் அந்த மூன்று கன்னிமார்தான். அன்னக் கிளியையும் சேர்த்தால் நான்கு.

''என்ன ஐயா?'' தனம் கேட்டாள்.

''யார் ஊரைக் கூட்டிருப்பாங்கன்னு கண்டுக்கிட்டேன். இப்படீன்னு தெரிஞ்சிருந்தா நேற்று அகப்பட்டிருக்க மாட்டனே'' என்கிறார்.

''இன்னைக்கு அகப்பட்டுட்டீங்க'' குரல்வந்த திசை தெரிந்தது. அன்னக்கிளி தெரிந்தது. ''இன்னைக்கு நாங்க ஒங்களை விடவே மாட்டோம்'' என்றாள் தனம் .

தவசியப்பன் மிகச்சரியாக கேட்டுக்கொண்டார்.

''அம்மா, தாயி இன்னும் ரெண்டு ஊரு போகனும். ஒங்க ஊர் கமலாபுரம் மட்டுமில்லே''

''கமலாபுரம் தான் எங்க ஊர், யாரு இல்லேன்னா'' என்கிறாள் அன்னக்கிளி. பல்லாங்குழி சாதுரியமான விளையாட்டு. பல்லாங்குழியில் காய் நகர்த்த முடியாதபடிக்கு 'கட்டு'ப் போட்டு விடுவார்கள்.

விளையாட்டில் விறுவிறுப்பு அதுதான். அது மாதிரி ஒவ்வொன்றுக்கும் கட்டை போடுறவளை அதிசயித்து, தவசியப்பன் உள்மனதுக்குள் ''அடீரா சக்க'' என்றார்.

''இப்ப நா சொன்னது சரியாப் போச்சா?''

''என்ன ஐயா, சொன்னீக?'' முத்துராக்கும் தவசியப்பனும் கனியை ஏறிட்டார்கள்.

''தெரிஞ்சவங்களோட வரனுமின்னு சொன்னேனில்ல''

சூரப்பன், சோலைசாமி, ஆண்டியப்பன், செந்தில் என மாணவர்களும் சேர்ந்து நிற்கிறார்கள். கோயில் பொங்கலுக்கு ஊர் சாற்றுவார்கள். காப்புக் கட்டுவார்கள். காப்புக் கட்டிவிட்டால் ஒருவார காலத்துக்கு வெளியூரிலிருந்து சனம் பொங்கலுக்கு உள்ளிறங்குமே தவிர, உள்ளூர் ஆட்கள் வெளியூர் போகக்கூடாது. இன்றைக்கும் யாரும் வெளியே போகவில்லை. யாரையும் ஒருசோலிக்கும் போகவிடாமல் ''எங்க வாத்தியார்க வர்றாக'' என்று தாக்காட்டி நிறுத்தியிருந்தார்கள். மேற்கு முகணையில் பிள்ளையார் கோயில், கோயில் முன் பரந்த களம். களத்தில் வேப்பமர நிழல்; போதாதற்கு தட்டுப்பந்தல். பையன்கள் வாத்திமார்களிடமிருந்து ஆளுக்கொரு சைக்கிளை வாங்கி உருட்டிக் கொண்டு போனார்கள். வேண்டாம் என்றாலும் கேட்கவில்லை. வம்பு பண்ணி பிடுங்கிக் கொண்டார்கள்.

''வீட்டுக்கு வீடு நீங்க போக வேண்டியதில்லை. வீடெல்லாம் ஒங்க கிட்டவரும்'' என்ற குரல் கேட்டது. குரல் வந்த திசையைப் பார்த்த போது ''அது நாந்தான்'' என்பதுபோல் அன்னக்கிளி தென்பட்டாள். இதையெல்லாம் எதிர்பார்க்கவில்லை தலைமை ஆசிரியர். ''இவங்க தான் தனத்தோட அத்தை'' அறிமுகப்படுத்தினார் முத்து.

''இவங்க தான் எல்லாம் செஞ்சாங்க'' மூன்று கன்னிமாரும் ஒரு குரலாய்ச் சொன்னார்கள். மூன்று குரல்களும் ஒரு குரலிலிருந்து புறப்பட்டு வருகிறது என்பதை கனி புரிந்து கொண்டு புன்னகைத்து

கைகூப்பினார்.

அந்தப் பெரிய பெண்ணுக்கு நன்றி தெரிவித்தார். மூத்த கன்னியிடமிருந்து பதிலாய்ச் சிறுபுன்னகையும் நிறையப் பெருமிதமும் கிளம்பியது.

தெருவாரியாக வீடு வாரியாய் பிள்ளைகள் கணக்கெடுப்பு செய்ய வேண்டியிருந்தது. கமலாபுரத்திலிருந்து எத்தனை பிள்ளைகளை வில்வநத்தம் உயர்நிலைப்பள்ளிக்கு கூட்டிக்கொண்டு போக ஏலும் என்பது யதார்த்ததமாகத் தெரியவேண்டியிருந்தது.

''நாங்க எத்தனை பிஞ்சுகளை ஒங்களுக்குக் கொடுக்க முடியும்னு தான கேக்கறீங்க, யோசிக்கிறோம். டே, சூரப்பா? ஏராங் கடைசியிலிருந்து ஆரம்பிடா'' அழகிரிசாமி சொன்னார்.

''ஐயா, நீங்க பேசிக்கிட்டிருங்க, நா பையங்களோட போயிட்டு வர்றேன்'' கனியிடம் தெரிவித்துவிட்டு தவசியப்பனும், சென்னப்பனும் பையன் களுடன் நடந்தார்கள்.

''பிஞ்சுகளை ஒங்க கைவசம் சேர்த்திட்டா, பெறகு கேக்கனுமா, பிஞ்சைக் காயாக்கி, காயைக் கனியாக்கி,கனியையும் விதை தாத்பர்ய முள்ளதாக ஆக்கீருவீகள்ல்லே, அதுகளக் கொண்டு செலுத்தனும்னா கொஞ்சப் பாடா இருக்கு'' பெரியவர் அழகர்சாமி பேசினார்.

''பள்ளிக்கூடம் அனுப்ப ஒங்களுக்கு வேர்மண் உண்டும்னா, மற்ற வேலையெல்லாம் ஒதுக்கிட்டு படிப்புச் சொல்லிக் கொடுக்க தெம்பு எங்களுக்கு உண்டும் பெரியப்பா'' என்கிறார் முத்துராக்கு.

''நாங்க பிள்ளை கொடுக்கிறோம். நீங்க படிப்புக் கொடுங்க''

''இந்த ஒரு வார்த்தை போதும்யா'' அவர் கைகளை ஏந்தினார் கனி.

கமலாபுரத்தில் அரசுத் தொடக்கப்பள்ளி இருக்கிறது. 1- முதல் 5-ஆம் வகுப்பு வரையிலும் 42- பிள்ளைகள் படிக்கிறார்கள். ஊர்க்காரர் களிடமிருந்து ஒத்தாசை எதுவுமில்லை என்ற வருத்தம் உள்ளூர்

ஆசிரியர் தங்கச்சாமி கொண்டிருந்தார்.

30- பிள்ளைகளுக்கு ஒரு ஆசிரியர். 42- பிள்ளைகளுக்கு இரு ஆசிரியர்கள். வருகை கொஞ்சம் குறைந்தால் ஓராசிரியரை எடுத்து விடுவார்கள். பிள்ளைகள் குறையக் குறைய இதுதான் சாக்கு என்று இருக்கிற ஓராசிரியர் பள்ளியையும் ஓய்த்து விடுவார்கள். அந்த ஆபத்து உள்ளது என்பதை ஊர்ப்பெரியவர்களிடம் தங்கச்சாமி தொடர்ந்து ஓதிக்கொண்டு வந்தார். ஊர்ப்பெரிசுகள் பக்கம் எதுவும் உருப்படியாய் நடக்கிறதைக் காணோம். ஒட்டியும் ஒட்டாம, ஒத்தாசனை இல்லாம இருக்கிறதைப் பார்த்த தங்கச்சாமி ஒதுங்கிக் கொண்டார், அவருந்தாம் ஒத்தையாளா என்ன செய்ய முடியும்?

அவர் ஒதுங்கிக் கொண்டதற்கு முக்கியமான காரணமிருக்கிறது. கமலாபுரத்தில் வாழ்ந்த அழகர்சாமி பெரியப்பாவின் பிள்ளை கனகராஜ். அவனுடைய காதல் மனைவி அமராவதி. இரண்டு பேரும் அருப்புக்கோட்டை இமாகுலேட் மெட்ரிகுலேஷன் பள்ளிக்கு, இங்கிருந்து மட்டுமில்லை, சுற்றுப் பட்டிகளிலிருந்தும் பிள்ளை பிடித்துக் கொண்டுபோய் இறக்கினார்கள். இரண்டு பேரும் அரசுத் தொடக்கப்பள்ளி ஆசிரியர்கள், இப்போது வில்வநத்தம் டவுனுக்குப் போய்க் குடியேறி விட்டார்கள்.

ஏற்கனவே தமிழ்நாட்டில் இப்படி 2000 ஓராசிரியர் பள்ளிகளை எடுத்து விட்டார்கள்; எடுபட்ட பள்ளிகளிலிருந்த சின்னஞ்சிறுசுகளை அருகிலுள்ள ஆட்டுப்பட்டிகளில் (ஆங்கிலப்பள்ளிகள்) கொண்டு போய் அடைத்து விட்டதாக தங்கச்சாமி சொன்னார்.

''ஆட்டுப்பட்டியா'' கனி ஆச்சரியமுடன் நோக்கினார்.

''வேறெப்படிச் சொல்ல அந்த இழவை?''

''இருக்கிற ஆரம்பப் பள்ளிகளையெல்லாம் ஏதாவது குட்டை, நொட்டை சொல்லி ஏறக்கட்டி விடவேண்டுமென்பது அரசாங்கத்தின் முதல் குறிக்கோள் என்றார்'' தங்கசாமி நொந்து.

''அதனாலே அவங்களுக்கு என்ன லாபம், தங்கப்பா'' பெரியவர் அழகர்சாமி தங்கச்சாமி பக்கம் கேள்வியைத் தள்ளினார். ரொம்ப தூரத்துக்குப் போய் தங்கச்சாமி அவருக்கு விளக்க வேண்டியிருந்தது

''கல்வி அதிகாரிகள் வந்தால் ஐந்து நட்சத்திர விடுதிகள்லே தங்குறாங்க. குடும்பத்தோட அவங்க ஊர் சுத்திப் பாக்கிறதுக்கும் கோயில்கோயிலாப் போறதுக்கும் கார் எங்க இருந்து வருது? அவங்களுக்கும் தனியார் கல்வி நிறுவனங்களுக்கும் இருக்கிற கள்ள உறவு. இந்தக் கல்வி வியாபாரிகள் தான் அரசாங்க அதிகாரிகளுக்கும் அமைச்சர்களுக்கும் லஞ்சத்தைக் கொடுத்து இங்கிலீஷ் பள்ளிகளை வாங்கிக்கிறாங்க. கல்வியைத் தனியார் மயமாக்கி கல்வி வியாபாரிகள் கையில் கொடுப்பதில் பெரிய கட்சிகள் பொங்கு கொழித்துக் கொண்டன''.

கனிக்கு 'பொங்கு கொழித்துக் கொள்ளுதல்' என்ற சொல்லாடல் புதுசாகத் தெரிந்தது. நல்ல சீருக்கு சொத்தும் செல்வமும் சேர்த்து பெருமிதமாக வாழுதலைக் குறிக்கும் என்றார் முத்துராக்கு கனியிடம்.

''அதுவும் அப்படியா?'' அழகர்சாமி பெரியப்பா நெளிந்தார்.

''நா நல்ல மனுசங்கன்னுல்ல நெனைச்சேன்''

'' இருப்பீங்க, இருப்பீங்க, 1940- மனுசன் நீங்க''

அத்திப்பழத்தைப் பிட்டு அத்தனையும் சொத்தையின்னு சொல்றானே என்று பெரியவர் வியந்து போனார். சொந்தக்காரர் என்ற வகையில் இதை, இதை இப்படிச் செய்ய வேண்டும் என்று விளக்கிய பின் '' நீங்க என்ன சொல்றீங்க, பெரியப்பா'' என்று கேட்டார் தங்கச்சாமி. கணக்கெடுத்து விட்டு தவசியப்பன், சென்னப்பன் திரும்பியிருந்தார்கள்.

''முதல்ல, ஒவ்வொரு வாத்தியானும் அவம் பிள்ளயை இங்க படிக்க வைக்கிறானா கேளு. அவம் அவம் பிள்ளைக எந்தப் பள்ளிக் கூடத்தில படிக்கிறானுக'' அழகர்சாமி சட்டென்று தாயத்தை உருட்டினார். தாயம் ஆசிரியர்களுக்கு எதிராய்த்தான் உருண்டு நின்றது. உள்ளூர்க்காரரான தங்கச்சாமி தப்பியிருந்தார்.

‘‘ யாரு பக்கம் வற்றீங்க பெரியப்பா’’ தங்கச்சாமி கேட்டார்.

‘‘அட ஒன்னையச் சொல்லலேப்பா. இந்த ஊர்ல இருந்து கோவில்பட்டி, சாத்தூர், விருதுநகர், மதுரைன்னு வெளிவேலைக்குப் போய்ட்டவங்களச் சொல்றேன்’’

‘‘அவர் இங்கதான இருக்காரு’’

‘‘ இங்கதாம் இருக்கான். அதான் பெரிய அச்சலாத்தியா இருக்கு’’ அழகர்சாமி வேண்டா வெறுப்பாய்ப் பேசியது அவர் பையனைத்தான்.

‘‘நீங்களும் ஒத்துத்தானே போனீங்க, மாமா’’ அன்னக்கிளி பேச்சு குத்தலாய் வந்தது.

‘‘ஆமோய். இல்லேன்னா சொல்றேன். அதுக்குத்தான் இன்னைக்கு எல்லாத்தையும் பட்டு அனுபவிக்கேன்’’

அரசுப் பள்ளிகளுக்கு எதிராக அரசு ஆசிரியர்கள் அரசுப் பணியாளர்கள் சதி செய்கிறார்கள். ஆங்கிலப் பள்ளிகளுக்கு குலக் கொழுந்துகளை அனுப்புவது மட்டுமல்ல, ஊரில் பிள்ளை பிடித்து அனுப்புகிற வேலையையும் செய்கிறார்கள். அவர்கள் கனகராஜ்-அமராவதி காதல் தம்பதியர். அழகர்சாமி பெரியப்பாவின் மக்கள்.

யாரைக் குறிப்பிடுகிறார் என்று கனி, புருவங்களை உயர்த்திய போது, முத்துராக்கு இருவர் பெயர்களைச் சொன்னார். ‘‘அது இவர் மகனா’’ ஆச்சரியம் மேலேறியது கனிக்கு.

அந்தக் கிராமத்தில் இன்னொரு இதமான சூழல் நிலவியது. இப்போது இவர்கள் எல்லோரும் பொதுவான ஆட்கள். இந்தச் சாதகத்தைப் பயன்படுத்தி ஒரு முன்மாதிரிப் பள்ளியாக கமலாபுரம் தொடக்கப் பள்ளியை உருவாக்க முடிவுசெய்தனர்.

பள்ளியில் 42- பிள்ளைகள்; ஒருநாள் ஓர் ஆசிரியர் விடுப்பு எடுத்தாலும், ஓராசிரியரே அய்ந்து வகுப்புக்களையும் கவனிக்க வேண்டும். தற்செயல் விடுப்பு, ஈட்டிய விடுப்பு, ஈட்டாத விடுப்பு, மருத்துவ விடுப்பு, அதிலும் பெண் ஆசிரியர் என்றால் மகப்பேறு

விடுப்பு எடுத்துவிட்டால் வேறு வினை வேண்டாம்; இம்மாதிரி இக்கட்டுகள் போக்க ஒப்புக்கு இருக்கிற ஆசிரியர் - பெற்றோர் கழகத்தை வலிமையாக்கி, கூடுதலாக ஒரு ஆசிரியரை நியமித்து ஊதியம் வழங்குதல் - ஒவ்வொரு பொறுப்புக்கும் யார்யார் என்று அவ்விடத்திலேயே தீர்மானித்தார்கள். இது பொறுப்பு அல்ல, சமூக சேவை, ஊர் மேம்பாட்டு ஊழியம் என்று ஒவ்வொரு ஜீவனும் உணர்ந்தது.

அழகர்சாமி பெரியப்பா பேசியிருக்கக் கூடாது. கள்ளவாளி இங்க இருக்கிறான் என்பதுபோல் மகனைக் குறித்துப் பேசிவிட்டார். அன்னக்கிளி அலுத்துக் கொண்டாள். நேக்காய், நெளுவுசுளிவாப் போய் காரியம் செய்யனும்ங்கிறதுக்காக வாத்திமார்கள் வந்திருக்கிறார்கள். எல்லோரையும் அரவணைப்பாய், யாரையும் காடேமாடேன்னு எடுத்தெறிஞ்சி பேசி விரட்டி விடாமலிருக்கனும். ஆளுக இருக்கிற நிலையறிஞ்சி பேசனும் என்று நினைத்துக் கொண்டாள்.

தனியார் மெட்ரிகுலேஷன் பள்ளிகளுக்குக் கொட்டிக் கொடுக்கும் பணத்தில் சிறிதளவு தொகையாவது ஊர்த் தொடக்கப்பள்ளிக்கு செலவளிப்பது; வீட்டுவீட்டுக்கு இவ்வளவு தொகை என்று வசூல் செய்து பள்ளிக்குச் செலவளிப்பது; பள்ளிக்குள் பாதுக்காக்கப்பட்ட குடிநீர் கிடைக்கச் செய்வது,பள்ளிக்குள் கழிப்பறைகள் கட்டுதல், அவற்றைப் பயன்படுத்தும் முறையைச் சொல்லித் தருதல்; பள்ளியைச் சுற்றியும் சுகாதாரமாக வைத்திருப்பது - என்ற திட்டங்களை எல்லோரும் ஏற்றுக் கொண்டார்கள்.

''எங்க ஊரில இன்னைக்குப் பெரிய்ய மழைதான்'' என்றாள் இரு கைகளையும் விரித்து அன்னக்கிளி.

அவள் பக்கம் வந்த முத்து ''என்ன சொல்றீங்க?'' மெல்லமாய் வினவினார்.

அவள் சிரித்தாள். ''எல்லா சனீஸ்வரன்களையும் ஒரு திசையாக் கூட்டி உட்கார வச்சி மழை சக்கைப்போடு போட வெச்சிட்டீங்க''

24

முந்தின இரவு கமலாபுரத்தில் விடியவிடியக் குறவன் குறத்தியாட்டம். வில்லுப்பாட்டு, கதம்ப காமெடி, கரகாட்டம், இசைக் கச்சேரி, ஒயிலாட்டம், கும்மிப்பாட்டு, முளைப்பாரிப் பாட்டு - தென் மாவட்டங்களில், குறிப்பாக கரிசலில் கிராமியக் கலைகள் நிறையக் கொழித்தன. மானாவரி விவசாயம் முடித்த பின் ஆய்ந்து ஓய்ந்த கோடையில் இந்தக் கலைகளை நட்டு வளர்த்துக் கொண்டார்கள். குறவன்-குறத்தியாட்டம் என்ற ஆட்டம் பாட்டுக்கு அமோக வரவேற்பு. நரிப்பூர் சுப்பையா, விளாத்திகுளம் கடற்கரை, செங்குளம் கந்தசாமிப் புலவர் என்ற பேர் பெற்ற ஆட்டக் குழுக்கள் சுறுசுறுப்பாய் இருந்தன.

கடற்கரை குழுவுக்கு 15 .கி.மீ. தொலைவுள்ள குமராபுரத்தில் இன்னைக்கு இரவு ஆட்டம். குமராபுரத்துக்கு ஒரே பஸ்ஸாய் போய்ச் சேர்ந்து விடலாம். பிள்ளையார் கோயில் முன்னால் தட்டுப்பந்தலின் கீழ் கட்டையைப் போட்டு ஆத்திக் கொண்டிருந்தார்கள் ஆட்டக்காரர்கள்.

சூரியன் ஒரு பனை உயரத்திலிருந்தது. முத்துராக்கு கடற்கரையிடம் போனார். கடற்கரை கண்டு கொண்டார். ''முதலாளிமார்களெல்லாம் கண்ணில தெரியுது'' எழுந்திருந்து தலைத்துண்டை எடுத்து கக்கத்தில் இடுக்கப் போனார் .

"அப்படியே கையை மொடக்கிப் போட்டுருவேன். இதானே வேண்டாங்கிறது" தடுத்தார் முத்துராக்கு.

தலைமையாசிரியர் கனி ஊர் மக்களோடு சுவாரசியமாகப் பேசிக் கொண்டு இருக்கிறார். கடற்கரையை அழைத்துக்கொண்டு கண்மாய்க் கரைப் பக்கம் எட்டுவைக்க நினைத்தார் முத்துராக்கு. "பொம்பளைப் பசங்க தூங்குறாங்க" என்று ஆட்டக்களைப்பில் அடித்துப் போட்டது போல் தூங்குகிற பையன்களைக் காட்டினார் கடற்கரை. பொம்பிளை வேடம் கட்டி ஆட்டத்தில் ஆடிய இரண்டு பையன்கள் முடக்கிப் படுத்திருந்தார்கள். "பொம்பிளைப் பசங்களைத் தான பாதுகாப்புச் செய்ய வேண்டியிருக்கு" என்றார்.

அவர்களில் சண்முகம் நல்ல சங்கீதக்காரன். சங்கீதமானாலும், தெம்மாங்கு என்றாலும் ஏற்ற இறக்கமாக பாடக் கூடியவன். அச்சாக அப்படியே பெண்குரல். ஆனா நல்லா சாப்பிடுவான். ஆம்பிளை வயிறு; பொம்பிளைத் தொண்டை.

"பசங்க எந்திரிக்கட்டும், போவம்"

கடற்கரை பல் குச்சி கடிப்பதைக் கண்டதும் முத்துராக்குக்கு பழைய நினைப்பு பிதுங்கியது. "பல்குச்சி வாயில் இருந்துக்கிட்டே இருந்தா பசி எடுக்காது, என்னண்ணே" என்றார். கோயில் படிக்கட்டில் உட்கார்ந்தார் முத்துராக்கு. கடற்கரையோ படிக்கட்டில் உட்காரவில்லை.

"சும்மா வாங்க, இடமிருக்கில்லே"

"இருக்கட்டும், பெரியவங்க வரப்போக இருப்பாங்க"

சாதிக்காரர்களுக்கு இடம்விட்டு அவர் தரையில் உட்காருகிறார். "என்னண்ணே நீங்க".

அண்ணேன்னு கூப்பிட்டது பாதகமாகி விட்டது. கடற்கரை திடுக்கிட்டார். "முதலாளி நீங்க அப்படிக் கூப்பிடலாமா"

முத்துராக்கு கோபமாக இருந்தார். எதன்மீது அவர் வெப்புராளம்

கொண்டார் என்பது தனத்தை லேசாய் ஒருவிரலால் சுண்டிக் கூப்பிட்ட போது தெரிந்துவிட்டது. 'ஐயா' கூப்பிட்ட குரலுக்கு ஓடிவந்தாள் தனம். கூடவே மூன்று பெண்டுகளும் வந்து நின்றார்கள்.

''இவங்க ராத்திரியெல்லாம் வெட்டவெளியில படுத்திருக்கிறாங்க'' கடற்கரையையும் ஆட்டக்காரர்களையும் காட்டினார்.

தனம் ''எங்களுக்குத் தெரியாது ஐயா'' என்றாள். ஆட்டம் முடியுமுன்பே அவரவர் வீடுகளுக்குப் போய்விட்டார்கள். அவர்கள் வீடுகளுக்குள் படுத்திருக்க,இந்தக் கலைஞர்கள் பொட்டல் தரையில் வெட்டவெளியில் படுக்க வைக்கப்பட்டார்கள் என்ற அர்த்தத்தில் கோபமாயிருந்தார்.

''ராத்திரியில நீங்க வந்து பாக்கலேன்னு சொல்லல, ஊர் அறியுமில்லே; ஒரு சனமாவது வந்து எங்கவீட்ல படுத்துக்கோங்கன்னு சொல்லலாமில்ல! குறைஞ்சது தொழுவிலயாவது படுக்கச் சொல்லிருக்கலாமில்லே. எங்க ஊராயிருந்தா விட்டிருக்க மாட்டம்''.

முத்துராக்கு பேசியது தனம் என்ற கன்னிப் பெண்ணையல்ல. தனத்தைச் சுற்றி நின்றிருந்த ரங்கா, வடிவு, அன்னக்கிளி என்ற அத்தனை பேரையும். ரொம்பவும் மருகிப் போனாள் அன்னம்; கமலாபுரம் வாசிகளில் பெரும் எண்ணிக்கை அன்னக்கிளிக்குச் சொந்த சனம்.

எங்க ஊர் என்று அவர் பிரித்துப் பேசியது அன்னக்கிளி நெஞ்சில் தைத்தது. அவர் ஊராக இருந்தால் என்ன செய்வார்கள்.

ஆட்டக்காரர்களுககுத் தனிச் சமையல். ஏதாவது ஒரு வீட்டுத் தொழுவத்தை ஒதுக்கியிருப்பார்கள். ஊர் முழுதுக்கு கடா வெட்டு. அந்தக் கடாக்கறிதான் ஆட்டக்காரர்களுக்கும். வயிறு முட்டச் சாப்பிட்ட பின் தூங்க வைத்துவிடுவார்கள். இரவு ஆட்டம் அப்போதுதான் கெதியாய்ப் பிடிக்கும். இடை இடையே சுக்கு வெந்நீர். ஆட்டம் முடிகிற வேளை பின் சாமம் தொட்டு நிற்கும்; அப்படியே அலக்காக கடத்திப் போய் வீட்டுத் தொழுவத்தில் தூங்க வைத்தார்கள்;

இல்லையென்றால் ஊர்ப் பொது மடத்தில்.

அப்படியே இருக்கட்டும்; எல்லோருமா? முத்துராக்கு வேண்டுமானால் - உதாரகுணமான இந்த ஒரு மனிதர்; செய்யலாம். பொதுவாக எல்லோரும் இல்லை.

அன்னக்கிளி முத்துராக்குவை இரக்கமாய்ப் பார்த்தாள். ''நீங்க நேத்துக் கண்டீகள்லே, ஒரு வார்த்தை சொல்லீருக்கலாமில்லே''

ரங்கா என்ன சொன்னாலும் அவளோட அம்மா செய்வாள். அப்படிபட்ட அம்மாவைத்தான் அவள் பெற்று வைத்திருக்கிறாள். ''எங்க வீட்டுக்குள்ளயே ஏகமா இடமிருக்கு. ரெண்டு திண்ணை இருக்கு. நீங்க சொல்லலயே ஐயா'' ரங்கா கோபித்துக் கொண்டது தெரிந்தது. லேசாய் சாடை காட்டியிருந்தாக் கூட சுதாரிச்சிருப்பம் என்றார்கள்.

முத்து ரெண்டாவது தடவையாய் ''அடச்சே'' என்று கையை உதறினார். வகுப்பில் பிள்ளைகள் அதைக் கண்டிருக்கிறார்கள். அவரை மறுபடியும் அப்படிப் பார்ப்பது அவர்களுக்கு வியப்புத்தான். ''ஒங்களையுமில்ல அலப்பரை பண்ணிட்டேன்'' என்றார் .

அன்னக்கிளி மறக்கடிப்பது மாதிரி சொன்னாள்.

''எல்லோருக்கும் மதியச்சாப்பாடு எங்க வீட்ல. எல்லாரும் வர்றீங்க சாப்பிடறீங்க''ஆட்டக்காரர்களையும் சேர்த்துக் கைகாட்டுகிறாள்.

''இப்படி கட்டன் ரைட்டாப் பேசினா'' எப்படி? எங்களுக்கு மேல 'தலைவர்' இருக்கார். அவர்ட்ட கேட்டுச் சொல்றோம்''

''நாங்க கேட்டாச்சி'' நாலு பேரும் அச்சாய்ச் சொன்னார்கள்.

முத்துராக்கு அந்தப்பக்கம் போனதும், ரங்கா ''அடச் சீ'' என்று கையை உதறிக் காட்டினாள். அது கைக்குள்ளதான இருக்கு என்பது போல். பின்பு வடிவு செய்து காட்டினாள். சிரித்துக் கொண்டார்கள்.

அன்னக்கிளி உணத்தியற்றவளாய் நின்றாள். சரியான பிழை

செய்து சரியாய் வாங்கிக் கட்டிக் கொண்டாள்.

''அன்னக்கிளியம்மா, ஏம் இப்படி பிரமத்தி பிடிச்ச மாதிரி நிக்கிறீக'' கேலி பண்ணினாள் தனம்.

அன்னக்கிளியின் முகவாட்டத்தைக் கண்டு ரங்கா, ''ஏ, எங்க அத்தைடி'' என்றபடி பக்கமாய் ஒட்டி நின்றாள். அத்தையின் மனவாட்டத்தைப் போக்குவது தனக்கு முதல் வேலை என நினைத்தாள்.

ரங்கா கதை சொல்வாள். நிறையக் கதைகள் உண்டு. சொல்லச் சொல்ல, ஒன்று முடிந்து மற்றொன்று முளைத்துக் கொண்டிருப்பதை தரிசிக்கலாம்.

25

ஒரு தகப்பனும், மகனும் கழுதை பத்திட்டுப் போனாங்கள். எதிர்த்து வந்தவர்கள் ''சின்னப் பயலை நடக்க வச்சிப் போறான் கூறில்லாத பய'' என்றார்கள். சின்னப் பையனைக் கழுதை மேல் உட்கார வச்சிட்டு தகப்பன் நடக்கான். கொஞ்ச தூரம் போனதும் ஒரு ஊர் வந்தது. ஊர்க்காரங்க, ''ஏ, வயசாளிய நடக்க வச்சி, சிறு பய சுகமாப் போறான் பாரு''ன்னாங்க. என்னடா இது வம்பாய் போச்சுன்னு, சின்னவனை இறக்கிவிட்டு, பெரியவர் உக்காந்து வர்றான். பாத்திட்டு சிலபேர் கேலியடிச்சாங்க. ''ரெண்டு பேரும் ஜம்முன்னு போகலாமில்ல; அத விட்டுட்டு இதென்ன கூத்து''.

அப்படியே மகனையும் தூக்கி கழுதை மேல வச்கிக்கிட்டு சவாரி போறாங்க. அங்ஙன சில பேர், ''வாயில்லா ஜீவனை நோகவச்சி, அப்பனும் மகனும் ஊர்கோலம் போகவா, பாவம் கழுதைன்னு'' இரக்கப்பட்டாங்க. பெரிய்ய தப்புப் பண்ணீட்டோம்னு ரெண்டு பேரும் இறங்கீட்டு, கழுதையைப் படுக்க வச்சி, ''நீட்டுக் கம்பை பன்னியை விக்கிறதுக்கு காலுக்கிடையில் கம்பைக் கட்டி, சுமந்திட்டுப் போவாங்களே, அது மாதிரி தூக்கிட்டுப் போனாங்க''.

கழுதை துள்ளியது. ஒரு பாலம், கீழே ஆறு ஓடிட்டு இருக்கு. ''இங்க பாருடா ரெண்டு மனுசப் பயக கழுதையைச் சுமக்கிறான்னு'' சிரிச்சதும், ஆத்துப் பாலத்தில மல்லாக் கிடத்தி விடுறாங்க. கழுதை

புரண்டு துள்ளி ஆத்தில விழுந்து, தண்ணி அடிச்சிட்டுப் போயிற்றது.

சின்னப் பெண் ரங்கா நல்ல பேச்சாளி. தனஞ்செயனின் பாட்டுக்கும் இசைக்கும் ஒரு கூட்டம் சொக்கிக்கிடப்பது போல், அவளுக்கென்றே சனிக்கிழமை மாணவர் சங்கக கூட்டம் திரண்டிருக்கும். மின்னிக்காயை (பயந்தங்காய் போல் ஒரு தினுசு) சப்பிச் சுவைக்கும் போது, உமிழ் நீருடன் கலவையாகி ஒரு சுவை கூடுமே, அது போல் அவரவருக்குள் சுரக்கும்படி கதைச் சுவை கூடுதலாகிக் கொண்டு போகும். கதை அவளுக்குள்ளிருந்தா, அவளுக்குள்ளிருந்து கதையா என்ற யோசிப்பில் தடுமாற்றமாகி, சொக்கிப்போய்க் கிடப்பார்கள்.

அன்னக்கிளியின் நெஞ்சாங்கூட்டுக்குள் இதயத்தில் துளிர்த்த பச்சை இலைகள், லேசான விசிறலுக்கும் தாங்காது ஆடிக்கொண்டிருக்கின்றன. அந்தக் காற்றை அமர்த்த வேண்டும் என்பதற்காக இந்தக் கதை வந்தது. தன்னுள் நுழைந்து கொண்டிருக்கிற ஒருவர், காற்றாய் இலைகளைத் துடிக்கச் செய்து கொண்டிருக்கிறார்.

ஒரு சிந்தனையாய்ப் போக வேண்டும். பல சிந்தனையாய் நடக்கக் கூடாது என்பது கதை பிழிந்து தந்த சாறு. பல சிந்தனை மட்டுப் பட்டுப் போய்விட்டதா என்பது போல், அத்தையின் முகத்தைப் பார்த்தனர். கலவரம் கொண்டிருந்த முகம் இல்லை. மூத்த கன்னியின் கை பிடித்து மூன்று கன்னிமாரும் மெய்மறந்து நோக்கினார்கள்.

26

"பசங்க எந்திரிச்சாச்சு, டீ சாப்பிடப் போவமா"

"போவம்ண்ணே"

"முதலாளி, என்ன நீங்க திருப்பத் திருப்ப அப்படிக் கூப்பிடறீங்க" கடற்கரை சடைத்துக் கொண்டார்.

பக்கத்தில் நின்ற குமரிகளிடம் "பாருங்க தேவிமாரே, சாமி இப்படிப் பேசறது நல்லாருக்கா?" பிராது கொடுத்தார். ஏற்கனவே நொந்து போய்நின்ற அவர்கள் நைப்பாய் ஒரு புன்னகையை நழுவ விட்டார்கள்.

குறவன், குறத்தி ஆட்டம் தனித் தனிக் காட்சிகளாய் இருந்தாலும் ஒவ்வொன்றும் சத்தியம் பேசுகிறவை. பிறன்மனை நோக்காமை, பெண்ணுரிமை, கள்ளுண்ணாமை, பொய்யாமை என மதிப்பீடுகளைப் போர்த்திக்கொண்டு திரிகிற மனிதனின் போர்வைகளை நீக்கி, சமகால வாழ்வில் அவை உடைந்து சிதிலமாகியிருப்பதை எள்ளலும் எகடாசியுமாய்த் தருவார் கடற்கரை.

அவர்களின் மொழி-எழுத்தாலோ, வாசிப்பாலோ ஆனதல்ல; எழுதி வைப்பது, மனனம் செய்வது அவர்களுக்குப் பிடித்தமில்லை. அது நாடக மேடைப் பழக்கம். நிகழ்ச்சிகளில் அவர்களின் நடமாட்டமே

மொழி. அந்த ஆட்டத்தில் அந்தப் பொழுதில் '' நீ ஒன்னு சொல்லு; நா ஒன்னு சொல்லு'' என விருவிருவென்று ஆட்டம் மேலே போய்க்கொண்டிருக்கும். அந்தந்த சூழ்நிலைமைக்குத் தக்கதாய் சொல்லேற்றிப் பேசுவது, பாடுவது சுயமாக வழங்குவார்கள். அனைத்தையும் பட்டுபட்டென்று போட்டு உடைப்பார்கள்.

தென்மாவட்டங்களை வசப்படுத்திய அந்தக் கலையின் வாத்தியார் 'விட்டி' மாதிரி வெடுக் வெடுக்கென்று அலைந்து கொண்டிருப்பார். ஒரு இடத்தில் கால் நிற்காது. கால் மனசின் இயக்கம்; மனசின் இயக்கமாய் உடல் இயங்கிக்கொண்டிருக்கும் என்பதின் வெளிப்பாடு. அடர்த்தியாய் கொப்பும்கிளையுமான பெருமரம் போன்ற கலைஞனுடன் பக்கவாட்டில் நடக்கிறேன் என்ற பிரமிப்புடன் நடந்தார் முத்துராக்கு.

பேசிக்கொண்டு நடக்கையில் நிறைய விசயங்களைத் திறந்திருந்தார் கடற்கரை.

1956-ல் அரியலூர் அருகேயுள்ள கல்லாற்றில் வெள்ளப் பெருக்காகி பாலம் உடைந்து தூத்துக்குடி ரயில் விபத்து நடந்தது. இஞ்சினும் முதல் ஏழு பெட்டிகளும் நட்டுக்க ஆற்றில் பாய்ந்தன. மொத்தம் 12 பெட்டிகள். எட்டாவது பெட்டி முறுகித் திருகி அந்தரத்தில் நின்றது. 250 பேர் மாண்டனர். இன்றைக்குப் போல் அன்றைக்கு முன்பதிவு இருக்கைகள் அதிகமில்லை. பெயர் கிடைக்காததால், இறந்து போனவர்கள் எண்ணிக்கைக் கணக்கு கிட்டவில்லை. காயமுற்றோர் 150.

ரயில் விபத்து நடந்தபேது, நடுவணரசின் ரயில்வே அமைச்சராக இருந்தவர் லால்பகதூர் சாஸ்திரி. கொடிய விபத்துக்குப் பொறுப்பேற்று அவர் பதவி விலகினார். அப்போது ரயில்வே துணை அமைச்சராக இருந்தவர், தமிழ்நாட்டைச் சேர்ந்த ஓ.வி. அழகேசன்.

விபத்து நடந்து முடிந்து அறுபது ஆண்டுகளைக் கடந்தபோதும்,

56-ல் நடந்த பயங்கரம்-அன்று சிறு வயதிலும் இளமையிலும் இருந்து-இன்று முதுமை எய்தி விட்டவர்களிடம் அகலாது நிலைத்திருக்கிறது.

தமிழ்நாட்டை உலுக்கிய இதேபோல் பல துயர சம்பவங்களை குறவன்-குறத்தியாட்டக் கலைஞர்கள், கதைப் பாடல்களாக பதிவு செய்து வைத்துள்ளனர்.

அரியலூர் ரயில் விபத்து, புயலடித்து ராமேஸ்வரம் பாம்பன் பால ரயில்விபத்து, தூத்துக்குடி டூரிங் டாக்கீஸ் தீவிபத்து, மன்னன் மணிக்குறவன் கதை, மதுரை ஆர்.வி.மில் போராட்டம், மதுரை சரஸ்வதி பள்ளிக்கூடம் இடிந்து விழுந்து மாணவிகள் மரணம் என்று சனங்களின் கதையை பாடிக் கொண்டிருந்தார்கள். சன்னம் சன்னமாய் அது குறைஞ்சி, சினிமாப் பாணி எடுப்பாகிக் கொண்டது. "இப்பக் காலத்துக்கு இதுதானே எடுபடுதுன்னு அப்படி வந்துட்டாங்க; இளசுகள் கொச்சையைத் தானே ரசிக்கிறார்கள்" என்று சமாதானப் பாட்டும் வந்தது.

தன்னைச் சூழ நடந்தன, நடக்கின்றன, நடக்கப் போவன எல்லாவற்றையும் உள்வாங்கிச் செரித்து சுயசிந்திப்பு என்னும் அகப்பையினால் பந்திக்கு வாரி வாரி வார்க்கிறார் கடற்கரை. எக்கண்டம், எகத்தாளம், எகடாசி எல்லாமும் கலந்த கலவை. தனக்குப் பக்கவாட்டில் வலப்பக்கமாகத்தான் அந்த பெருங்கலைஞன் வந்து கொண்டிருக்கிறார்.

"ஒரே காமெடி. எங்க ஆட்டத்துக்குப் போட்டியாயிருந்துச்சி" என்றார் கடற்கரை. கடற்கரையும் இளையராஜாவும் சேர்ந்து ஒரு பட்டிமன்றத்துக்குப் போய் வந்திருக்கிறார்கள். இளையராஜாவுடன் சேர்ந்து ஊடைக்கு ஊடை போய் வேற நிகழ்ச்சிகள் பார்த்துக் கொள்வது உண்டு. பிரபலமான பேச்சாளர்கள் பங்கேற்ற பட்டிமன்றம் பக்கத்து நகரில் நடந்தது. பேரு பட்டிமன்றமாம், அதிலயும் சிரிப்பு சிந்தனைப் பட்டிமன்றமாம்.

''சினிமாவும் சின்னத்திரையும் குடும்ப உறவுகளை சீர்படுத்துகிறதா? சீரழிக்கிறதா?'' -தலைப்பு .

''ஒரே காமெடி'' என்றார் கடற்கரை. ''எங்க ஆட்டத்துக்குப் போட்டியா இருந்தது. ஐம்பதாயிம் ரூபாயாம்''

''ஒருத்தருக்கா?''

''ஒரு குரூப்புக்கு. இப்ப குரூப் குரூப்பாத்தான போறாங்க. தலைவருக்கு 10 ஆயிரம், மிச்சத்தை புள்ளிக நாலு பேரோ, ஆறு பேரோ இவ்வளவுன்னு பங்கு போட்டுக்கிருவாங்க''

''சரிதேன்'' கேலியாகப் பார்த்தார் முத்து.

''கடற்கரை கூத்தையாவது ஒரு கணக்கில சேர்க்கலாம். இது அதைவிடக் கேவலமா இருந்தது. கடற்கரை பேச்சு இருபொருளா இருக்கும். பாக்குறவங்க அதைப் புரிஞ்சிக்கிட்டு சிரிப்பாங்க. அவங்க அவங்க அர்த்தப் படுத்திக்கிருவாங்க. ஆனா பட்டிமன்றப் பேச்சில ஒரு அர்த்தமும் இல்லே. படிக்கிறதும் இல்லே. படிச்சிட்டு வந்து பேசுறதுமில்லே. ஜீவானந்தம், குன்றக்குடி அடிகளார்ன்னு ஒரு தலைமுறை கண்ட பட்டிமன்றத்தையா இன்னைக்குப் பாக்குறோம்? பாக்க முடியுமா?'' என்று இளையராஜா புலம்பித் தீர்த்துவிட்டார். பட்டிமன்றத்தைச் சீரழிச்சுது யாருன்னு சில பெயர்களையும் சொன்னார். அது சில தமிழ்ப் பேராசிரியர்கள்னு தொடங்கி, லியோனி வரை தொட்டு நின்றது.

''எங்களப் பாத்து கூத்தடிக்காங்கன்னு சொல்லுவாங்க; இது அதை விடப் பெரிய கூத்தால்ல இருக்கு. நல்லா எடுபடுதேன்னு இப்ப நெறையப் பேரு இந்தத் தொழில்லே எறங்கிட்டாங்க'' சான்றிதழ் கொடுக்கிறார் கடற்கரை.

புளியங்குளம் என்ற ஊருக்கு ஆட்டம் நடத்தப் போயிருந்தார் கடற்கரை.அந்த வட்டாரத்தில் ஆதிக்க சாதிக்காரர்கள் அதிகம்; அவர் அதற்குக் கீழான பறையராம்.புளியங்குளத்தில் தெலுங்கு பேசும்

சக்கிலியர் இருக்கிறார்கள். இந்த மூன்று சனத்துக்கும் மேலே இடைநிலை சாதி, உயர் சாதி இருக்கின்றது. அதிகாரமுள்ள கூட்டம்.

முதல்நாள் ராத்திரி குறவன் - குறத்தியாட்டம். கடற்கரை சுருட்டி எடுத்துவிட்டார். வாத்தியாருக்கு ஈடுகொடுத்து ஆட்டக்காரர்களும் பின்னி எடுத்துவிட்டார்கள்.

மறுநாள் காலை கடற்கரையும் குழுவினரும் தேநீர் சாப்பிடப் போனார்கள். கடை உரிமையாளர் தன்னை மேல்சாதியாகக் கருதிக் கொண்டிருக்கும் இடைநிலை சாதிக்காரர். முந்திய நாள் கடற்கரை போட்ட ஆட்டத்தையெல்லாம் சிரிக்கச் சிரிக்கப் பார்த்து ரசித்தவர். தேநீர்க் கடையிலும் ஆட்டக்காரர்களைப் பார்ப்பதற்காக ஒரு கூட்டம் குமிந்திருந்தது.

கடைக்காரர், ''வா கடற்கரை, டீ குடி'' என்றார்.

''அதுக்குத் தானே வந்திருக்கோம்'' என்றார் கடற்கரை. தேநீர் சிரட்டையில் (கொட்டாங்கச்சி) ஊற்றிக் கொடுக்கப்பட்டது.

''ஏன் சிரட்டையில கொடுத்தாங்க. மத்தவங்களுக்கு மாதிரி டம்ளர்ல குடுங்கன்னு கேக்க வேண்டியது தானே'' முத்துராக்கு கேட்டார். கடற்கரை சொல்வார்;

''அவங்க சாப்பிட்ட டம்ளரில நாங்க சாப்பிட மாட்டோமில்ல''.

'அடிரா சக்கை' என்று ஆளைத் தோள்மேல் தூக்கிக் கொண்டாட வேண்டும் போல் இருந்தது.

''எங்களைப் புறக்கணிப்பதாக நினைக்கிறார்கள்; இல்லை, நாங்கள் அவர்களைப் புறக்கணிக்கிறோம்.'' அவர் பேச்சில் ஒண்டித்துக் கிடந்தது அந்த அர்த்தம்.

''நீ எங்களைத் தீண்டத் தகாதவன் என்று நினைக்கிறாய். நாங்கள் உன்னைத் தீண்டத்தகாதவன் என்கிறோம்.''

'' உன்னை வைத்துத் தான் நாங்கள் என்று நினைக்கிறாய்; இல்லை,

எங்களை வைத்துத் தான் நீ''

அவர்கள் கூந்தலில் பூச்சூடினால், நாங்கள் தாலியில் பூச்சூடுவோம். அவர்கள் ஆடு கோழி சாப்பிடுவார்கள். நாங்கள் சத்துள்ள மாடு சாப்பிடுவோம்.அவர்களுக்கு எதிர் நாங்கள்- இப்படி ஒவ்வொன்னாய் அர்த்தங்களை சோடித்துக் கொண்டே போகலாம் .

சிரட்டையில் தேநீர் கொடுத்த போது பட்டென்று கேட்க முடியாவிடினும், மனசுக்குள் சேகரமாகித் தகிக்கும் வெக்கை சமத்காரமாய் வார்த்தைகளாய் இப்போது வெளிப்பட்டு விட்டது.

மனசளவில் அவர்கள் வில்லேற்றிவிட்டார்கள். செயலளவில் வில்லெடுக்க நிறையநாள் ஆகப் போவதில்லை என யோசித்தார் முத்து.

27

சாமியாட்டம். பேயாட்டம், கள்ளுக்குடி ஆட்டம், மாமனார் மருமகன் உரையாடல் எல்லாவற்றிலும் இதனபதனமான வழிப்படுத்தல் ஓடிக்கொண்டிருக்கும். கடற்கரையை முன்வைத்து அவர் முகத்தெதிரிலேயே பலவகையாய் யோசித்துக் கொண்டிருக்கையில் ஒரு பெண்ணுரு தயங்கித் தயங்கி வருவது பார்வையில் பட்டது. அவள் தனம். தொலைவாய் நின்றபடி ''ஐயா''? என்றாள்.

''கொஞ்சம் இருங்க'' கடற்ரையையும் ஆட்டக்காரர்களையும், தாமசிக்கச் செய்துவிட்டு தனத்திடம் வந்தார்.

தனத்திடம் சிறு நடுக்கம் தென்பட்டது. வேறயாருக்கும் தெரிந்து விடக்கூடாது என்று உஷார்ப்படுத்தி அனுப்பியிருந்தார் அவளை அனுப்பியவர்.

''ஒங்களை அத்தை கொஞ்சம் வரச் சொன்னாங்க''

வடக்குத்தெரு முக்கில் பூவரச மரத்தடியைக் காட்டினாள்.

மதியம் 12 மணி; சாப்பாடு தயாராகிவிட்டது. சொல்லி அனுப்பி இருக்கலாம். அதற்கு மெனக்கிட்டு வரவேண்டுமா? நினைத்தவாறு பக்கத்தில் போனார்.

''நீங்க அண்ணன் கிட்ட கொஞ்சம் எடுத்துச் சொல்லனும்'' இங்கே

முட்புதரில் துணிமாட்டிக்கொண்டிருக்கிற கதை வந்திருக்கிறது.

சாப்பாடு தயார். வாத்திமார்கள், ஆட்டக்காரர்கள் ஒன்றாய் அல்ல, வாத்திமார்களுக்குத் தனியாகவும் ஆட்டக்காரர்களுக்குத் தனியாகவும் இலைபோட வேண்டும்; வாத்திமார்களுக்கு உள்ளே, ஆட்டக்காரர்கள் வெளித் தாழ்வாரத்தில். இதுதான் அண்ணன் சீத்தாராமின் திட்டம். ஊர்ப்பார்வைக்கு ஏற்கிற, விகற்பமில்லாத, வழக்கமான நடப்பு. ஆனால் மனச்சாட்சி கொண்டோருக்கு வெட்கக் கேடான விசயம். என்ன செய்யலாம் எதிர்த்துத் தெரிந்த இருமுகங்களையும் பார்த்தார்.

''நீங்க அண்ணன்கிட்ட பேசனும். நீங்க சொன்னாக் கேட்பார்''

இங்கே நீங்கள் என்று சொல்கிற வட்டத்துள் தலைமை ஆசிரியர் கனியும் வந்தார்.

''நீங்க என்ன சொல்றீங்க?''

முத்துராக்கு அந்தப் பெண்ணிடம் கேட்டிருக்க வேண்டியதில்லை. இரண்டுபேருக்கும் வீட்டுக்குள் வைத்துப் பரிமாற வேண்டுமென்பது அன்னக்கிளியின் திட்டம். அதைச் செய்ய இப்ப லாயக்கில்லை. ''இவங்களுக்குத் தனியாகவும் அவங்களுக்குத் தனியாகவும் போட்டிரும்மா'' என்று சொல்லிவிட்டார் சீத்தாராம். அண்ணனின் உள்மன அசைவு வெளிப்பட்டது.

அன்னக்கிளியின் முகம் கலவர ஆடை அணிந்திருந்தது. யாரோ எவரோ ஈராயிரம் ஆண்டுக்கு முன்பிருந்து செய்துவரும் பாவத்தின் தொடர்ச்சியான ஆடையை, இந்தப் பெண்ணின் முகத்துக்கும் போர்த்தியிருக்கிற விந்தை என்ன என்று மலைத்துப் போனார் முத்து.

''நீங்க ஏன் கலவரப்படுறீங்க, சரி போங்க'' என்றவர் தனத்திடம் ''அத்தையைக் கூட்டீட்டுப் போ'' என்று கடற்கரை இருந்த இடத்துக்குத் திரும்பினார். அவருடைய செயல்திட்டம் வேறொன்றாக இருந்தது. கடற்கரை உள்ளிட்ட ஆட்டக்குழுவினரை தலைமை ஆசிரியர் அப்துல் கனிக்கு முன்னால் நடக்கவைத்து, முதலில் வீட்டுக்குள்

கூட்டிப்போய் அவர்களை உட்காரவைத்து விடுவது. பிறகு பிரிவினை செய்யச் சாத்தியப்படாது; சீத்தாராம் என்ற மளிகை வியாபாரிக்கு பெரிய சிக்கலாகிப் போகும்.

தனத்துக்கு அளவு கடந்த நம்பிக்கை தன் வாத்தியார் மேல். அவர் கடவுள் மாதிரி. பிரச்சினை மலைப்பாறையின் கனத்துக்கு ஆனபோதும், வாத்தியார் அத்தாசமாய்த் தூக்கிப் போட்டுவிடுவார். தனம் பரவசப்பட்டாள்- வாத்தியார் கடவுள் எல்லாம் செய்வார்.

இப்போது அவளுக்கு கொண்டாட்டம் வந்துவிட்டது. யாரும் கேலி செய்யாமலிருந்தால் கையை ஊன்றிக் கரணம் அடித்தபடியே வீடு போய் அடைந்திருப்பாள். பதிலாய் அத்தையின் கையை இழுத்துக் கொண்டு 'போட்ஸாக' நடந்தாள் வீட்டுக்கு.

மரத்தடியிலிருந்து எழுந்து பக்கத்தில் வந்தார் கடற்கரை.

''அம்மணிமார் என்ன சொல்றாக''

முத்துராக்கு ஒளிவுமறைவு வைக்கவில்லை. வந்து சேர்ந்திருக்கும் வம்பு தும்பை நேரடியாகவே சொன்னார். தன்னுடைய திட்டத்தையும் விளக்கினார்.

களத்து மேட்டு தட்டுப்பந்தலின் கீழ் அமர்ந்திருந்த அப்துல் கனி உறுதி தந்தார். ''எங்கள நம்பி பிள்ளைகள அனுப்புங்க, நாங்க படிக்க வச்சிக் காட்டுறோம். நீங்க ஒரு வாக்குறுதி கொடுக்கணும். மாதாந்திர பெற்றோர் ஆசிரியர் சங்கக் கூட்டத்துக்கு தவறாம வருவோம்ன்னு''.

உறுதிமொழியைப் பெற்றபின்னர், மதிய உணவுக்குப் புறப் பட்டார்கள் கனியும் ஆசிரியர்களும்.

பரிமாற அன்னக்கிளி, தனம், ரங்கா, வடிவு.

கடற்கரை வரவில்லை. தனத்தின் வீட்டுக்கு முன் தாமசித்தார்கள். சீத்தாராம் இவர்களை உள்ளே இழுத்துப் போவதில் குறியாக இருந்தார்'' அவங்க வருவாங்க, நீங்க உள்ள போய் உக்காருங்க''

முத்துராக்கின் மனசு, அவரது இனிய நண்பர்களைத் தேடிக் கொண்டிருந்தது. தனத்தின் வீட்டு வாசலில் நின்று தெருமுக்கு வரை திரும்பித்திரும்பிப் பார்த்துக் கொண்டிருந்தார். சூரப்பனைக் கூப்பிட்டு அவர்களைக் கூட்டி வரும்படி தெரிவித்தார்.

"ஆட்டக்காரங்க இல்லை ஐயா. இப்பத்தான் ஒரு மணி பஸ் வந்தது. ஏறிட்டாங்க" சூரப்பன் மறு மொழி சொன்னபோது, மளிகை வியாபாரி ஆதாளி போட்டுக் கொண்டிருந்தார்.

"நண்டு கொளுத்தா, வளையில நிக்காது"

"கொளுப்பெடுத்த பசங்க, நம்ம கூப்பிடறமேன்னு கொஞ்சமாவது கருதிப் பாத்தாங்களா?".

ஆட்டக்காரர்கள் சாப்பிட வராததை அவருக்கு ஏற்பட்ட கௌரவக் குறைவாக, அவரை மதிக்காமல் நடந்ததாக கூப்பாடு போட்டார்.

"ஏன் வரலை" என கனி ஒரு கேள்வி கேட்டார். இன்னொரு ஊரில் நிகழ்ச்சி இருப்பதால் சீக்கிரம் புறப்படவேண்டியதானது என்ற பதில் கிடைத்தபோது "சாப்பிட்டுப் போயிருக்கலாமே" என்றார்.

முத்துராக்கு, தவசியப்பன், அன்னக்கிளி மூவரும் உறைந்து போயிருந்தார்கள்.

28

சிலகாலம் முந்திய ஒரு நிகழ்வு முத்துராக்கு நினைப்பில் நடந்தது. பேரா. அ. சீனிவாசராகவன் தூத்துக்குடி வ.உ.சி. கல்லூரி முதல்வர். அவர் ஆங்கில வகுப்பு நடத்துகையில் சொக்குப் பொடி பொட்டது போல் மாணவர்கள் மயங்கி இருப்பார்கள். தாகூரின் கவிதைகளை தமிழ் மொழியாக்கம் தந்தவர். வெள்ளைப்பறவை அவர் கவிதைத் தொகுப்பு. தொ.மு.சி. ரகுநாதன் நெல்லையிலிருந்து அவரைக் காண, அளவளாவிச் செல்ல வந்திருந்தார். தொ.மு.சி.யும் அசீராவும் (அ. சீனிவாசராகவன்) சுசீந்தரம் வரை போய் வரலாம் என்று முடிவு எடுத்தனர். அத்தனை கலைநெஞ்சங்களையும் அத்தாசமாய் தூக்கிப் தன்கீழ் போட்டுக் கொள்வது சுசீந்தரம் கோயிலின் சிற்பக்கலை. போய்ப்பார்த்து விட்டு இருவரும் சுசீந்தரத்திலிருந்து நடந்தே நாகர்கோவில் திரும்பினார்கள். நேரம் கடந்து விட்டது. திரும்பிப் போக, போக்குவரத்துக்கு வகையில்லை. இரவு நாகர்கோவிலிலுள்ள அசீராவின் உறவினர் வீட்டில் தங்கிப் போகலாம் என்றார் சீனிவாசராகவன். அந்த இல்லம் அசீராவுக்குச் சொந்தக்காரரான ஐயங்கார் வீடு.

''ஒன் கூட வந்தவர் என்ன வருணம்?'' ஐயங்கார் தேரிந்து கொள்வதில் குறியாய் இருந்தார்.

தொ.மு.சி. ரகுநாதன், பிராமணப் பிள்ளை போலத் தெரிவார். திருநெல்வேலி சைவப்பிள்ளைமாருக்கும் பிராமணர்களுக்கும் உருவம், நிறம், உள்க்கலாச்சாரத்தில் வெகு தொலைவு இல்லை. ஒன்னு போல அச்சடிச் மாதிரி தோணுவார்கள்.

அசீரா பொய்சொல்பவர் அல்ல. உண்மை விளம்பிவிட்டார்.

ஐயங்கார் சொன்னார் ''நீ வீட்டுக்குள்ள வா. உள்ள உனக்குச் சாப்பாடு. அவனுக்கு வெளித் தாழ்வாரத்தில்''. அசீரா போய்ச் சொன்னபோது தொ.மு.சி. ரகுநாதன் சாப்பாடு வேண்டாம் என மறுத்துவிட்டார். ஐயங்கார் சொன்னபடியே அசீரா உள்ளே போய் உட்கார்ந்து சாப்பிட்டு வந்து விட்டார்.

அடுத்தநாள் முக்கடல் சங்கமிக்கும் கன்னியாகுமரியைக் காணப் போயிருந்தார்கள். இலக்கிய உலா போன அவர்கள் இலக்கியம் தவிர்த்து வேறெதனையும் பேச்சில் தொடவில்லை. கன்னியாகுமரி அம்மனைத் தரிசித்து வரச் சென்றார்கள். அம்மனிடம் இருந்தவர் நம்பூதிரிப் பூசாரி. கேரளத்தின் அனைத்துக் கோயில்களிலும் பூசாரியாக (அர்ச்சகர்) இருப்பவர்கள் நம்பூதிரிப் பிராமணர்கள், திருவிதாங்கூர் சமஸ்தானத்தின் கீழ் ஒரு காலத்தில் இருந்த கன்னியாகுமரி அம்மனுக்கும் நம்பூதிரிப் பூசாரி.

கன்னியாகுமரி அம்மன் கோயிலின் நம்பூதிரிப் பூசாரி நாகப்பட்டிணம் ஐயங்காராகிய அசீரா-வின் கையில் பிரசாதம் வழங்காமல் எட்டி மேலிருந்து தூக்கி எறிந்தான். வெளியில் வந்தபின் ''இந்த நம்பூதிரிப் பிராமணன் செய்ததைப் பார்த்தீங்களா?'' அசீரா வேதனையுடன் கேட்டார்.

''நேற்று நீங்கள் எனக்குச் செய்தது, இன்று உங்களுக்கு வந்தது'' என்றார் தொ.மு.சி.

அந்தக் காட்சி கமலாபுரத்தில் தரிசனமானது. முதல்நாளில் தொ.மு.சி.க்கு; அடுத்தநாள் அசீராவுக்கு; 50 - வருடங்கள் கழித்து

புளியங்குளத்திலும் கமலாபுரத்திலும் கடற்கரைக்கு. வருடங்கள் ஓடலாம்; சாதிகள் கரைவதில்லை. சாதி மேட்டிமையின் புறக்கணிப்பின் வரலாறு கடற்கரை வரை விரட்டிக் கொண்டு போகிறது.

நேற்று புளியங்குளத்தில் நடந்தது இன்று கமலாபுரத்திற்கும் வந்திருக்கிறது. புதிதாய்த் தோன்றவில்லை. புளியங்குளத்திலிருந்த சாக்கடை கமலாபுரம் வந்தடைய இத்தனைகாலம் சென்றிருக்கிறது என்று கருதிக் கொள்ளக்கூடாது. சாக்கடை அங்கேயே வாழுகிறது.

கமலாபுரத்திலிருந்து வில்வநத்தத்துக்கு மேகஞ்சாய மிதிவண்டிகள் திரும்பியிருந்தன. கிராமம், அமைதியின் எல்லைக்கு நடந்து கொண்டிருந்தது. கெச்சட்டம் போட்ட பறவைக்கூட்டம் கூடடைந்து விட்டால் இருள்கட்டிவிடும். இன்று இருளில்லை, மின்விளக்குப் பிரவேசம் இருளைத் துரத்தியிருந்தது. காரவீடு, குடிசை எதுவானாலும் ஒவ்வொரு வீட்டிலும் தொலைக்காட்சிப் பெட்டி பேசிக்கொண்டிருந்தது. பேசப்பேச முன்னர் கிராமத்தில் வெளியிலிருந்த கருத்த இருளை இப்போது நிலைத்ததாக்கிக் கொண்டிருந்தது.

‘‘நிறைவா முடிஞ்சிருச்சி’’ மற்ற ஆசிரியர்களுக்கும் பெருமையாய்ச் சொல்லவிருந்தது. ‘‘இதுபோல மற்ற ஊர்கள்ள முயற்சி வரலையே’’ என்ற வருத்தமும் அவர்களுக்குள் பிறந்தது.

‘‘ஊரோட ஒக்கோட, நாமளும் அதோட’’ என்று எடுத்தேறி காலத்துக்கும் செய்யவேண்டிய காரியம் இது. இதை அன்னக்கிளி வட்டம் திருப்தியாய் செய்து தந்திருந்தது. கமலாபுரத்திலிருந்து புறப்பட்ட போது, தெருமுக்கு முனையில் அன்னக்கிளி, தனம் ரங்கா, வடிவு அவர்களை வழியனுப்ப நின்றார்கள். முத்துராக்கு சைக்கிளில் தாமசித்தார்.

‘‘இனிமேல் பட்டு எங்க ஊருக்கு வருவீகளா?’’

‘‘கமலாபுரம் என்ன அசலூரா?’’

‘‘நாங்க அசலூர் தான’’

அப்பெண்ணின் சொல்லில் உறைந்த அர்த்தம் பெரிதினும் பெரிது. முத்துராக்கின் உட்கிரகிப்பில் ஆயிரம் இறக்கைகளாய்ப் பிரிந்து அச்சொல் குளிர்ச்சி வீசியது.

''இல்ல'' என்றார் அழுத்தமாக.

சைக்கிளை மிதித்தார்.

மழைமேகக் கூட்ட அசைவை கர்ப்பஓட்டம் என்பார்கள். 'கெர்ப்போட்டம்' தெரிவது மழையின் அறிகுறி. இந்தப் பெண்ணுக்குள் ஓடுகிற கெர்ப்போட்டம் தன்மீது கவிய இருக்கும் மழைக்கு அறிகுறியா? மழையடிப்புக்கு முன்னான ஈரவாடையை உணரந்தார்.

சிறிது தூரம் போய் 'சக்' கென்று சைக்கிளை ஸ்டேண்ட் போட்டு நிறுத்திவிட்டுத் திரும்பி வந்தார்.

''இங்க இருந்து மூணு கி.மீ. தான் பச்சையாபுரம். அங்க அடுத்த ஞாயிற்றுக்கிழமை போறம். வர்றீகளா?'' அந்த அழைப்புக்காகக் காத்திருப்பவள் போல்,

''எல்லா ஊரும் எங்க ஊர்தான்'' என்கிறாள் அன்னக்கிளி. நாளைக்கு அங்க போய் மெனக்கெட நாங்கள் தயார் என்பதாக நின்றார்கள் நால்வர்.

''அங்கிருந்து நெறையப் பேரை வேன்ல ஏத்துறதாச் சொல்றாங்க''

''அதைப் போய் கலைச்சிரலாம் ஐயா'' மாணவர்கள் நெட்டுக்க நின்றார்கள்.

''அங்ஙன எங்களுக்குத் தெரிஞ்சவங்க ரொம்பப்பேரு'' என்று அந்தப் பெண்மனசு வெளிப்படையாய்த் தெரிவித்துவிட்டது.

''அப்ப நாளைக்கு நாலு கன்னிமாரும் எல்லா மாணவங்களும் வர்றீக''

கன்னிமார் என்ற சொல்மேல் அவருக்குப்பிரியம் போல. அவர்

சொன்னதுக்கு ரங்கா கேட்டாள்

"ஐயா, இப்ப விடுமுறை எதுக்கு விட்டிருக்காங்க எங்களுக்கு?"

புரியவில்லை முத்துக்கு.

"ஒங்களோட நாங்களும் சேவை செய்றதுக்காக."

வியந்து நோக்கினார்.

அன்னக்கிளியோட கண்கள் அவர் போன திக்கில் நின்றன. லேசாய் இமையோரத்தில் நீர்க்கசிவு.

"அன்னக்கிளியம்மா" என்றாள் தனம். அது என்ன கண்ணில என்பது போல கண்களைக் காட்டினாள். வேகமாய்க் கண்ணைத் துடைத்துக் கொண்டு ஒரு புன்னகை செய்த அத்தையை வியப்பாக ஏறிட்டாள்.

29

யசோதையும் தனஞ்செயனும் பதினொன்றாம் வகுப்புக்கு உயர்ந்திருந்தார்கள். பதினொன்றுக்கு வந்தபோது அவர்கள் பிரியமும் வலுப்பெற்றுவிட்டது. ஒரு நாள் ஒருபொழுதேனும் முகம் பார்க்காவிட்டால், இரண்டு உயிர்களுக்கும் கண்ணடையாது.

"இது வேணுமா?" யசோதை கேட்டாள்.

"என்ன" அறியும் ஆவலுடன் பார்த்தான் தனஞ்செயன்.

"ஒருத்தரை ஒருத்தர்? பாக்கிறது, பேசிக்கிறது, இதான்"

"திடீர்னு என்ன இப்ப" சிரித்தவாறு.

"என்னால இனிமே முடியாது, முதல்லயே யோசிச்சிருக்கனும், முதல்ல மூளை சுறுசுறுப்பா வேலை செஞ்சிருச்சி" என்றான்.

அவர்களின் பழக்கம் முதலில் புங்கை மரத்துக்குத் தெரிந்தது; புங்கை மரத்தடியில் அவர்களை விட்டு நகர்ந்துபோன சிநேகிதிகளுக்கு அடுத்து தெரிந்தது. பிறகு வகுப்பறை கண்டது. பின்னர் பள்ளி முழுவதுக்குமே தெரிந்து, பள்ளியிலிருந்து வீட்டுக்கு வீட்டிலிருந்து வீதிக்கு சென்றடைய நாள்க்கணக்கு கூட எடுக்காது. இது மாதிரி செய்திகள் தத்தித் தத்திச் செல்லாது, தாவித்தாவிப் பறக்கும். கால்களுள்ளதுதான் தத்தித்தத்திப் போகும். இது றெக்கைகள்

பா. செயப்பிரகாசம்

கொண்டது.

"அதான் பயம். வீட்டுக்குத் தெரிஞ்சுதுன்னா அய்யா படிப்பை நிறுத்திருவாரு"

யசோதை என்ற பெண் பயப்படுவதில் காரணம் இருக்கிறது. அதே நேரத்தில் இன்னொரு யசோதையும் அவளுக்குள் ஜீவித்துக் கொண்டிருக்கிறாள். எது வந்தாலும் எதிர்த்து நிமிர்ந்தடிக்கும் முறுக்கான யசோதை.

"ஓங்க அய்யாவுக்குத் தெரியுமா?" கேட்டாள் யசோதை.

"என் அப்பனுக்கா, அவருக்குத் தெரியாது".

"நீங்க சொல்லலையா?" சொல்வதில் என்ன தயக்கம் என யசோதைக்குப் புலப்படவில்லை. இப்படியொரு பெண் கிடைக்கிறாளே என எல்லாவகையிலும் சிந்தித்து பெருமைப்படலாம். தனஞ்செயன் அதிர்ச்சி உண்டாக்கியது. "தெரிஞ்சா, இதெல்லாம் ஒனக்குத் தேவையா, அவங்கயாரு நம்ம யாரும் பாரு".

"இப்ப தெரிஞ்சிரிச்சின்னா?"

"இப்பவும் அப்பன் அப்படித்தான் சொல்லும்"

"பாவம் ரங்கா" திடீரென ஏன் யசோதை பரிதாபம் கொள்கிறாள். அவனுக்கு எதுவும் பிடிபடாமல் போனது.

"நிஜமா ஒங்களுக்குத் தெரியாதா? பள்ளிக்கூடமே அந்தச் சேதியிலதான் நீச்சலடிச்சிக் கெடக்கு"

காலைச் சூரியனின் கீழ் வேம்பு நின்றது; பள்ளியின் முன்வாசலில் நின்ற இரு வேம்புகளின் கொப்புகளுக்கிடையில் ஒளி பாய்ந்து தரையைத் தொட பெரு முயற்சி செய்தது. அடிக்கொரு தரம் அதன் யத்தனம் முறியடிக்கப்பட்டு, கரணமடித்துக் கொண்டிருந்தது. தூரில் நீர் பாய்ச்சியடிப்பு. மேலிருந்து சூரிய ஒளி உதித்த இடத்தில் கடல் மேகங்கள் பரவியிருந்தன. சூரியனை மறைத்தும் விலகியும் கிழக்குக்

கடல்மேகங்கள் ‘பிடிபிடி’ விளையாட்டு ஆடின.

தலைமையாசிரியர் நீட்டிய கடிதத்தை ரங்காவும், அன்னக்கிளியும் கையில் ஏந்தி வாசித்தனர். அதிர்ச்சியில் விழிமிரள நின்றவளிடம் ‘‘இந்தப் பையனை ஒனக்குத் தெரியுமா?’’ கேட்டார் கனி.

‘‘என்ன ஸார்?’’ ரங்கா திடுக்கிட்டாள்.

‘‘கடிதம் அனுப்பின இந்த ஆள் யார்?’’

‘‘தெரியாது ஸார்’’

இன்று காலையில் முதல் ஆளாக அன்னக்கிளியும் ரங்காவும் போய் பள்ளிக்கூடக் கேட்டைத் திறந்தார்கள்; பிறகு தான் தலைமை ஆசிரியர் கனி, துணைத்தலைமை ஆசிரியர் ஜான் உள்ளே வந்தனர். இரவுக் காவலர் நின்றார்.

பெண் அவதூறு, பெண்சீண்டல் என பாலியல் விவகாரம் சம்பந்தமான செய்திக்கு ஓடும் கால்களோ, பறக்கும் றெக்கைகளோ அனாவசியம்; பேச வாயும் காற்றும் இருந்தால் போதும். ‘ஜம்’ மென்று காற்றில் வலம்போகும். இது எழுத்துச் சீண்டல் விசாரணை. இப்போது தலைமை, துணைத்தலைமை, அன்னக்கிளி, ரங்கா என நான்கு எண்ணம் ஆயிற்று, ஐந்தாம் பேருக்குத் தெரியாமல் முடித்து விடத்தான் வெள்ளென வரச் சொன்னார்.

ரங்கா வீட்டில் அம்மா மட்டும் உண்டு. இம்மாதிரி விசாரணை இடத்துக்கு வந்து போய்ப் பழக்கமில்லை. அன்னக்கிளி ஏத்துக் கொண்டு வந்தாள்.

செல்வி என்று போட்டுத்தான் எவனோ கடிதம் எழுதியிருந்தான். செல்வியாக இருப்பதுதான் கேடு. ரங்கா துடிப்பான, துணிவான பெண். அவளுக்கே இப்படியொரு அவக்கேடு என்றதும் பயம் லாவிச் சுருட்டியது. ‘‘எனக்கு மயக்கமா வருது அத்தை’’ என்று தோளில் சாய்ந்துவிட்டாள்.பயம்தான், வெறொன்றுமில்லை.

"ஒன்னுமில்லை, சும்மா இரு. இதுக்கெல்லாம் போய் அழுதுக்கிட்டு" ஆதரவாய் அணைத்துக் கொண்டாள்.

"மோகன்ராஜ் என்று போட்டிருக்கிறது; இந்தப் பள்ளிக்கூடத்தில் படிச்சவனா?"

இவள் ரங்கா எட்டாம் வகுப்பில் இருக்கையில் கனி தலைமையாசிரியராக வந்து சேர்ந்தவர். இந்தச் சிறுபெண் ஆறாம் வகுப்பிலிருந்து உயர்நிலைப்பள்ளிக் கல்வியில் சேர்ந்தவள். முன்னப் பின்னத் தெரிந்திருக்கும் என்ற கோணத்தில் மூலத்தை தோண்டி எடுக்க வேண்டியிருந்தது.

"இந்தப் பய எங்க ஊரைச் சேர்ந்தவன் ஐயா. அவன் நம்ம பள்ளிக்கூடத்துல படிக்கல. அவன் முத்துலாபுரம்னு வேற ஊர்ல எட்டாம் வகுப்புப் படிச்சான். எங்க ஊரு. அப்புறம் போலீஸ்ல சேந்துட்டான்."

அன்னக்கிளியின் விரிவான பதில் வந்தது. மோகன்ராஜ் போலீஸில் சேர்ந்தபிறகு அவனைப்பற்றிய எந்த மேல்விபரமும் இல்லை. இப்போது கடிதம் இருப்பைச் சொல்கிறது.

"இதுக்கும் எங்க பாப்பாவுக்கும் எந்தச் சம்பந்தமும் இல்லை ஐயா" அன்னக்கிளி தெரிவித்தாள்.

அப்துல் கனி ஆச்சரியமாய்ப் பார்த்தார். அவர் இங்கு வந்து இது நான்காவது வருடம். ஊரில், வீதியில், வட்டாரத்தில், பேருந்தில் பரவலாக இந்தச்சொல், 'பாப்பா' என்ற வார்த்தை காதில் விழுகிறது.

"பாப்பாவா?" என்றார் கனி.

அன்னக்கிளிக்கு ஒரு காட்சி பளிச்சென மேல் வந்தது. பக்கத்து கிராமம். ஒரு கி.மீ தொலைவிலுள்ள மேலக்கரந்தையிலிருந்து அறுபது வயதான தாத்தாவும், அவருடைய தங்கையும் இவர்களுடைய கடைக்கு மளிகைச் சாமான் வாங்கிப் போக வருவார்கள். இரண்டு

பள்ளிக்கூடம்

பேருக்கும் கல்யாணமாகவில்லை. ஒத்தப்பாரிகள். தன்னையொத்த வயதுள்ள தங்கையை அந்த வயசிலும், 'பாப்பா' என்று அழைத்தார் தாத்தா. விசேட நாட்களில் மளிகைச்சாமான் பட்டியல் எழுதிய பெரிய சிட்டையைக் கொடுத்து விட்டு, சரக்குப் போட்டு முடிக்கிற வரை எதிர்த் திண்ணையில் உட்கார்ந்து பேசிக் கொண்டிருப்பார்கள். "வேற ஏதாவது விட்டுப் போச்சா பாப்பா" என்று கேட்பார் அக்கறையுடன்.

"பாரு, அண்ணன் தங்கச்சின்னு சொல்ல ஏலுமா? எவ்வளோ பாசமா இருக்குறாங்க. இந்த வயசில கூட பாப்பா சொல்றாரு" அதிசயித்தார்கள்.

பழைய காட்சியில் லயித்து அன்னக்கிளி சிரித்துக்கொண்டே, "எத்தாந் தண்டிப் பொம்பிளையானாலும், இவ எனக்குப் பாப்பாதான். நாங்க அப்பிடித்தான் கூப்பிடுவோம்" என்றாள்.

அப்துல் கனிக்கு ஒரு உண்மை அறியப் பாக்கியிருந்தது. ஏன் இந்தக்கடிதம் பள்ளி முகவரிக்கு எழுதப்பட்டது?

"ஊருக்கு கடுதாசி வந்திருந்தா அந்த நாகதாரிப் பயலை நெளிசல் எடுத்திருப்போம்" என்கிறாள் அன்னக்கிளி.

"கொடுக்கிற கொடுல அவன் அந்தத் திசைக்கே தலைவச்சுப் படுக்கமாட்டான்."

எதிரில் இருந்த ஆசிரியர் ஜான் அசந்து போனார். தெளிவான பெண்ணுருவை எதிரே கண்டார்.

"சரிம்மா, நாங்க முடிச்சிக்கிறோம்" என்றார்கள்.

அன்னக்கிளி அவர்கள் பார்வையில் உயர்ந்திருந்தாள். 'கொஞ்ச நேரம் பேசினதிலய எவ்வளவோ தெரிஞ்சிக்கிட்டம்' என்று கருத்தாய் அவளைப் பார்த்தார்கள். 'வரச்சொல்லி அலப்பரை பண்ணிட்டம் போல' என்ற வருத்தம் கனியின் பேச்சில் வெளிப் பட்டது. "இனிமேப் பட்டு இப்படியான கடிதம் வந்தா, நாங்க கவனிச்சிக்கிறோம்"

உறுதிபடச் சொன்னார்கள்.

பள்ளிக்கூட வாசலுக்கு வந்ததும் ''நீ இங்கயே இரு. இன்னும் செத்தோடத்தில பிள்ளைக வந்திருவாங்க'' என்றாள். கைச்செலவுக்கு பணத்தைக் கொடுத்து ''பசியாறிக்கோ'' சொல்லிவிட்டு, விடுவிடுவென்று நடந்தாள். வந்ததும் போனதும் தெரியக் கூடாதென்று நடையை எட்டிப் போட்டாள்.

காலைப் பொழுது, பல உதயங்களுக்கு மூலமாகிவிடுகிறது. ஒரு குழந்தையாய் தாயின் மார்பைச் சப்புக்கொட்டி, கள்ளச் சிரிப்பு சிரிக்கிறது. மூன்று வயதுப் பாப்பாவாய் இரு கைகளையும் விரித்து, எழுப்பியவரையே தூக்கிக் கொள்ளச் செய்கிறது. கிராமமெனில் குப்பையால், சாணத்தால் நிரப்பி கூடையைக் கொட்டாரத்துக் கொண்டுபோக வைக்கிறது. மனிதப் பிறவிகளின் இயக்கத்தை ஒற்றைக் காலை தூண்டி விடுகிறது.

அந்தச் சிறு பெண், எந்த இயக்கமும் அற்று பள்ளிச் சுற்றுச் சுவருக்குள் சரிவாய் உட்கார்ந்து தனக்கு முன்னுள்ள உலகை வெறிக்கிறாள்; இந்த நேரத்தில் அவள் செய்ய ஏதுமில்லை. விசாரணையை நடத்த வந்திருந்த தலைமையாசிரியரும் ஜான் ஐயாவும் குளித்துச் சாப்பிட்டுத் திரும்ப வீட்டுக்குப் போயிருக்கிறார்கள்.

அவள் ஒற்றை ஆள்.

அட்டெண்டர் மாயாண்டி, செடி கொடிகளுக்குத் தண்ணீர் வார்த்துக் கொண்டிருக்கிறார்.

அவளை இம்புட்டுத் தொலைவு இழுத்துவந்து அலப்பரை பண்ணியவன் நேருக்கு நேர் வரவேண்டும்; வராமல் போகமாட்டான். ''வந்தே, அப்ப இருக்கு வேடிக்கை''. கனருதல், சுவருக்கு அண்டக் கொடுத்தபடி, அமர்ந்திருக்கும் சிறுமியை கோபாக்கினி கொண்ட மனுஷியாக்குகிறது.

30

ஒத்தை ஆளான முத்துராக்கு ரோட்டுக் கடைக்கு வழக்கமாக தேநீர் சாப்பிட வருவார். அந்தக் கடையில்தான் மாதப்பதிவு செய்து சாப்பாடு. துணைத் தலைமையாசிரியர் ஜான், உடற்பயிற்சி ஆசிரியர் வையவன், ரகுராம் உட்பட மாதப்பதிவு. கனிக்கு மட்டும் கடைக்கார ஆள் மூலமாக வீட்டுக்குப் போய்விடும்.

விடிந்து ரோட்டுக் கடைக்கு போய் தேநீர் குடிப்பது உதறிவிட முடியாத ஒரு காலைப் பழக்கமாய் ஒட்டிக் கொண்டிருந்தது. மனசின் நடமாட்டம், தன்னிச்சையாய் உடலின் நடமாட்டம் ஆகி விடுகிறது. காலைத் தேநீருக்கு காலாற நடந்து போகிற போது, மிதிவண்டி எடுத்துப் போகிறவர் அல்ல.

ரோட்டுக் கடையில் உட்கார்ந்து நாளிதழ் படித்துக் கொண்டிருந்தவர் தற்செயலாய் ஏறிட்டார். சாலையின் எதிர்ப்புறத்தில் ஒரு பெண்ணுருவம் அருவம் போல் நகர்ந்தது. நடந்தது என்று சொல்வது பிழை. நெட்டோட்டமாய் போய்க்கொண்டிருக்க, அரிச்சலாத் தெரிந்த அந்த உருவம் பார்த்தது போலிருக்கிறது என்று யோசிக்கையிலேயே தொலைவாய்ப் போய்விடடது.

சட்டென்று மூளையில் பிடிபட்டது. நாளிதழைப் போட்டுவிட்டு சாலையின் வலது பக்கமாய் எட்டுப் போட்டார். நடக்க நடக்கத் தொலையாது போலிருந்தது. அவ்வளவு வேகம் அப்பெண்ணுருவின் நடை.

சாலையின் குறுக்கே கடந்து வலது பக்கம் மந்தைப் புஞ்சையில் இறங்கியிருந்தது அந்த வடிவம். வண்டிப் பாதை சொந்தஊருக்கு இழுத்துச்செல்கிறது. அது நேரே கமலாபுரம் கொண்டுபோய்ச் சேர்க்கும். பாதை அங்கும் முற்றுப் பெறுவதில்லை. வேறவேற வேலை இருக்கிறது எனக்கு என்று சொல்லாமல் சொல்லி, நதியின் கிளை பிரிதல்கள் போல் இந்த வண்டிப் பாதை பிறகும் வேற வேற ஊர்களுக்கு ஓடுகிறது. பாதைகள் முடிவற்றவை. ஒருக்கால் முடிவடைந்தால் மலையில் முட்டி முடியும்; இல்லையென்றால் கடலில் இறங்கி அழியும். ஆனால் மலைக்கு அந்தப் பக்கமும் கடலுக்கு அப்பாலும் வெறொரு பாதை திறக்கும்.

பின்னால் யாரோ வரும் சத்தம் கேட்டது. கைதட்டிக் கூப்பிடும் ஓசை. லேசாய் கழுத்தை அசைத்து அன்னக்கிளி திரும்பி நோக்கினாள். ‘சக்’ கென்று நின்றாள். ‘‘நீங்க எங்க இப்பிடி?’’ அதிசயிப்பாய் பார்த்தாள்.

‘‘நா கேட்க வேண்டிய கேள்வி’’ வேகவேகமாய் எட்டுப் போட்டதால் மூச்சுவாங்கியது. சூரியன் ஏறியிராத இளம்பொழுதிலும் கழுத்தில் அரும்பு கட்டியிருந்தது.

‘‘இளைக்குது, இப்படியா?’’ அவளுக்குப் பரிதாபமாகத் தெரிந்தது.

கழுத்தில், நெற்றியில் வியர்வைத் துளிகள்; சீத்பூத்தென்று இளைக்கிற நீர் உடம்பு என்று தெரிந்து கொண்டாள். ‘‘குதிரையைக் காணோம்’’ என்றாள். உயரமான மிதிவண்டியில் நிமிர்ந்த நெஞ்சுடன் சவாரி செய்கிற குதிரை வீரனை அவள் கண்டிருக்கிறாள்.

இருபக்கமும் வளர்ந்த நாத்துக்காடு, உள்ளே போனால் கம்மம் புஞ்சை. உளுந்து, பூவாணி, தட்டாம்பயிறு, பயிர்பச்சைகளின் ஊடறுத்துப் போகும் வண்டிப்பாதையில் பேசியும் பேசாமலும் நடந்தார்கள். அன்னக்கிளிக்கு நின்று பேச நேரமில்லை. ஒவ்வொருவருக்குள்ளும் அவரவர் மனசு பயணம் போய்க் கொண்டிருந்தது. பல புஞ்சை தாண்டி பாதி தொலைவு வந்து

விட்டார்கள். வண்டிப் பாதை கால்வைக்கத் தோதில்லாதிருந்த இடத்தில் நடுவில் ஒற்றைத் தடம் ஊடறுத்துப் போயிற்று. ஒற்றைத் தடத்தில் நடந்தபோது உரசியது. எதிர் வேர்வை வாசனையை உணர்ந்தாள்.

சட்டென்று, பக்கத்தில் நடந்துவருகிற ஒரு நபரிடமிருந்து அந்த வார்த்தையை அவள் எதிர்பாக்கவில்லை.

''ஒங்களுக்கு எந்த மாதிரி வாழ்க்கை பிடிக்கும்?''

அன்னக்கிளிக்குள் பதில் தயாராக இருந்தது போல!

''மனதால் வாழுகிற வாழ்க்கை''

நின்று நிசமாவா என்பது போல் அந்த முகத்தைக் கூர்ந்து பார்த்தார். கண்களும் முகமும் உறுதி செய்தன.

''சரி போவம்'' என்றார்.

''எவ்வளவு தூரம் வருவீங்க?''

''இப்படியே முழுத் தூரமும்''

''எது வரைக்கு?''

இதெல்லாம் சொல்லனுமா என்பது போல் தெளிவாய் ஒரு புன்னகையை உதிர்த்தார். அவரது பார்வையின் உறுதியை தனக்குள் உள்வாங்கிக் கொண்டாள்.

''இப்ப இங்கன வரையிலும் போதும்''.

அவ்விடத்தில் நின்று, தொலைவாய் வந்து கொண்டிருக்கும் சிறு உருவங்களைக் காட்டுவாள். எதிரில் சின்ன உருவங்கள் நடையில் மிதந்து மிதந்து வருவது தெரிந்தது. தனம், வடிவு பள்ளிக்கு வந்து கொண்டிருக்கிறார்கள்.

இத்தனை நேரமும் கேட்க மறந்து போனார். இப்போது உணத்தி வர ''அடச் சே'' என்று கையை உதறினார். எதுக்காக வந்து போறீங்க

எனக் கேட்கத் தோன்றியது. வந்து போன விவகாரத்தை விளக்கியவுடன் "நம்ம ரெங்காவுக்கா" என்றார்.

வாத்தியாரையும் அத்தையையும் சேர்த்துப் பார்த்ததில் சிறு பிள்ளைகளுக்கு ஆச்சரியம்.

"இனிமே நீங்க" அன்னம் ஏறிட்டுப் பார்த்தாள்.

"இவங்களோட திரும்பறேன்" அவளுக்கு கைகாட்டினார் முத்து.

31

அன்னக்கிளி பறந்து வந்திருந்தாள். ''இவ்வளவு வெரைசலா வந்தாச்சு, எனக்கென்ன றெக்கை முளைச்சிருச்சா'' தன்னைத் தான் சந்தேகமாய் நோக்கினாள். அவர்கள் நின்று பிரிந்த இடம் வில்வநத்தத்துக்கும் கமலாபுரத்துக்கும் இடையில் நடுமையம். இடப்பக்கம் ஒன்றரை கி.மீ. வலப்பக்கம் ஒன்றரை. ஒரே தாவலில் வலப்பக்க ஒன்றரையைக் கடந்து வந்துவிட்டது போல் தோன்றியது.

வடக்கிருந்து வருவது வாடை; தெற்கிருந்து பேசுவது தென்றல்; கிழக்கிருந்து வீசுவது கொண்டல். மேற்கிருந்து சாடுவது கோடை. இந்தக் காற்று வகைகள் அல்ல அவளை நடத்தியது. இதயத்தின் அடியிலிருந்து எழுந்து பார்வைக்கும் நாக்குக்கும் இடையே ஊடாடும் பிரியத்தின் காற்று தன்னை ஆகாயத்தில் பறக்கச் செய்து ஊர் கொண்டுவந்து சேர்த்திருக்கிறது. அவளை அத்தாசமாய் தூக்கிக் கொண்டுவந்து கமலாபுரத்தில் சேர்த்த காற்று அது என அவளுக்குப் புரிந்தது.

மனம் லகுவாகிறபோது உடல் லேசாகிப் போகிறது. வண்டிப் பாதைக்கு இருபக்கமும் மலர்ந்திருந்த புஞ்சைத் தாவரங்கள் புதிய மொழிகொண்டு அவளை அழைத்தன. கால்களுக்கு கீழ் அமுந்திய 'பஞ்சுப் புல்' பாதங்களை ஏந்திக் கொடுத்தது. நடுவில் ஒற்றையடித்

தடம், ஒற்றையடித்தடத்துக்கும் வண்டிப் பாதைக்கும் மாறிமாறி கிறுக்குப் பிடித்தது போல் நடந்தாள்.

''கோட்டி பிடிச்சிருச்சா?''

எதிரே வந்தார்கள் தாம். ஏதோ கேட்டிருப்பார்கள் தாம். என்ன பதில் சொன்னாள் என்று கூட ஞாபகம் இல்லை மூதிக்கு.

வீட்டு முற்றத்தில் கால் வைத்ததும் வேறொரு காட்சி நின்றது. வீட்டோடு சேர்ந்து வலதுபுறம் மளிகைக்கடை.

''எங்க போன இவ்வளவு நேரம்?''

அண்ணன் சீத்தாராம் கோபமாய் இருந்தார். பதில் பேசாமல் உள்முற்றத்தில் தண்ணீர் எடுத்து கால்களில் கொட்டினாள். கை, முகம் கழுவி, முந்தானையால் முகம் துடைத்தபடி, ''என்னண்ணே'' என்று பாந்தத்துடன் கேட்டாள். மிகப் பெரிய காரியத்தை முடித்து வந்த நிம்மதி முகத்தில் முழுசாய் எழுதியிருந்தது.

''நா ஒத்தை ஆளாய்சூஇங்கசூகஷ்டப்பட்டுட்டுக் கெடக்கேன். நீ பாட்டுக்கு யாருக்கு வந்தவிதியோன்னு போய்ட்டா?'' கோபமாக இருந்தார் என்பதை அதட்டலான வார்த்தைமுனை தெளிவுபடுத்திற்று.

அன்னக்கிளி அவரருகே போய் நிதானமாய் போய்வந்த விபரத்தைச் சொன்னாள்.

அதன்பேரில் சீத்தாராம் சொன்னது ''தனக்குப் பெறகு தான் தான தருமம்; இங்கயே தன்னைக் கட்டித்தான் நடக்குது. பொதுச் சேவை செஞ்சிக்கிட்டே இருந்தா, பூவா- வுக்கு எங்க போறது.''

தனக்குண்டான வேலைகளை, வழிகளைப் பார்த்துவிட்டு, அதுதான் முதல். அதற்கப்பால் நேரமும் பிரியமும் இருந்தால் மற்றவருக்குச் செய்யலாம்; அப்புறம்தான் சேவை, தொண்டு என்பதெல்லாம்; அப்படிப் பார்த்தால் மனுச காரியம் எதுவும் ஒரு துளி கூட நடக்காது.

''அண்ணே, அவ நம்ம ரங்கா. வேற யாருக்கா போனேன்''

''யாரா இருந்தா என்ன?''

சற்று முன்னர் ''நம்ம ரெங்காவா'' என்று கேட்ட அந்தக் குரல் காதில் ஒலித்தது. ''யாரா இருந்தா என்ன?'' காதில் ஈயத்தைக் காய்ச்சி விட்டது மாதிரி குரல் வருகிறது. இரு மனசுகளுக்கு இடையே இருக்கிற தூரத்தை அன்னம் அளந்து பார்த்தாள். முன்னது மனிதத்தின் குரல், பின்னது வியாபாரியின் குரல். அண்ணனிடமிருந்து இந்த வார்த்தைகளை மனசறிய எதிர்பார்க்கவில்லை.

ஒவ்வொன்றாய்க் கண்டு வருகிறாள். அண்ணனின் வார்த்தை செயல் ஒவ்வொன்றிலும் ஒரு குயுக்தி தென்படுகிறது. அது தன்னைப் பற்றியெழுகிற கவலையினாலா, குடும்பத்தைக் கொண்டு செலுத்த ஏற்படும் நெருக்கடியினாலா எனப் புலப்படவில்லை. இருக்கலாம் இரண்டுமே என யோசித்தாள். உயர்நிலைப் பள்ளிக்கு தனத்தை அனுப்புவதற்கு ஒரு சண்டை; பெரிய சண்டை போட்டு சம்மதிக்க வைத்தாள். மூன்று நாள் சுற்றுலா போனார்கள் பள்ளியிலிருந்து கேரளாவுக்கு. கல்வித் துறை பாதிச்செலவு; கைச் செலவு பாதி. அனுப்பி வைத்தால் என்ன? அவர் வாயில் வந்தது இது, ''பொட்டைக் கழுதைக்கு எதுக்கு இதெல்லாம்?''.

மூன்று நாளும் தனம் தாரை தாரையாய் கண்ணீர் சொரித்து கொண்டு சுவரே கதியென ஆனாள்; அவள் வேற ஏதாவது முடிவுக்கு வந்து விடுவாளோ? அந்நாட்களில் கடையில் ஒரு கண்ணும், அவள் மேல் ஒரு கண்ணுமாய் அன்னக்கிளி நடமாடிக் கொண்டிருந்தாள்.

கடையில் யாராவது ஒருத்தர் நிற்க வேண்டும். ஊட ஊட வீட்டுக்குள் போய் நின்றாலும், சாமான் வாங்க வருவோரின் அழைப்புக்குரல் கேட்கும். ''கடைக்கார அய்யா இல்ல, கடைக்கார அம்மா தான்'' சிரித்தவாறு கடைக்குள் வருவாள் அன்னக்கிளி.

''ஓங்கிட்ட இந்த சிரிப்பு ஒன்னுதான் தாயீ! சிரிச்ச முகமாவே மயக்கீர்றே'' என்பார்கள் சாமான் வாங்க வருபவர்கள். பேச்சுபேச்சாக இருக்கிற போது சாமான் கொடுக்கிற கைவீச்சு தானாகவே நடந்து

கொண்டிருக்கும்.

பக்கத்திலுள்ள நகரான மணக்குடிக்கு சரக்குப் போட்டு வர அண்ணன் போய்விடுவார். அந்நேரங்களில் அன்னக்கிளியோ, மதினியோ கடையில் நிற்பார்கள். இப்போதும் அது நடந்தது. அண்ணன் மணக்குடி புறப்பட்டுப் போனார். இவள் கடைக்குள் ஏறியபோது உள்ளே நின்ற மதினி முணுமுணுப்புடன் வெளியே போனாள். நேரம் காலமின்னு இல்லாம ஒரு குமரு புறப்பட்டுப் போனது அவளுக்கு முணுமுணுப்பையும் அதே பொழுதில் சலிப்பையும் தந்தது. இதன் அர்த்தம் வேற என்பதை அன்னக்கிளி உணர்த்திருந்தாள். ''இப்படி ஊர்வழியே போய்க்கிட்டிருந்தா வெளங்குமா'' என்பது அதன்பொருள்.

அடுத்த வாரத்தை நினைத்துத் திடுக்கிட்டாள். அடுத்த வாரம் பச்சையாபுரம் போகவேண்டியிருக்கிறது. வாக்குக் கொடுத்துவிட்டாள். சண்டை போட வேண்டும் என்று முடிவெடுத்தாள். சண்டை போடாமல் ஒரு பிரச்சினையும் வாகுக்கு வராது.

''ஏதாவது ஏற்பாடு செய்திட்டு, எங்க வேண்ணாலும் போய்க்கோ''

மிஞ்சிப் போனால் இதைத் தான் சொல்வார்கள்.

32

''நல்ல முன்னேற்றத்துக்கு வந்திருச்சி''

''முன்னேற்றம்னா, ஒரு வகையிலயா''

வில்வநத்தம் மக்களின் நாவுகள் உச்சரித்தன.

''மாமுவுக்கு என்ன வயசிருக்கும்?''

''ஏற்பட்ட வயசுதான்''

''இல்லே, இன்னும் ரொம்பகாலம் இருக்கனுமில்லே'' நல்லவர்கள் எல்லாம் நெடுங்காலம் வாழ வேண்டுமென்பது அவர்கள் நம்பிக்கை.

மனசுக்குள் குலதெய்வத்தை வேண்டிக்கொண்டாள் அந்தத் தாய். குலதெய்வத் திசைநோக்கி மனசு மட்டுமல்ல, உடலும் திருப்பி நின்றாள்.

மக்களிடமிருந்து இந்த ''வாய்ப்பேச்சு'' கேட்க மூன்று வருடங்கள் காவு கொடுக்கப்பட்டிருக்கின்றன. இது அப்துல் கனிக்கும் அவரது ஆசிரியக் குழுவுக்கும் நான்காவது வருடம். ஒன்னொன்னா நூறா, ஒருமிக்க நூறா என்ற கணக்கில் சாதனைகள் அடுக்கடுக்காய் உயருகின்றன. 150 பிள்ளைகளோடு, உன்னைப் பிடி என்னைப் பிடி என்று தன்னக்கட்டி நடந்த உயர்நிலைப்பள்ளி இன்று 300 பிள்ளைகளாய்ப் பெருக்கம். ஆறுமுதல் 10 வகுப்பு வரை 5 வகுப்புக்கள் ஒவ்வொரு வகுப்பிலும் 'தக்கிமுக்கி பிள்ளைகளைத் தக்க

வைத்துக்கொண்டிருந்த காலம் கண் மறைவாகி , அந்த இடத்தில் இன்று நிறை கண்மாய் போல் கெத்து கெத்தென்று பிள்ளைகள்!

சுத்து வட்டாரத்தில் படிச்சா வில்வநத்தம் பள்ளியில படிக்கனும் என்கிற பிரபல்யம் வந்துவிட்டது. உயர்நிலைப் பள்ளியாய் இருந்ததை அரசு மேனிலைப் பள்ளியாய் ஆக்கிக் கொண்டு விட்டார்கள். சொந்த வாழ்வை அர்ப்பணம் கொடுத்து, பொது வாழ்வைப் பெரிதாக்கிக் காட்டுவது எவ்வளவு பெரிய விசயம்! ஆசிரியர் குழு ஒருமைப் பாடாய்ச் செய்தது.

கனி என்ற சூரியன் கல்வித்தேரை முன்செலுத்திப் போகிறார். கல்விக்கூடத்தில் கடமையாற்றும் சாரதிகள் அத்தனைபேரும் ஒருமைப்பட்டு இழுக்காமல் போயிருந்தால் தேர் இத்தனை வேகமாய் எல்லை சென்றடைந்திருக்காது.

கணித ஆசிரியர் ஜானுக்கு பாளையங்கோட்டை சொந்த ஊர். கையில் பிரம்போடுதான் பள்ளிக்கூடம் போவார். பிரம்போடுதான் ஜான் வீட்டுக்கு வருவதையும் கண்டிருக்கிறார்கள்.

''வாத்தியாரையா, வீட்டுக்குப் போகிற போதும் பிரம்போட போறீங்களே, யாரை அடிக்க?'' கேட்டுவிட்டாள் ஒரு அம்மா.

''அது சும்மா கைக்காவலுக்கு'' சிரித்தார்.

நினைச்சாலும் அவரால் வீட்டில போய் அடிக்க முடியாது. அவருடைய துணைவியார் பாளையங்கோட்டையில் ஆசிரியை. அம்மாவுடனிருக்கிற ஒரே மகன் சார்லஸ் பாளையங்கோட்டை சேவியர் கல்லூரி மாணவன். மனைவி மகன் என இருந்தும் குடும்பமில்லாத ஒத்தப்பாரி. மேலத்தெருவில் தனி வீடெடுத்துத் தங்கியிருக்கிறார்.

ஜான் ஐயாவுக்கு சிரித்த முகம். ரோஜாப்பூ நிறத்திலுள்ள ஈறு அழகாகத் தெரியும்; குளுச்சியான முகத்தைப் பெயர்த்து வைத்து

விட்டு, முரட்டு முகத் தோற்றதை உண்டுபண்ண முயற்சி செய்தது இருகாதுகளிலும் வளர்ந்துள்ள முடி. சிங்கத்தின் முடி போல் சிலிர்த்துக் கொண்டு நிற்கும். கைப் பிரம்பும் காது முடிகளும் அவருடைய மனத்தோற்றத்தை மாற்றியமைக்க முடியாது தோல்வி கண்டிருந்தன. அவைகளுக்கு ஒருக்காலத்திலும் அவரிடம் ஜெயிப்பு இல்லை என்றாகிவிட்டது.

கையில் பிரம்போடு எப்போதும் திரிவதால் சில பையன்களின் பெற்றோர் அவரை வேறமாதிரி நினைத்துக் கொண்டார்கள். வகுப்பறைக்கு வந்து நிற்பார்கள்; தம் பையனைப் பற்றி முறையிட அவர்களுக்கு நிறைய நிறைய ஆவலாதியுண்டு.

''ரொம்பக் கிருத்துருவம் பண்றான்யா. இவனை பெரம்பால உரிச்சுத் திருத்துங்கய்யா''

பாவம் வாத்தியாரய்யா. அவர்களின் முறையீட்டை நிறைவேற்ற ஏலாத பரிதாப நிலை.

பத்தாம் வகுப்பு அரசுத் தேர்வு; பிள்ளைகளுக்கு பயம் வந்தது. தேர்வு நெருங்கநெருங்க ஜன்னி வந்து விடும். ஆனால் கைவீசிக் கொண்டுபோய் 'ஜம்' மென்று உட்கார்ந்து, தேர்வை அத்தாசமாய் தூக்கி எறிகிற தைரியம் ஏற்பட்டதற்குக் காரணம் ஜான் ஐயா.

வெளி ஊர்களிலிருந்து வரப் போக பிள்ளைகளுக்கு நேரம் சரியாக இருந்தது. அதுவும் பெண்பிள்ளைகளுக்கு நடக்கச் செய்ய வெலவெலத்துப் போனது. பத்தாம் வகுப்பு அரசுத்தேர்வு நெருங்கிக் கொண்டிருந்தது. கமலாபுரத்திலிருந்து அன்னக்கிளி ஜான் ஆசிரியரைப் பார்க்கப் போனாள். வடிவின் அண்ணன் மாரப்பனும் துணையாகப் போனார்.

''நீங்க எதுக்கும்மா இவ்வளவு தொலைவு வந்தீங்க? மெனக்கெட்டு வரனுமா? பசங்ககிட்ட சொல்லி அனுப்பிருந்தா சரின்னு சொல்லிருப்பனே'' என்றார்.

‘‘பொம்பிளப் பிள்ளைகளால் மூன்று கி.மீ. தொலைவு நடந்து அலுத்துப் போகுது. ரொம்ப லம்பிப் போறாங்க. படிக்க முடியாமல் சொணங்கிச் சொணங்கிப் படுக்கிறாங்க. பத்திருபது நாள் ஒங்க பாதுகாப்பில இருந்து படிக்கட்டும். அவங்களே நல்லா சமைப்பாங்க; வேண்டிய பண்டபாத்திரம் மளிகைச் சாமானெல்லாம் நாங்க கொண்டு வந்து தர்றோம்’’

‘‘பேஷா செய்ங்க’’ என்றார் ஜான். ‘‘எம் பிள்ளைக மாதிரி. எம்பிள்ளைகள இட்டு, அவங்க கையில நானும் வீட்டுச் சாப்பாடு கண்டுக்கீருவனில்லே’’ என்றார்.

தனம், ரெங்கா, வடிவு என்ற மூன்று மாணவிகளது வீட்டாரும் ஆலோசித்து முடிவு செய்ய மூன்று நாட்கள் ஆகிவிட்டன. பேசினார்கள், பேசினார்கள், அப்படிப் பேசினார்கள். மளிகைக்கடை சீத்தாராம் அரை மனசோடவே இருந்தார் கடைசிவரை.

‘‘பொம்பளப் பிள்ளைகள தங்கவைக்கிற இடத்தில் பாதுகாப்பு செய்றது யாரு? ஆம்பிளன்னு ஒரு ஆள் வேண்டாமா, இப்ப தன்பாட்டுக்கு தானே படிப்பு ஓடிக்கொண்டிருக்கிறது. ’மேஞ்சி பிழைக்கிற கோழியை மூக்கறுத்து விட்ட மாதிரி’ இருக்கிற படிப்பிலயும் மண்ணள்ளிப் போடுறதா ஆகிறக் கூடாது’’ என்றார்.

அவரிடம் பேசி, பிடிசாதனையாய் இருந்து திடம் கொள்ள வைத்தது அன்னக்கிளி.

ஜான் வாத்தியாரை பெண்பிள்ளைகள் அறிவார்கள்; அவர்கள் சொல் மூலமாக அன்னக்கிளி அறிவாள். அன்னக்கிளி மற்றவர்களிடம் எடுத்துப் பேசினாள். ‘‘ஜான் ஐயாவை நம்பி நான் போறேன், என்னை நம்பி நீங்க வாங்க’’.

அடுத்த இரண்டு தினங்களில் சாமானெல்லாம் வண்டியில் வந்திறங்கியது. தனம், ரங்கா, வடிவு மூன்று பேருடைய தேர்வு முடியும் காலவரையான உடுப்பும் வந்து சேர்ந்தது. ஜான்வாத்தியார்

வீட்டில் தங்கி மூன்று பெண்களும் தேர்வுக்குத் தயாராகிக் கொண்டிருந்தார்கள் கேள்விப்பட்டு செங்குளம், தீத்தாரப்பட்டி, வெம்பூரிலிருந்து ஊருக்கு ரெண்டு என பெண்பிள்ளைகள் வந்து விட்டார்கள்.

''நல்லா தங்கிப் படிக்கட்டும், நா கவனிச்சிக்கிறேன்.'' பிள்ளைகளைச் சேர்த்துக் கொண்டு, பெற்றோர்களை அனுப்பிவிட்டார்.

இடையில் ஒருநாள் பார்த்துப் போகவந்தார் அப்துல்கனி. ''வார்டன் ஸார்'' என்றார் ஜான் வாத்தியாரைப் பார்த்து. ரோஜாப்பூ எளிறு தெரியச் சிரித்தார் ஜான்.

''ஒரு சின்ன ஹாஸ்டலே நடத்துறீங்க'' பாராட்டினார் தலைமையாசிரியர். அரசுப் பள்ளிகள் நடக்கிற ஊர்களில் வசிக்கிற வாத்திமார்களில் குறைந்த பட்சம் இரண்டு, மூன்று பேராவது இந்த மாதிரி செய்வார்களானால், கல்வி தவ்வாளி போட்டு வருமே கிராமத்துப் பிள்ளைகளுக்கு என்ற குறிப்பு கனி பேச்சில் வெளியாயிற்று.

கணித ஆசிரியரான ஜான் இயற்பியலும் கற்பித்தார். இவ்விரு பாடங்களையும் கற்பிப்பதில் சிரமப்படாமல் திறம்படக் கையாண்டார். வளமான ஆங்கிலப் புலமை; ஆங்கிலம், கணிதம், இயற்பியல் -நம்ம குழந்தைகளுக்கு இந்த மூன்றும்தான் பெரியமண்டையிடி என்பதை நினைத்து மருகிய அன்னக்கிளி ''அதுக்குத் தான் தலைவலித் தைலமாட்டம் இருக்காரே'' என மாற்றிச் சொன்னாள்.

அவர்கள் விட்டுச்சென்ற அடுத்த நாள் ஆபத்து வந்து நின்றது.

பாளையங்கோட்டை சேவியர் கல்லூரியில் படித்துக் கொண்டிருந்த சார்லஸ் வாட்ட சாட்டமானவன்; ஜான் வாத்தியாரை மிஞ்சும் திடகாத்திரமான உடல். தேகக் கட்டு. ஒரு சாடையில் ஆணழகன் போட்டிக்குப் போக சரியான நபர் என்று தோற்றியது. கல்லூரி விடுமுறை விட்டதும், உடனே பையை எடுத்துக்கொண்டு நேரில் அப்பாவிடம் புறப்பட்டு வந்து நின்றான். அவன் வருகை

ஜானுக்குத் தெரியாது. காலை ஒன்பது மணிக்கு எதிரில் வந்து நிற்கிறான். அந்த நேரம் பெண்பிள்ளைகள் அத்தனை பேரும் பள்ளிக்கூடம் போய்விட்டார்கள். பிள்ளையாண்டனைக் கண்டதும் ஜானுக்கு விருளியத்துப் போனது.

மகனுக்காக அவர் மேல்வாங்கிப் பேசவில்லை.

''கெளம்பு, கெளம்பு, நீ இருக்கத் தோதுப்படாது'' என்றார்.

மகனின் விழிகளில் அதிசயிப்பும், கேள்வியும் கோர்த்து வந்தன . சட்டென அப்பா சொன்னதில் அவனுக்கு என்னவோ போல் ஆகிப் போனது.

''இப்பவே வா''

''நாங்க எல்லாரும் பள்ளிக்கூடம் போறம்; நீ சாப்பிட்டுட்டு ஓய்வெடுக்கிறதுன்னா எடு. மதியச் சாப்பாட்டுக்கு மேல மூணு மணிக்கு பஸ் புறப்பட்டிரு''

''இன்னும் நாலு நாள்ல அம்மா வருவாங்கப்பா''

''அம்மாவுக்கு லீவு ஆரம்பமா? அம்மா வர்றபோது வரட்டும், நீ கிளம்பு''.

மகன் புறப்பட்டுப் போனானா என மதியம் வீட்டுக்கு வந்து பார்த்தார். கிளம்பிப் போயிருந்தான்.

55 வயது அவருக்கு: இன்னும் நடுத்தர வயதில் நிற்கிறார். தேடிச் சோறு நிதம்தின்று, நாடிப் பல கேடுகள் செய்து, நரைகூடிக் கிழப்பருவம் எய்தும் பிறவி என இல்லாத அவர் குணவாகு எல்லோரையும் அவரைத் தனதாக்கி விட்டது. 50-ஐத் தொடும் அவரை, வீட்டில் தாமசித்திருந்த பெண் பிள்ளைகள் ''அப்பா'' என்று அழைக்க ஆரம்பித்தார்கள். பெண்டிர் வாழ்விடத்தில் இளவட்ட நடமாட்டம் நேருசீராய் இருக்காது, ஏடாகூடமாய் ஏதும் ஆகும் என முன்னுணர்ந்து செயற்பட்ட அந்த அப்பாவை அவர்களுக்குப் பிடித்தது.

இந்தச் சேதி தலைமையாசிரியரின் செவிகளை எட்டியது: கொஞ்ச நேரம் அமைதியாக விழிமூடி அமர்ந்திருந்தார். பின் விழிதிறந்து ஒரு அறிக்கை எழுதினார். ஆசிரியர்களுக்கு மட்டும் என்றிருந்தது.

''ஞாயிறு காலை ஆசிரியர்கள் சுற்றுலா! மதுரை வேளாண் பல்கலைக்கழகம் செல்கிறோம்; பல்கலைக்கழகத்தைச் சுற்றிப் பார்த்து பின்னர் பல்கலைக்கழக விடுதியில் மதிய விருந்துண்டபின், இயற்கையைக் கொண்டாடும் வகையில் அழகர் மலையின் அழகை கண்டுகளிக்கப் போகிறோம். இயற்கையைக் கொண்டாடுவோம், ஜானைக் கொண்டாடுவோம்''

ஞாயிறு காலை பள்ளியில் ஒருவேன் நின்றிருந்தது.

33

"அவ நிக்கிற நேருக்கும் காலம்போகிற சீருக்கும் பொருத்தமாத் தெரியல"

"ஆமோ"

"அவ என்ன செய்வா, புத்தியைக் கடங் குடுத்திட்டா"

"நல்லா"

இப்படியான அலர், மெல்ல மெல்ல எழுந்து ஊரை மூடத் தொடங்குகிறது. தன்னைப் பார்க்கிற முகங்களிலிருந்து யசோதை அதை எடுத்துக் கொண்டாள். மற்ற முகங்கள் தன்னைப் பார்க்கிற வேளையில், இதை எண்ணித்தான் பார்வை வருகிறது போல என சம்சயமாக இருந்தது. அந்த மற்ற முகங்களிலிருந்தும் தன்னை விலக்கிக் கொண்டாள்.

இதுபோல் ஒருத்தரை ஒருத்தர் நினைத்துக்கொள்வது என்கிற காதலின் நடமாட்ட தளம் ஆபத்தானது. அவன் என்ன சாதி, நம்ம என்ன சாதி என்ற பேச்சு முதல் வெளிப்பாடு. இவள் மெய்மறந்து நிகால் பிடிபடாமல் நிற்பதே இந்த வினை உண்டாகப் போதுமானதாயுள்ளது. இவளோட மெய்மறந்த நிலை அக்கு அக்காய்ப் பிரித்து அர்த்தம் எடுக்க ஊருக்குக் கிடைத்த வரம்;

கிராமத்தின் வாய்கள் சும்மா இல்லை. சிவனேன்னு இருக்கத் தோணாத நாக்குகள் மென்று துப்புகின்றன. வேலையற்று வெட்டியாக உட்கார்ந்திருக்கும் நாக்குக்கு ஒரு சேதியை ஒன்பதாகக் கட்டிஎடுத்து அடுக்குவது ஒரு நல்ல வேலை; நயம்பட அலர் பேசும் நாக்கும் ஒரு தீத்துப் பலகை. அது ஓரிடத்துத்தான் வழமையாய் இருந்து வளருமென்பதில்லை. அது ஒரு மரத்துப் பறவையன்று. புதுசாய்ச் சேதி அறிய முண்டும் மனுச மனமெல்லாவற்றிலும் கெச்சட்டம் போடும்.

யசோதையின் நடமாட்டம் சாட்சி மாதிரித்தான் ஆகிப்போயிற்று. இன்னதுதான் மனசுக்குள் நடக்கிறது என தீர்மானம் செய்யமுடியாத நிலை. நிகால் பிடிபடாமல் அப்படியே வாசலில் உட்கார்ந்திருந்தாள். கடைக்குப் போய் சாமான் வாங்கிவந்த பெத்தக்கா, இந்தப் பெண் இருந்த கோலத்தைப் போகிற போதும் பார்த்தாள். திரும்புகிற வேளையிலும் கண்டாள். ''சரி பாப்பம்'' என்று அவளும் நிற்கிறாள். அந்த நேரத்தில் இரண்டு பேர் உள்ளே போய் எதையாவது எடுத்துப் போட்டுக்கொண்டு போனாலும் கேட்பாரில்லை. சட்டென்று விழித்துக் கொண்ட யசோதை ''அக்கா, எப்பக்கா வந்தே'' என்று அதிர்ச்சியடைந்து கேட்டாள்.

''நேத்தே வந்தாச்சு. ஒன்னையத்தான் ஆளக் காணோம்.நல்லா இருக்கு. ஓம் புத்தி எந்தத் திசையில இருக்கு?'' பெத்தக்கா கேட்டாள்.

''ஐயோ, அக்கா, நா ஒருத்தி'' சலித்துக் கொண்டாள்.

''என்னக்கா, வேணும், உக்காருங்க செத்த'' என்றாள். பெத்தக்கா உட்காரவில்லை. யசோதை பக்கமாய் வந்து மெல்லச் சொன்னாள்.

''பாத்து, இந்த விசயத்தில சூதானமா இருக்கனும்''.

எல்லாவற்றுக்குமாய்ச் சேர்த்துச் சொல்லிவிட்டுப் போனாள்.

பிரியம் ஊற்றெடுக்க காலவாகு, இடவாகு எதுவும் தேவையில்லை. பதின்ம வயதைத் தொட்டுவிட்ட ஒவ்வொரு உயிரிக்குள்ளும் பிரியம்

சொல்லாமல் கொள்ளாமல் ஊற்றுக் கொள்ளத் தொடங்கிவிடுகிறது. போ என்றாலும் போவதில்லை; ஆறு என்றாலும் ஆறுவதில்லை. பிரியத்தின் வெள்ளம் பெருக்கெடுக்க "நீர்வழிப்படும் புணைபோல்" அவள் ஓடுகிறாள். நானா ஓடுறேன்; அது தானாகவே கூட்டிப் போகிறது என்கிறாள். இது எப்படி ஊற்றெடுத்தது, ஊற்றுக்கால் எது, சாத்தியப்படுமா படாதா எனவெல்லாம் ஆராய அந்த நேர மனசு தயாரில்லை. அப்படி சிந்திக்கிற சுதந்திர மனதைப் பருவவயது கொடுப்பதில்லை.

அவளை சக்கென்று நிற்க வைக்கிற , பயமுறுத்துகிற ஒரு பேய் சாதி. யோசிக்க , யோசிக்க அது பயத்தின் பல திசைகளுக்கும் நடத்திப் போகிறது.

அய்யாவுக்கு யசோதை மேல் கூடுதல் பாசம். பால்குடியில் இருக்கிற போதே தாயின் முகத்தை காணமுடியாமல் ஆகிப் போனவள். தாயின் இடத்தை அண்ணனாய், அப்பாவாய், அம்மாவாய் தன் இரு செட்டைகளுக்குக் கீழ் பூர்த்திசெய்து சீராய்க் கொண்டு போனார். இந்தப் பாசம் இன்று அவளுடைய சுதந்திரமான கால்களுக்குத் தளை கயிறாய் இடறுகிறது. தெல்லுக் காயை 'சரக் சரக்'கென்று தரையில் நாலு இழுஇழுத்து தோல்மீது வைத்தால், சூட்டால் தோல் தீய்ந்து போய்விடும்; காதலின் சூடு தாங்கக் கூடாமல் பிரியத்தின் தோல் கருகுகிறது. நிஜமாகவே நிணம் கருகும் நாற்றத்திலிருந்து வெளியேற விரும்புகிறாள். மகள் மாதிரி முந்தானையைப் பிடித்தவாறு அலையும் தங்கை துளசி சந்தேகமே வேண்டாம் - அவள் எந்த நிலையிலும் அக்காவுக்காகவே இருக்கிறாள்; இத்தனை ஆதாரங்களையும் ஒதுக்கிவிட்டு "அடிகொப்பும் வேண்டாம்; பிடிகொப்பும் வேண்டாம்" என வெளியேறுகிற வேளை சாதாரணமாய் இருக்காது. வேண்டாமென வீசியெறிந்து, புதிய ஆதாரம் தேடிப் புறப்படப் போகப் போகிற காலம் வெகுதூரத்தில் இருக்கிறது. வெகுதூரத்திலிருக்கிற காலத்தை இந்த நிமிடம் நினைத்துப் பார்க்கையில் நடுங்குகிறது.

ராவுபகலாய் பொழுதாபொழுதன்னைக்கும் இந்தச் சிந்தனைக்குள் மூழ்கி மூழ்கிக் கழிகிறது.

34

பருத்திக்காடு அழைத்தது ; கிடைபோட்டு உரம் அடித்து மழை செழிக்கப் பெய்த பருத்திச்செடி வளர்த்தி கையில் பிடிக்க முடியாதிருந்தது. வடகாட்டுப் புஞ்சையில் ஒவ்வொரு செடியும் தோளுயரம். யசோதை காட்டுக்குள் நுழைந்த வேளையில் நெருக்கமான தோழிகளைப்போல் தோளுரசிக் கூப்பிட்டன. காடு இருந்த மோட்டிப்புக்கு சுளை வெடிப்பு இல்லை.

இன்றைக்கு அவன் வருவான் என்று அவளுடைய உள்ளுணர்வு குறி சொல்லிக் கொண்டிருந்தது. முழுப்பரீட்சை விடுமுறை. நீண்டநாள் விடுமுறை என்பதால் இடையில் ஒருதரம் அவனைக் காண நினைத்தாள். காலையில் அவள் வீட்டுப்பக்கம் லாந்திக் கொண்டு போனான். லாந்துகையில் பார்வை வீட்டுக்குள் விழுந்தது. நடுக்கூடத்தில் அமர்ந்து வட்டிலில் பழையசோறைப் பிழிந்து வாய்க்குக் கொண்டுபோனவள் அவனைக் கண்டுகொண்டாள்.

இதுமாதிரி பெரிய விடுப்பு என்றால் எப்போதும்வென்றான் ஊரில் அவனுக்கு அக்கா இருக்கிறாள். புறப்பட்டுப் போய்விடுவான். போவதுக்கு முன்னால் அவன் முகத்தைக் கண்டுகொள்ள வேண்டும்.

அய்யா காலை ஏழுமணிக்குப் புறப்பட்டு மணகுடி போனார்.

டி.வி. எஸ் 50- ல் ஒரு 'தாட்டுப்' பருத்தியை அப்படியே பஞ்சாலைக்கு கொண்டுபோக ஏலாது. ஒரு குவிண்டால் நிறையுள்ள ஒரு 'தாட்டுப்' பருத்தியையும் அரிசி மூட்டை அளவுக்கு இரண்டாகப் பிரித்து மூட்டையாகக் கட்டி, ஒன்றுக்கு மேல் ஒன்று அடுக்கி ஐந்து கி.மீ. தொலைவிலுள்ள பஞ்சாலைக்குக் கொண்டு போனார். பருத்தி கொண்டு போகிற விவசாயிகளுக்குக் கண்ணடையாது போல. காலை ஆறுமணிக்கு அவனவன் வந்து வரிசை போட்டு விடுகிறான். எவ்வளவு பெரிசாய் நெட்டைக்கால் வைத்துப் போனாலும் இந்த நொர நாட்டியம்தான் என்பதை பொன்னையா அறிந்திருந்தார். பஞ்சாலைக்குப் போய்ப் பருத்தி மூட்டைகளை நிலுவை போட்டு விட்டு உடன் வீடு திரும்பிடல் நடக்காது. மிசினில் போட்டு பஞ்சு வேறு கொட்டை வேறாய்ப் பிரித்து தனித்தனியாய் தள்ளும் வரை காத்திருக்கவேண்டும்.

விளைச்சலான பருத்தியெனில் பருத்திக்கொட்டைகள் தரம் காட்டும்; மிஷினில் தொலிக்கப்படுகையில் வேப்பமுத்து தண்டிக்கு உருட்டாய் உருட்டாய் கொட்டை வெளிப்படும்போது, சுவையுள்ள பலகாரம் வாயில்போட்டதும் கரைந்து தொண்டைக்குழியில் நழுவுதல் போல் கீழுள்ள சாக்குப்பையில் போய்ச் சேரும். சொத்தைப் பருத்தி என்றால் அரவைப் 'பெல்ட்டில்' விதை உருளாது. தகடு வைத்து தள்ளிச் சேர்க்க வேண்டும். தாய்ப்பருத்தியின் விலையை கொட்டையின் தரம் தீர்மானிக்கிறது. விலை நிர்ணயமாகி வீட்டுக்கு சாமான்கள் வாங்கிக் கொண்டு அய்யா திரும்புகிறபோது மதியப் பள்ளிக்கூட மணியடித்து விடுவார்கள்.

வீட்டைப் பூட்டி சாவியை பக்கத்து வீட்டுப் பெரியம்மாவிடம் கொடுத்துவிட்டு காட்டுக்குக் கிளம்பிப் போனாள் யசோதா.

காலை நேரத்தில் பருத்திக்காட்டுக்கு வந்திருந்தது மினுமினுக்கும் இரவு வானம். விண்மீன்கள்போல், அங்கொன்றும் இங்கொன்றுமாய் வெள்ளைச் சிரிப்பால் பருத்திச் சுளைகள் கூப்பிட்டன. பிரியமாக உள்ளே நுழைந்தாள் யசோதை. அப்படி அப்படியே பருத்திச் செடி

வடமுனைக்கு அழைத்துச் சென்றன. வடமேற்கு மூலையில் நிற்கிறது வேம்பு. வேம்பின் கீழ் ஒதுங்கினால் நீர்மையாயிருந்தது.

சுற்று முற்றும் பார்த்தாள். மேலெழுந்திருந்த வெள்ளை வெயில் காடெங்கும் விரித்திருந்தது. அவன் முன் உட்கார்ந்தாள். வளர்ந்து கொழுத்த செடிகள் அவர்களைத் தெரியவிடாமல் காத்தன. சேலை மடிப்பில் சுருட்டி வைத்துக் கொண்டுவந்திருந்த சேவு, அவனுடைய கை குவிப்பில் கொட்டியது.

''நீங்க போயிருங்க'' என்றாள். சட்டென்று உட்கார்ந்ததும், உட்காராததுமாய்.

அவள் சொல்லில் பதட்டம் .

''அங்ஙன பள்ளிக்கூடத்தில இந்தப் படபடப்பு காணலை. தினமும் அங்க சந்திக்கிறோம்''

''அது பழகுன இடம். அங்க எல்லோருக்கும் அது உண்டுதான ''

யசோதை சொன்ன சொல்லின் உள் அர்த்தம் புரிகிறது. பள்ளிக்குள் சகசமாகிவிட்ட பார்வைகளும் சொல்பரிமாறல்களும் வெளியுலகுக்கு வந்ததும் உள்மடங்கிப் போய்விடுகின்றன. சுற்றுச் சுவருக்கு வெளியில் அந்தப் பிரியத்தை அஸ்தமனமாக்கி விடுகிறார்கள்.

''அதுக்காக ஒருத்தரை ஒருத்தர் எங்கயாவது பாக்காம இருக்காங்களா?'' அவன் கேட்டான். சக மாணவச் செல்வங்களை மனசில் நிறுத்தியே அவன் அவ்வாறு சொன்னது.

''ஒருத்தர ஒருத்தர் நினைச்சிக்கிறது சரி. இடப்பொருத்தமும் காலப்பொருத்தமும் இருக்கா இல்லையா?என்னமோ ஒங்களப் பாக்கனும்னு போல இருந்தது, அதான்'' என்றாள்.

சின்னச்சின்ன வார்த்தைகளில் அவளின் கன்ன மேடுகளில் வழியும் சிணுக்கட்டத்தைத் தரிசித்துக் கொண்டிருந்தான். பொழுது

கபளீகரமாகிக் கொண்டிருந்தது. இளமதியமாயிருந்தாலும் காற்றில்லா வெக்கரிப்பு; வேம்பின் நீர்மை அந்நேரத்தில் வேண்டியிருக்கவில்லை. இரு ஜீவன்களின் அருகாமை மேலதிகமான நீர்மையை வழங்கியது. இளமதியம் தொட்டது.

இனிமையான தருணத்தை தேடித்தேடித்தான் அடைய வேண்டும்; இனியதருணங்கள் சொடக்குப் போட்டுக் கூப்பிட்டதும் தானாக எதிரில் வந்து நிற்பதில்லை; சொடக்குப் போடுவதற்குள்ளேயே இனிமையான தருணம் முடிந்து போய்விடுகிறது. காலத்தைக் கட்டிப்போடும் கலை இதுகாலம் வரை காதலர் எவருக்கும் கைவராமல் போயுள்ளது.

"ஒருத்தரை ஒருத்தர் நினைச்சிக்கீறோம். நினைச்சிக்கீறது என்ன அவ்வளவு ஈஸியா?" என்கிறாள் யசோதை.

அவன் புரியாமல் விழித்தான்; ஏறிட்டுப் பார்த்தான்.

"எதிர்காலம் தலைமேல பாறையாட்டம் நிக்குது" அவளுடைய விழிகள் எதிர்காலத்துள் குவிந்திருந்தன. எதையோ தேடிக் கண்டெடுக்க முடியாமல் களைத்துப் போயிருந்தன.

அய்யா இந்தனை சீக்கரம் திரும்பிவருவார் என நினைத்துக்கூடப் பார்க்கவில்லை. பக்கத்து வீட்டிலிருந்து சாவியும் சேதியும் கைமாறிய பின் அவளைப் பற்றிய நினைப்பிலேயே தொடர்ந்தார். ஒத்தை ஆளாய் பருத்திக்காட்டுக்குப் போக வேண்டிய அவசியம் பருவப்பெண்ணுக்கு என்ன என்று கேள்வியுடன் வந்திருக்கவேண்டும். எந்தப் பெற்றோரின் கவலையும் ஆண்மகவை இந்த அளவு பின்தொடர்வதில்லை. பூப்பெய்திய பின்னர் பெண்ணுக்குள் உடல் வளர்ச்சியுடனாகவே வேறவேறநினைப்புகளும் வெடிக்கும் என்றுபெற்றவர்களுக்குத் தெரியும்.

பருத்திக் காட்டில் தலை தென்படவில்லை. பருத்தி எடுப்புப் போல் நிரை நிரையாய் முன்னேறிப் போனார் பொன்னையா. வேம்பு தென்பட்டது.

நெடுநெடுவென வளர்ந்த பச்சைப் பருத்திசெடியின் நீண்ட விளார் முறித்து எடுத்து வீசுகிறார். பருத்திமார் ‘விஷ் விஷ்’ என்று சத்தம் கொடுக்கிறது.

‘‘உறுமிக்காரப் பயலுக்கு என்னடா இந்தக் காரியம்’’ தெலுகிலேயே வசவு நோங்கினார்.

‘‘வேண்டாம் ஸார், வேண்டாம் ஸார்’’ அவன் தெலுகிலே கத்தியபடி ஓடுகிறான்.

‘‘ஸார் போடுதாடா ஒனக்கு’’ அடி சவட்டி எடுத்தார்.

‘‘சாமீ, முதலாளி’’ வட்டாரத்தில் இந்தப் பேரால்தான் அழைக்க வேண்டும். இதெல்லாம் கீழானவர்களிடமிருந்து அவர்கள் எதிர்பார்க்கிற வார்த்தை.

எடாத எடுப்பு எடுத்தா இதெல்லாம்தான் கிடைக்கும் என்று பருத்தி விளாரால் விளாசித் தள்ளுகிறார்.

‘‘டே நில்லுடா, நில்லுடா’’ என்று சத்தம் கொடுத்து விரட்டிக் கொண்டே ஓடுகிறார். ‘‘உறுமிக்காரப் பயலுக்கு வங்கணம் (தொடுப்பு) கேக்குதாடா?’’ பொன்னையாவின் கொச்சை வசவு காடெல்லாம் தாவுகிறது.

ஊரையும் மந்தைப் புஞ்சையையும் வகிர்ந்து ஓடும் ஓடையை தனஞ்செயன் பாய்ந்து தாவிக் கடந்தான். அவரால் வேகம் கொண்டு கடக்க முடியவில்லை. மூச்சு இரைக்க எச்சி, இளைச்சி ஓடைக்கரையில் நிற்கிறார்.

சட்டை கிழிந்து வேட்டி உருவப்பட்டு முண்டக் கட்டையாய் ஓடிவரும் இளவட்டத்தை முடிதிருத்தும் தொழிலாளி பாலையா கண்டுகொண்டார். சவரத் தொழிலாளியான பாலையாவின் வீடு கிழக்கு முகணை வீடு

‘‘அப்புச்சி, என்ன இப்படி வர்றீங்க?’’ பதறிப்போன பாலையா இழுத்து வீட்டினுள்ளே தள்ளினார். ஒரு துண்டைக் கொடுத்து கட்டிக் கொள்ளச் செய்தார்.

குக்கிப் போய் உட்கார்ந்திருந்தான்; உடல் நடுக்கமெடுத்தது. பருத்திமார் உண்டாக்கிய பச்சைக்காயங்கள் இரத்தக் கசிவுடன் வார்வாராய்த் தெரிந்தன.

பாலையா சாதாரணமாய் வெளியில் வருவது போல் வந்து பார்த்தார். ஊரின் இன்னொரு முகணையில் கையில் இறுக்கிப்பிடித்த பருத்திவிளாருடன் ஒரு உருவம் தென்பட்டது. கண்ணில் காணோம் என்ற நினைப்புடன் அது ஊருக்குள் திரும்பியதைக் கண்டார்.

இனம் இனத்தோடு சேரும்; வேற யார்தான் செய்வார்கள் என்ற யோசிப்பில் காரியங்கள் செய்து கொண்டிருந்தார். இருட்டு கவிந்ததும் போர்வையால் முழுதும் மறைத்து அவனை கொல்லைக்கு கூட்டிக்கொண்டு போனார். பேச்சுப் பராக்காய் வருவது போல் அவனுடைய அப்பன், ஆத்தா பாலையா வீட்டுக்கு வந்துபோனார்கள். அவன் உடலில் பளபளக்கும் பிளந்த பச்சைக் காயங்களைக் கண்டு கண்ணீர் மாலைமாலையாய்ச் சொரிய ஊர் கண்ணுக்கு மாட்டுப் படாமல் திரும்பினார்கள்.

''புளிய ஆக்கையாலேயே வெள்ளூரியா உரிச்சு தள்ளீட்டாரே'' ஆத்தா அழுதாள். ''சும்மா இரு. சத்தமாப் பேசாதே'' அவனுடைய அப்பன் எச்சரித்தான்.

அம்மாக்காரி சொன்னது போல் புளிய ஆக்கை அல்ல; புளிய விளாரோ, வெள்ளைமொச்சி விளாரோ கிடைத்திருந்தால் வெள்ளூரியாய் இருந்திருக்காது. வெள்ளெழும்பு காணும்வரை அடித்து விளாசி யிருப்பார். அடித்தவருக்கு தேடிக் கொண்டிருக்க பொழுதில்லை; தேடிக் கொண்டு போயிருந்தால் அந்நேரம் அவன் ஓட்டம் கிண்ணியிருப்பான்.

அப்பன் ஆத்தாவுக்கு அவர்களுக்கிருக்கும் ஆஸ்தி அதுதான்; கொண்டுவந்த கண்ணீரைக் கொட்டிவிட்டுப் போகிறார்கள்.

வாழ்க்கையில் கண்டங்கள் பல தப்பித்து தப்பித்து தாவித் தாவி

மேடேறி வந்தவர் பாலையா. அவரின் இதுகாறுமான மொத்த வாழ்வும் இத்தகு கேவலங்களின் அடுக்குத்தான். சாதித் திமிர்கொண்ட கிராமத்தில் இவ்வளவு காலமும் பிழைத்துப் பிழைத்து நடந்து கொண்டிருப்பது அவர் நேருசீராய்ப் போய்க்கொண்டிருக்கும் ஒத்தைக் காரணத்தினால்தான்.

மறைவாய் அந்த வீட்டுக்குள் இருந்தபோது ஊருக்கும் அவனுக்கும் வெகு தொலைவாகியிருந்தது. எல்லாவற்றையும் துறந்து எங்கோ ஏதோ மலை அடிவாரத்தில், மனுஷ நடமாட்டமில்லாது போய்த் தொலைந்த அத்துவானக்காட்டில் அமர்ந்திருந்த யோகி போல் அவன் அமர்ந்திருந்தான். ஆடாது அசையாது எந்நேரமும் பிரமத்தி அடித்ததுபோல் இருந்தான். நடந்த அதிர்ச்சியிலிருந்து இன்னும் மீளவில்லை.

''மனசைத் தளர விடாதே குமரப்பா'' பாலையா தொயந்து அவனுக்குச் சொல்லிக் கொண்டிருந்தார். குமரப்பா என்றுதான் அவர் அவனை அழைக்கிற பழக்கம். அப்படியே இருக்கட்டும் . வெகு தொலைவாகவே அவனை எடுத்துப் போகத் திட்டமிட்டார்.

ஒன்னு ரெண்டு காயங்கள் ஆறுகிற வாக்கில் பொக்குக் கட்டியிருந்தன; மற்றவை பொலபொல-வென ஆறியிருந்தன. பத்தாம் நாள் ஆட்காட்டிக் குருவிச் சத்தம் இல்லாத விடியலில் அவனைக் கூட்டிக்கொண்டு புறப்பட்டார். வெள்ளன எழுந்திருந்து கொல்லைக்குப் போனாலும், கால்கழுவ கண்மாய்த் துறைக்குப் போனாலும் மரக்கொங்கைகளின் மறைப்பு இடுக்கிலிருந்து சத்தம் கொடுத்துவிடும் கரிச்சான் குருவி. இந்தா வர்றான்டா ஆளு என்பது போல் காட்டிக் கொடுத்துவிடும். அந்த ஆட்காட்டியின் சலம்பல் இல்லாத நரையிருட்டில் பாலையா தனஞ்செயனைக் கூட்டிக்கொண்டு வெளியேறினார். கிழக்குத் திசை ஊடுகாட்டுத் தடத்திலேயே போய், கரிசல்குளம் வாகைமேடைக்குப் பக்கமாய் நின்று பேருந்து ஏறினார்கள்.

35

பார்த்துக் கொண்டிருக்கையிலேயே டெஸ்கில் யசோதை சொணங்கிச் சொணங்கிப் படுத்தாள்.

''ஏய் என்னடி செய்யுது''

''ஒரு வடியா வருது'' சொல்லிக்கொண்டே மயங்கினாள். சிநேகிதிகள் கவனிப்பு இப்போது அதிகமும் அவள் பேரில் குவிந்தது.

யசோதையோட தங்கச்சி துளசி ஒன்பதாம் வகுப்பு. அவளை உலுக்கினால் எல்லா உண்மைகளும் பொலபொல வென்று உதிரும் என்று முடிவுக்கு வந்தார்கள்.

''நாங்க யார்ட்டப் போய் நிக்கிறது தெரியல. நீ யாவது சொல்லு புள்ளே. ஏன்டி அக்கா இப்படி பிரமத்தியடிச்சவளாட்டம் இருக்கிறா''

துளசி வெள்ளந்தி. கேட்க, கேட்க ஒவ்வொன்றாய் வெளிப்பட்டது. பருத்திக் காட்டில் நடந்தது அவள் மூலம் முதன்முதலாய்த் தெரிந்தது.

''ஒங்க அய்யா அவனை ஓடஓட விரட்டி அடிச்சாரில்ல, அதே வெறிச்சியில அக்காவை அடிச்சாரா''

''இல்லை'' என்றாள். துளசி சொல்ல வந்தது இன்னும் அதிர்ச்சி தந்தது.

சிநேகிதிகளுக்குப் புரிந்து போயிற்று; எந்நேரமும் அவள் வீட்டுக்குள்ளேதான் இருக்க முடக்கப்பட்டிருக்கிறாள். நடமாடுகிற வேளையிலும் விட்டுக்குள் அடைப்பட்ட சிந்தனையிலிருந்து அவள் வெளியேறவில்லை. அவர்களுடன் இருக்கிற போதும் வீட்டுக்குள் அடைத்துவைத்திருப்பதான யோசிப்பில் இருக்கிறாள். தனஞ்செயன் பள்ளிக்கூடம் வருவதில்லை என்பதை நிதானமாக உறுதிப்படுத்திக் கொள்ள பத்துநாட்கள் ஆன பின்,

"நீ பள்ளிக்கூடம் போ" என்றார் பொன்னையா.

அது அதிகாரக் குரலாய் வெளிப்பட்டது. பெற்றவனின் குரல் அதில் தென்படக் காணோம்.

தனம் தன் வாழ்வு அனுபவத்திலிருந்து தொகுத்துக் கொண்டிருக் கிறாள். தந்தை என்றால் அதிகாரம். அவளுடைய அப்பாவை அய்யாவாய், பெற்றவராய் ஒரு போதும் கண்டவளில்லை. சொல்கிறவராக மட்டும் இருந்தார். அவளும் அத்தையும் கேட்கிறவர்களாக இருந்தனர்.

"பள்ளிக்கூடம் போகலாம்" - போக வேண்டும்.

"போகவேண்டாம்;" - நிற்க வேண்டும்.

இது தந்தையின் கட்டளைகள்.

தன்னுடைய தந்தையிலிருந்து இன்னொரு தந்தையை உருவாக்கிக் கொள்வது சிரமமில்லை.

பருத்திக்காட்டு விசயம் கேள்விப்பட்டதிலிருந்து, பிரியம் மீதூற, யசோதையின் தலையைக் கோதி விட்டுக் கொண்டிருந்தாள் தனம்.

இப்போது இவளோட உயிர், கை விரல் வழியாக தலைக்குள் ஊடுருவி, யசோதையை உயிர்ப்பிக்கிறது; கண் சொடுக்கி, லேசாய் நகைக்கிறாள். உதடு பிரிகிறது; பின்னர் ஒட்டிக் கொள்கிறது. டெஸ்கில் 'மடக்'கென்று தலை சாய்த்துக் கொள்கிறாள்.

அன்னக்கிளி அத்தையிடம் ஒருநாள் சொன்னார்கள் ''அந்தப் பழைய யசோதையைத் தான் நாங்க தேடிக்கிட்டிருக்கோம். அவ கிடைக்கவே மாட்டங்கிறா அத்தை'' என்றார்கள்.

''தனஞ்செயன் நாங்க காணக்கிடைக்கலே. ஊருக்குள்ள நீ கண்டியா'' துளசியைக் கேட்டார்கள்.

''இல்லக்கா''

''எங்க தான் இருக்காரு?'' இதற்குப் பதில் யாருக்குத் தெரியும்? அவர்களுக்குத் தெரிந்திருக்கவில்லை. யசோதைக்கும் தெரிந்திருக்க வில்லை. துளசிக்கும் தெரியாது.

அவனோட அப்பன், ஆத்தா இங்கே இருக்கிறார்கள். பெற்றவர்கள் அறியாத இடத்துக்குப் பிள்ளை போயிருக்க முடியுமா? கேட்டுப் பார்த்து விடுவது என்று முடிவெடுத்தார்கள். முதலில் துளசியையே அனுப்பி அறிந்து வரச் செய்வது என அவர்களுக்குள் கலந்தபோது, அவள் நடுங்கிப் போனாள். நானா என்று மிரளுகிறாள் ''அய்யா என்னைக் கொன்னுருவாரு''

''எவரிடத்தும் சொல்ல மாட்டோம். ரகசியமாக இருக்கட்டும். நீ அவனோட வீட்டை மட்டும் எங்களுக்குக் காட்டீரு'' துளசியிடம் கேட்டுக் கொண்டார்கள்.

பயந்து மிரண்டாள் துளசி. துளசியிடம் ஒரு உடன்பாடு செய்யப் பட்டது. அவர்கள் வீட்டுக்கு அவள் வரவேண்டியதில்லை. தூரமாயிருந்து வீட்டைக் காட்டி விட்டால் போதும்.

''முன்னாலே ரெண்டு 'பள்ளையாடுக' குலை கடிச்சிட்டிருக்கில்லே, அந்த வீடுதான்''

பின்னால் திரும்பாமல் முன்னால் பார்த்தபடி காட்டினாள். மறுவினாடி ஆள் இல்லை.

உடல் திருப்பாமல், பார்வை திருப்பாமல், கை நீட்டாமல், சொல்லால் அடையாளம் தந்துவிட்டு துளசி புறப்பட்டு விட்டாள்.

மனசின் சிறு கனைப்பைக் கூட கேட்டிடும் காதுகள் சாதிக்கு உண்டு. காற்றில் சன்னமாய்ப் பறக்கும் ஒலியும் ஒவ்வொரு நெஞ்சினுள்ளும் ஆடிக்கொண்டிருக்கும் ஆராய்ச்சிமணியை ஒலித்து ஊரைக் கூட்டிவிடும். சாதிக்குத் துளசியும் பயம் கொண்டாள். இதுபோல ஒரு ஊரின் தோற்றம் முன்னர் அவர்களுக்குத் தென்பட்டதில்லை. தனஞ்செயன் விவகாரம் தொடங்கியதிலிருந்து அவர்கள் வித்தியாசமான ஊரைக் காண்கிறார்கள்.

நடமாட்டம் அற்று செத்துப் போய்க்கிடந்தது தெரு. இழந்த நேரம் அது. காடுகரைக்குப் போன சனம், காட்டுச் சோலி முடித்து இன்னும் திரும்பக் கணோம்; தனம், ரங்காவைக் கண்டதும், தனஞ்செயனின் அப்பன் ஆத்தா "வேத்தாள் மாதிரித் தெரியுது" என்று ஏறிட்டார்கள். "யசோதையோட சிநேகிதிகள் பெரியம்மா" என்று மெல்லிசாய்ப் பேசியதும், "உள்ளே வாங்க தாயி" என்று சடாரென்று கதவைச் சாத்தினாள். குலைநடுக்கத்தில் உதறியது பெரிசுகளுக்கு. குடும்பத்தின் கதி இளம் சிநேகிதிகளுக்குப் புரிந்தது.

அந்த இளம்பெண்களுக்கு துப்புக் கூலியாக, ஒரேயொரு செய்தி வேண்டும்- தனஞ்செயன் எங்கிருக்கிறான், எப்போது பள்ளிக்கூடம் திரும்புவான். பெரிசுகளுக்கு அவர்கள் தைரியம் தந்தார்கள். எந்த தைரியமும் அவர்களுக்கு சுதி ஏற்றவில்லை. என்ன பண்ணினாலும் பெரிசுகள் மசியவில்லை;

"அவன் எங்க இருக்கான்னு அந்த ஆண்டவனுக்குத் தான் தெரியும்". அவனுடைய அப்பன் ஒரே முண்டாய் முண்டிவிட்டார்.

"நாங்க என்ன வச்சிக்கிட்டா வஞ்சகம் செய்றோம்" என்கிறார்.

கிழக்கு முகணையில் பாலையா வீட்டை மறந்தும் காட்டவில்லை அவர்கள். கிழக்கு முகணை வீட்டில் புதைந்துள்ள ரகசியம் அப்பனும் ஆத்தாள் மட்டும் அறிந்தது.

வெள்ளாமை தராத நிலத்தை அதிர்ச்சியுடன் பார்த்தபடி நிற்கும் விவசாயிபோல், வெறுங்கையோடு தனமும் ரங்காவும் திரும்பியிருந்தார்கள்.

பா. செயப்பிரகாசம்

36

இளமதியம் 11 மணி. மாவட்டக் கல்வி அலுவலகத்துக்கு போய்விட்டுத் திரும்பி வந்தார் துணைத் தலைமையாசிரியர் ஜான். கல்வி அலுவலகங்களை ஏன் மாவட்டத் தலைநகரில் கொண்டு போய் ஒளித்து வைத்திருக்கிறார்கள்? வட்டாரத்தில் ஒரு குக்கிராமத்தில இருக்க வேண்டிய அரசுக் கிளை அலுவலகங்கள் ஏன் நகரத்தில் கொண்டுபோய் முடக்கப்பட்டுள்ளன? உண்மையில் முடக்கம்தான். அரசு அலுவலகங்கள், பணி செய்கிற அலுவலர்கள் மக்களிடம் போவதற்குப் பதில், மக்கள் இவர்களை நோக்கி, இவர்களிடம் தொண்ணாந்துக்கிட்டு அலைய வேண்டியிருக்கிறதே என்ற சிந்தனை பலகாலமாய் ஜானிடம் முண்டிக் கொண்டு கிடக்கிறது.

உதாரணத்துக்கு கல்வி அலுவலகம். மக்கள் கல்வி முன்னேற்றம் பெற கிராமப்புறத்தில் பள்ளிகள் இயங்கினால் போதுமா? கல்வி அலுவலகங்களும் அங்குதான் இயங்க வேண்டும்; மட்டுமில்லை, நகரத்திலிருந்து கழற்றி, பிற அலுவலகங்களையும் கிராமப்புறத்தில் இயக்கினால் பயன் உண்டு. முதலாவதான பயன் அலுவலகப் பணியாளர்கள், அதிகாரிகளைக் கண்டு மக்களுக்குப் பயமற்றுப் போகும். அலுவலகத்தை முன்னிட்டு பலர் வருவார்கள்; வண்டி, வாகனம் போக்குவரத்து பெருக்கமாகும். வட்டாரத்திலுள்ள பள்ளிகள் மனுவாகிக் கொள்ளும் என்று யோசிப்பில் மூழ்கியவாறு வந்தார்..

அதிகாரிகள், அரசியல்வாதிகள் ஒருக் காலத்திலும் இங்கு வரப் போவதில்லை. கிராமப்புறத்தில் அதிகாரமில்லை. ஏமாற்று, வஞ்சனை, கையூட்டு செய்வதற்கான அதிகாரம் கிராமப் புறங்களில் வராது; செத்தாலும் கிராமங்களில் அலுவலகங்களை இவர்கள் நிறுவ மாட்டார்கள் என்பதை ஜான் அறிவார்.

இப்போது பள்ளி நிர்வாகத்துக்கு தேவைப்படுகிற, அத்தியாவசியப் பொருட்கள் வாங்கிவரப் பயணம் செய்து கொண்டிருக்கிறார். பட்டியல் தந்து செல்ல 50 கி.மீ. பயணம் செய்கிறார். இன்றைக்கு போனது படிவம் கொடுக்கிற வேலைதான். பிறகு இதை ஒருநாள் நேரில் சென்று பெற்று வரவேண்டும். தொரட்டுப் பிடிச்ச வேலை. ''மகளே உன்சமத்து. படிக்கனும்னா படி, படிக்காட்டிப் போ'' என்று அத்தெறிந்து விட்டார்கள் கிராமப்புறக் கல்வியை. சிந்தனை யோட்டத்தில் பேருந்தில் சன்னலோரமாய்ப் பார்த்தபடி வந்தார்.

அரசி மங்கம்மா காலத்துப் புளிய மரங்களின் நிழல் சாலையை மழைபெய்தது போல் ஈரமாக்கியிருந்தது. சாலையின் இரு பக்கமும் மூன்று கி.மீ. தொலைவுக்கு மரங்கள். பார்த்துக் கொண்டே வருகையில் எதிர்த்திசையில் பாவாடை தாவணியில் விடுவிடுவென்று நடந்து வரும் உருவம் தென்பட்டது. கால்களை எட்டிப் போட்டு விரைசலாய்ப் போய்க்கொண்டிருந்தது. பள்ளிச்சீருடையில் தெரிந்தாள். நம்ம பள்ளிக்கூடத்துப் பிள்ளைபோல் தெரிகிறதே என்று திடுக்கிட்டார். அவளை பதினொன்றாம் வகுப்பில் கண்டிருக்கிறார். வகுப்பில் கெட்டிக்காரர்களான மாணவர்களை ஆசிரியர்கள் அறிவார்கள்.அது போல படிப்பே வராது என்று கழிக்கப்பட்ட மாணவர்களையும் தெரிந்திருக்கும். இடைநிலையிலிருக்கும் மாணவர்கள் ஞாபகத்தில் தங்க மாட்டார்கள்.

நடுவழியில் சன நடமாட்டமற்ற இடத்தில் இறங்குறவரைக் கண்டு நடத்துநர், ஓட்டுநர், பேருந்துப் பயணிகள் ஒன்னு போல அதிசயித்தனர்.

அந்தப் பெண்ணின் பின்னாலேயே தொடர்ந்த போதும், அவளுடைய

வேகத்துக்கு அவரால் எட்டுப்போட இயலவில்லை. லொக்கோட்டமாகப் போய் மறித்தார்.

''யசோதை'' என்றார்.

குரல் கேட்டுத் திடுக்கிட்டாள்.

''எங்க இந்தப் பக்கம், யாருமில்லாம?''

முகம் சம்பிப் போய்க்கிடந்தது. போன வருசம் பத்தாம் வகுப்புத் தேர்வுக்கு பிள்ளைகள் அவர் இல்லத்தில் தங்கிப் படித்த போது அவ்வப்போது வந்து போனவளைப் பார்த்ததுண்டு. அவருக்குள் ஒரு சந்தேகம் முண்டியது. ''ஏம்மா, வீட்டில சொல்லாமச் செய்யாம வந்தியா?''

யசோதை பதில் சொல்லவில்லை. தளதள வென்று இரு கண்களிலும் நீர் கொட்டியது. வெறிச்சிப் பார்த்த பார்வையை விழிநீர் திரையிட்டது. அவருக்குப் புரிந்துபோனது. பிரச்சினைகள் மட்டுமே கொதிநிலையிலிருக்கும் இளமனசு- குடும்பவன்முறை, குடும்ப வெறுப்பு, தன்மீதே கொள்ளும் விரக்தி இவையனைத்துக்கும் மத்தியில் வாழ விதிக்கப்பட்ட இளம்பெண். கோபமும் வலியும் தூக்குக்கயிறுக்கு, நஞ்சுப்புட்டிக்கு, ரயில் தண்டவாளத்துக்கு, பாழும் கிணத்துக்கு கொண்டுபோய்ச் சேர்க்கும் என்பதை அவர் அறிவார். பார்த்துமிருக்கிறார்.

''வா, போவம்''

அடுத்த வந்த பேருந்தைக் கைகாட்டி நிறுத்தினார். பள்ளியில் இறங்கிய பின் ''நா போய்க்கறேன்'' என்று மிரண்டவளை அனுமதிக்கவில்லை. ஆசிரியர் அறைக்குக் கூட்டிப் போய் உட்காரச் சொன்னார். அவள் உட்காரவில்லை. சிநேகிதிகள் தனம், ரங்காவுக்குச் சொல்லியனுப்பி அவர்களிடம் ஒப்படைத்தார்.

ஆசிரியர் அறையில் அந்தக் கோலத்தில் யசோதாவைக் கண்டு தனமும் ரங்காவும் பேயறைந்தது போல் ஆனார்கள்.

அவர்கள் எதற்குப் பயந்தார்களோ, எது நடக்கவே கூடாது இவளுக்கு என்று நினைத்தார்களோ- அந்த இடத்தை அவளே தேடிப்போய் அடைந்திருக்கிறாள். தெளிவில்லாத பார்வையுடன் மிரள மிரள விழித்துப் பார்த்தபடி இருந்தவள், எந்த நேரத்திலும் வேறொரு முடிவுக்குப் போய் நிற்கக்கூடும் என்ற பயம் அவர்களை தொத்தியிருந்தது.

கூட்டுப்புழுவாக இருக்கிற யசோதை, நிதானமாக உடைத்துக் கொண்டு வெளியேறி வண்ணத்துப் பூச்சியாய் பறந்து வருவாள் என்றுநினைத்தார்கள். ஏமாற்றிவிட்டாள்.

ஜான் சொன்னார். ''எதுனாச்சும் இருக்கட்டும், சத்தம் காட்டாம வகுப்புக்குக் கூட்டீட்டுப் போங்க. இப்பப் பேச வேண்டாம்''

37

"அடியம்மா, இதுசூயாரு?" கடைக்குள்ளிருந்த அன்னக்கிளி யசோதையைக் கண்டதும் அதிசயித்தாள். எடுத்த எடுப்பில் ஆள் பிடிபடவில்லை. அவள் பக்கம்தான் குறை என்பதை உணர்ந்தவளாய்,

"அடிக்கோசரம் பாத்திருந்தா, ஞாபகத்துக்கு வரும்" என்றாள்.

"பாக்கிறதுக்குத்தான் கூப்பிட்டு வந்திருக்கோம்"

அந்தப் பெண்ணை பார்த்தது அதிசயம்தான். பத்தாம் வகுப்புக்கு ஜான் வாத்தியார் வீட்டில் பரீட்சைக்குத் தயாராகிக் கொண்டிருந் தார்கள். ஊடைக்கு ஊடை, அவளும் ரங்கா அம்மா சென்னம்மாவும் பிள்ளைகளைப் போய்ப் பார்த்து வந்தார்கள். இந்த யசோதை ஏகாதேசம் அங்கே தென்படுவாள். சேத்தாளிகளோடு சேர்ந்து, கொஞ்ச நாளில் அவளுக்கு அன்னம் அத்தையாகிப் போனாள்.

ரங்கா குறுஞ்சிரிப்பு உதிர்த்தாள். பிறகு அது ஒப்புக்கு என்பது தெரிந்து போக நேரம் ஆகவில்லை. எதிரில் தெரிந்த நான்கு முகங்களும் ஒன்னுபோல் இருக்கவே, அன்னம் ஆயாசம் அடைந்தாள்.

"உள்ள வாங்க, எல்லாரும்" என்றாள்.

இரண்டு வருசங்கள் முன் ஆரம்பித்த பிரியம், சில நாட்கள் முன் நடந்த சம்பவம், யசோதையின் அய்யா பேச்சு வார்த்தையே

இல்லாமல் மகளை ஒதுக்கியது -தனஞ்செயன் காணாமல் போனது ஒரு இணுக்கு விடாமல் தனம் எல்லாவற்றையும் அடுக்கி அடுக்கி சொல்லிக் கொண்டு போனாள்.

இந்தக் கிளைக் கதையும் அதில் வந்தது.

யசோதையும் துளசியும் பள்ளிக்கூடம் போனபின் அய்யாவின் தேடுதல் வேட்டை தொடங்கியது. உடுப்புகள், உடுப்புமடிப்புகளில் ஏதாவது இருக்கிறதா, புத்தக அடுக்கில் இருக்கிறதா என ஒவ்வொன்றாய் தேடி எல்லாவற்றையும் உழப்பிவிட்டார். உறுமிக்காரப் பயலின் கையெழுத்துக் கடுதாசி இத்தணூண்டாவது கிடைக்கிறதா என்று அலசினார். ஒவ்வொரு பாடப்புத்தகத்துக்கும் அட்டை போட்டு வைத்திருப்பாள் யசோதை. ஒரு புத்தகத்தில் அட்டைக்குள் அவனுடைய சிறுபடம்.

அன்றைக்கு பள்ளியிலிருந்து திரும்பியவளை ''என்ன இது?'' படத்தைக் காட்டிக் கேட்டார். அவள் பதில் பேசவில்லை. அமளிதுமளி பண்ணவில்லை. ஒரு சொல்லில் முடித்துக் கொண்டார்.

''கொன்னு தூக்கிருவேன்'' மேலேயிருக்கும் விட்டத்தைக் காட்டினார்.

அடுத்த நாள் காலை மீதிக்கதை நடந்தது. பள்ளிக்கூடம் போவது போல் போக்குக் காட்டி, பைக்கூடு எடுத்துக் கொண்டு நேரே வடக்குப் பார்த்து நடந்தாள். பள்ளிக்கூடப் பாதையில் போகவில்லை. ஒத்தையடிப்பாதையில் போனால் எதிரில் வரும் எவராவது கண்டுகொண்டால் துன்பம். ஊடுகாடு வழியாய் மணக்குடி போய்ச் சேர முடிவெடுத்தாள். இளமதிய வெயில் ஏறினால் காட்டு நடமாட்டம் இருக்காது. மஞ்சனத்தி, ஆவாரை, கற்றாழை, இண்டு இடங்காடு புதர்க்காட்டில் உட்கார்ந்திருந்து, பைக் கூட்டை புதரில் விட்டுவிட்டு ஊடுகாட்டு வழியே ஏகாந்திரியாய் விருட்விருட்டென்று நடை.

கேட்க கேட்க அன்னக்கிளிக்கு குலை பதறியது. பை வீசி எறிந்த

புதர் பத்திரமாக காத்து வைத்துத் திருப்பித் தந்தது. வகுப்பு முடிய ஒருமணி நேரம் முன்னால் யசோதை சொன்ன இடத்தைக் கண்டு ரங்காவும் வடிவும் எடுத்து வந்தார்கள். அதுநேரம் வரை தனம் யசோதை பக்கத்தில் காவலிருந்தாள்.

எதிரில் இருக்கும் பெண்டுகளைக் கவனித்துக் கொண்டும், கேட்டுக் கொண்டிருந்த அன்னக்கிளி முகத்தில் அருளில்லை.

''நா போயிர்றேன்'' யசோதை அழுதாள்.

''எங்க போவ?''

எங்க போவாள் இந்தச் சிறு பெண். எந்தத் திட்டமும் இல்லாம சிறு உயிர் எங்க போய் முடியும். காடு மேடெல்லாம் திட்டமில்லாமல் அலைய இருந்த உயிருக்கு நல்லவேளை எதிர்பட்டார் ஜான்.

''நீ போனா நாங்க விட்டிரணுமா? சரி ஒன்னைச் சாகக் கொடுத்திட்டு 'நாயிலயும் கொத்தப் பருத்தியா எங்கள அலையச் சொல்றயா?'' அன்னம் சினந்தாள்.

மறுநாளும் அடுத்து இருநாட்களும் யசோதையைப் பள்ளிக்கூடம் அனுப்பவில்லை. வீட்டுக்குள்ளேயே வைத்திருந்தார்கள். மூவரும் பள்ளிக்குப் போய்த் திரும்பிய ஒரு மாலை வேளையில் கூடவே முத்துராக்கு மிதிவண்டியில் வந்து சேர்ந்தார்.

யசோதையை மீட்டுவந்தது பற்றி விவரமாய் முத்துராக்குவிடம் ஜான் ஆசிரியர் சொல்லியிருந்தார். அவளுடைய பிரச்சனை என்ன என்று தெரிந்து வர கமலாபுரம் போவதாகச் சொன்னார் முத்து.

''நம்ம ரங்காவுக்கா'' கேட்ட குரல் அன்னக்கிளியின் நெஞ்சில் பதிந்து வருடியது. அந்தக் குரலை அப்படியே மேலெடுத்து நாக்கில் அதக்கி ''இவளும் நம்ம பொண்ணு தான்'' என்றாள். முத்துராக்கு ''நம்ம பொண்ணுதான், இல்லென்னு யாரு சொன்னா'' என்றார். எல்லா விசயங்களையும் பரிமாறிக் கொண்ட பின், விளக்கு வைக்கும் நேரத்தில் புறப்பட்டார். புறப்படும் போது எச்சரித்தார்.

''நாளைக்கு பத்திரமா கூட்டீட்டு வாங்க; மற்றதை நா பாத்துக்கிறேன்.''

சீத்தாராம் குடைந்தெடுத்து விட்டார் ''இவரு ஏன் அடிக்கடி இங்க வாறார்''

யசோதாவைப் பற்றியும் கேட்டார். ''இவ ஏன் இங்க வந்தா?''

''நம்ம ஊர பாக்கனும்னு ஆசைப்பட்டா, அதான் கூட்டீட்டு வந்தோம்''

வாயை அடைத்துப் போட்டார்கள் சிறுசுகள்.

அறிந்து செய்தாளா, அறியாமல் செய்தாளா அவளுக்கே தெரியாது. அது என்ன காரியம்? மனசை எடுத்து இன்னொரு பதின்ம வயதிடம் வழங்குகிற காரியம்! தானாகவே கொண்டு போய்க் கொடுத்தாள். தோழிகள் காத்துக்கொண்டிருக்கையில் அவள்தானே அவனிடம் நின்று பேசினாள். யசோதையின் இந்தப் பிரியம் இதுக்கு முந்திய வயதுகளில் ஏன் அவளைத் தொடவில்லை என்ற ஒரு மர்மம் மட்டும் சிநேகிதிகளுக்குப் பிடிபடாமல் போனது. சரி ஒரு பத்துநாட்களுக்கு முன்னர் கூட அந்த நினைப்பு மேலெழவில்லையே. பருவத்தின் பாதையை எது தீர்மானிக்கிறது? பூப்பெய்தல் மட்டும் தானா? மனசின் வளர்ச்சி, சிறகடிப்பின் வேகம் அதனோடு இணையவில்லையா? எல்லாக்காலமும் எல்லாப் பருவமும் எல்லாப் பயிரும் செழிம்பாகத் திட்டம் கொள்வதில்லையே. ஏடா கூடாமாய் விளைந்து நிற்பதில்லையே! யசோதையைப் பொறுத்தவரை,அந்தத் தருணம், அந்தப் புள்ளி திட்டமிட்டு உருவாக்கப் படவில்லை. பதின்ம வயதுகளின் பிரியம் இணைவதற்கு எந்தக் காரணமும் இல்லை என யோசிக்க, யோசிக்க அன்னம் திகைத்துப்போனாள்.

மடியில் புத்தகம் கிடந்தது. மனசு அதில் இல்லை; எங்கேயொ அலைந்து கொண்டிருந்த மனோலயத்தின் முகத்தை அன்னக்கிளி கையில் பிடித்து விட்டாள். கடையில் நிற்கிற பொழுதுகளில் எதிரில்

இருப்பவரை அறியாது அவளும் இந்த மனோலயத் தேரில் ஆரோகிப்பவள் தானே!

யசோதையின் கவலை அடிவாங்கியவாறு ஓடிய தனஞ்செயனுக்குப் பின்னால் ஓடியது. அவன் எங்கே போய் ஒளிந்திருப்பான், எங்கேதான் மறைந்திருந்தாலும் தாக்கல் அனுப்ப ஒரு ஈ காக்கை கூட தென்படலையா? எங்கே போய்த் தொலைந்தாய் என் தனஞ்செயா? புலப்பமாய் வந்தது, கண்ணீர் சொரிதலுக்கும் குறைச்சலில்லை. அந்தநேரத்தில் தான் எதிரில் அத்தை வந்து தோன்றுகிறாள்.

திடுக்கிட்டாள் யசோதை. எதிரில் அன்னக்கிளி அத்தை.

தாய் அறியாத சூலா என்பது போல் அன்னக்கிள அறியாததா இந்தச் சூல். யசோதை கெணக்கா இவள் பதின்ம வயதினள் இல்லை. கைவிரல்கள் எண்ணிக்கையளவு கூடின வயதினள்; ஆனால் அனைவருக்கும் சக தோழி. அவளும் இந்த வயதைக் கடந்து அடுத்த கட்டத்துக்கு அனுபவப் பூர்வமாக வந்திருக்கிறாள்.

யசோதையின் கைகளை ஆதரவாய் அவள் கைக்குள் அடக்கியபடி எல்லாப் பிள்ளைகளுக்குமாய் அந்த அத்தை பேசினாள்;

''வம்பு தும்பு, அடிதடியில இறங்குகுறதுக்குன்னே ஒரு கூட்டம் இருக்குது. அது எங்கிருந்து வருது?அன்னைக்கு சம்பவம் நடந்திச்சில்லே, ஒன் அய்யா ஓடிஓடி விளாசினாரே, அப்ப அவ்வளவு பெரிய இளவட்டம் திருப்பியடிச்சிருந்தான்னா ஒன் அய்யா கதி என்னவாகியிருக்கும்? கந்தர்கூளமாகியிருக்கும். முறுக்கிக் கொண்டு அடிக்கும் அதிகாரத்தையும் அவன் பணிவாய்ப் பயங்கொண்டு ஓடவும் யார் விதித்தது? மேல் கீழ் என்கிற சாதி அதிகாரம். உள்ளுக்குள் சூத்திரமாய் ஓடுகிற மேலானவன் என்கிற மோட்டிப்புத் தான் எல்லாமும்''

அதற்கு மேல் அன்னம் பேசவில்லை. பிரியக்கால் கூடிக்கொண்டே போகும்போது வார்த்தைகள் தடுக்குகின்றன. லேசாய்க் கண்களில்

துளிர்ப்பு தடுப்புக் கட்ட அவள் கைகளும் முந்தானையும் தயாராகின.

அன்னக்கிளி நினைத்துப் பார்த்தாள் இன்னொரு பக்கம் வேடிக்கையாக இருக்கிறது. கைகளும் முந்தானையும் பெண்களுக்கு எதற்காக? அழுது மூக்குச் சீந்தவும் கண்கள் துடைக்கவும் காலமும் இதே வேலையாய் இருங்கடி என்று சொல்லாமல் சொல்கின்றனவா?

''அத்தை என்ன சொல்றீங்க?''

''அதைத் தான் சொல்றன். இப்ப ஒனக்குப் புரியாது. கை இருப்பது எதிர்த்து அடிக்க; முந்தானை இருப்பது வீசி விட்டுப் போக. பெண் என்றால் வீராவேசம்'ன்னு இவங்களுக்குப் புரிய வைக்கனும். அதுக்கு முதல்ல நமக்கு சுயமா ஒரு மனசு இருக்கனும்''

சொல்லிவிட்டுச் சிரித்தாள். ''இதையே நான் ஒன் அம்மாவா இருந்தேன்னு வச்சுக்கோ, வேண்டாமின்னு தான் சொல்லுவேன்.''

ஒரு பெண்ணாக அவளுணர்ந்து உரைக்கிறாள். அப்படியானால் அம்மா பெண்ணில்லையா? எல்லா அம்மாக்களும் இல்லைதான். அவளுக்கு முன்னிருக்கிற அக்காமார்களுக்கு உண்டாகாத உணர்வு, இந்தச் சின்னக் கழுதைக்கு எப்படி ஏற்பட்டது? அவர்களும் ருதுவாகி வீடு, வேலை, காடுகரை என்று ஒதுக்கமாகிப் போனார்கள். காலம், இடம், சூழல், புதிய புதிய சந்தர்ப்ப சூழ்நிலை மனசை விரிவுகொள்ள வைக்கிறது. மனசுக்குக் கொம்பு சீவிவிட்டது இந்தக் காலம் தான். காலம் முன்னே காலடி வை என்கிறது. அய்யா, அம்மா, அக்காமார், அண்ணன் தம்பிமார், சொந்தம், சுருத்து, சாதி எல்லாமும் 'முன்னே கால் வைக்காதே. தொலைந்து போவாய்' என்று எச்சரிக்கிறார்கள். ஒரு பெண்ணின் கால்கள் முன்னே நடக்கின்றனவா பின்னே போகின்றனவா என்பதின் அளவுகோல் ஆண்கள். ஆணை அதிகாரியாக்கி, பெண் அளக்கப்படுகிறாள்.

அத்தையை ஏறிட்டுப் பார்க்கிறாள் யசோதை. இந்த யோசிப்பு, இந்த வாக்கு அத்தைக்கு இல்லாமல் வேற யாருக்கு வரும்? தனம்,

ரங்கா, வடிவு என்ற சிநேகிதிகள் யாரும் இப்போதெல்லாம் அவளை அத்தை என்று கூப்பிடக் காணோம். ''மூத்தவளே'' என்றுதான் கேலி செய்கின்றனர். முத்துராக்குவுடனான பிரியத்துக்குப் பிறகு, அவர்கள் அவளுக்கு இட்டிருக்கிற கூப்பிடு பெயர் 'மூத்தவள்'. தனியாய் இருக்கையில் அவர்கள் கேலியடித்துக் கொள்கிறார்கள். ''மூத்தவ சொன்னா, சரியா இருக்கும்''

அறிவில் யோசிப்பில் மூப்பாய் நடந்துகொள்ளும் அந்த அத்தை சொன்னாள்'' சண்டை போடனும். சண்டையெடுக்காட்டா பெண் மட்டுமல்ல, ஒரு உசிரும் உயிரோட இருக்க முடியாது.''

38

பள்ளி அமைதியில் கிடந்தது.

இளமதிய நேரம். காலை இடைவேளை விடுவதற்கு அரைமணிப் பொழுதிருந்தது. பள்ளிக்கூட வாசலிலிருந்து தலைமை ஆசிரியர் அறைநோக்கி திமு திமு வென்று ஒரு கூட்டம் வந்தது. முன்னடத்திச் செல்லும் கோதாவில் ஒரு இளைஞன். மலர்ந்து செழித்த முகம். மலர்ச்சியினூடாக செருக்கு நிறைந்து நின்றது.

ஜான், முத்துராக்கு ஆகியோரிடம் தலைமை ஆசிரியர் கனி, ஆலோசித்துக் கொண்டிருந்தார். வந்தவர்கள் கவலைப் படவில்லை. கூட்டமாய் உள் நுழைந்தார்கள். வந்த வேகம் பள்ளிக் கூடத்தை அடியோடு பெயர்த்தெடுத்து விட்டுப் போக வந்திருக்கிறார்கள் என்பது போல் இருந்தது. அட்டெண்டர் மாயாண்டி உள்ளே நுழைந்தவர்களைத் தடுக்க கை மறித்தார். பேரூராட்சித் தலைவரைக் கண்டதும் மறித்த கைகளை விலக்கிவிட்டு விழித்து நின்றார்.

"ஐயா, மன்னிக்கனும் அனுமதியில்லாம நுழைஞ்சிட்டோம்"

முன்னடத்திச் செல்லும் கோதாவில் வந்த இளைஞன், பேரூராட்சித் தலைவர் ஆழ்வாரப்பன். அதே வயதினர் அதிகமும் தெரிந்தனர். நடுத் தர வயசுகளும், பெரிய வயசு ஆட்களும் ஊடேஊடே தென்

பட்டனர். இதற்கு முன் கனி ஆழ்வாரப்பனைப் பார்த்ததில்லை. ''வணக்கம்'' என்று கையெடுத்தார்.

ஆசிரியர்களின் முகத்திலிருந்தும் ஆச்சரியம் அகலவில்லை. இதுநாள் வரை அத்திசைக்கு வாராத ஒரு விருந்தாளி.

''இங்க, யசோதை என்ற மாணவி உண்டுமா?'' வந்ததும் கேட்ட நேர்க் கேள்வி இதுதான்.

முத்துராக்குக்குப் புரிந்துவிட்டது.

''ஆமா, பதினொன்னு படிக்கிறா'' ஜான் பேசினார்.

''அவ எங்க பொண்ணுதான்'' உரித்தோடு ஆழ்வாரப்பன் சொன்னார்.

''நாலு நாளா வீட்டுக்கு வரலே, எங்க போனான்னும் தெரியல. யாரோ கொண்டுபோய் அசலூரில அடைச்சி வச்சிருக்கிறதா கேள்வி. இன்னைக்கு பள்ளிக்கூடம் வந்திருக்கிறதாச் சொன்னாங்க''

இந்த விவகாரம் பற்றி கனி ஏதும் அறியாதவர். எதிரிலிருந்த ஆசிரியர்களை பார்த்தார். ஜான் இப்போதுதான் பதினொன்றாம் வகுப்பில் பாடம் எடுத்துவிட்டு வந்தார். ''ஆமா, வந்திருக்கிறா'' என்றார். உள்ளில் அவருக்கு கொஞ்சம் சம்சயமாயிருந்தது. ஏற்கனவே அந்தப் பெண் மிகுந்த மன உளைச்சலில் வீட்டைவிட்டு ஓடிப் போயிருக்கிறாள்.

இன்று யசோதை சிநேகிதிகளுடன் பள்ளிக்கு கமலாபுரத்திலிருந்து திரும்பியிருந்தாள். லேசுபாசாய் அவள் நடமாட்டம் பற்றித் தெரிந்திருந்த கண்ணகி ''என்னம்மா, இப்பத்தான் கமலாபுரம் விட்டதா'' என்று பாந்தமாய் வினவினாள். ''இன்னும் விடலே'' என்றாள் மறுசிரிப்புடன். கமலாபுரம் விட்டாலும் அவள் விடப் போவதில்லை. இனி கமலாபுரத்திலிருந்து பள்ளிக்கூடம் வந்து போவதெனத் தீர்மானித்து இருந்தாள். தனத்தின் வீட்டில் தங்கச் செய்ய சலம்பலாக இருக்கும். யார் சீத்தாராம் அண்ணந்தான். ரங்கா வீட்டில்

தங்கி பள்ளிக்குச் சென்றுவரத் தடையேதுமில்லை.

''இவரு தான் அந்தப் பொண்ணோட அய்யா பொன்னையன். அவரு பொண்ணை அவர்ட்ட ஒப்படைச்சிருங்க''.

அந்த இளைய வயதுக்குள் ஒரு தேர்ந்த நவீன அரசியல்வாதி இருந்தார். இத்தகையவர்களின் சாதுரியம் பெரிசு. காடே, மேடே என்று பேசமாட்டார்கள். வாய்ச்சத்தம், கைகலப்பு என்று அந்தந்தப் பிரச்னைக்கு எல்லை வகுத்துக் கொள்கிறார்கள். இப்போது சொன்னதை சாதாரணமாய், புன்னகைத்தவாறு அந்த இளைஞன் சொன்னார்.

கனியின் காதுகளை இதுவரை இந்தப் பிரச்சனை வந்தடைய வில்லை. பேரூராட்சித் தலைவர் பேசிய விஷயம் புதிராகவும் புதுமையாயும் இருந்தது. வலது பக்கம் அமர்ந்திருந்த முத்துராக்கு மெல்ல அவருடைய காதில் சொன்னார்.

''அவன் யாரு, தாழ்ந்த சாதிப் பய? காதல், கீதல்னு காத்து வாக்கில கேள்விப்பட்டேன், அவன், பேரு என்ன பொன்னையா அண்ணே'' ஆழ்வாரப்பன் அவர் பக்கம் திரும்பினார். தெலுங்கில் பதில் வந்தது.

''தனஞ்செயன்''

''ஆங், உறுமிக்காரப்பய. உறுமியடிக்கிற தொழில விட்டுட்டு பள்ளிக்கூடத்தில சேத்தா இப்படித்தான் கொசக்காளித் தனம் பண்ணுவானுக''

''தாழ்ந்த சாதிக்காரன்னா படிக்கச் கூடாதா?''

விளங்கிக்கொள்வதின் பொருட்டு சாந்தமாக முத்துராக்கு கேட்டார்.

''படிக்கலாம்; ஆனா மற்ற வேலை கூடாது''

''சரி, நாங்க விசாரிக்கிறோம்'' கனி அவ்வளவுதான் சொல்ல முடியும்.

‘‘விசாரிக்கிறோம்னா எப்படி? எத்தனை விசாரணை எப்படி நடந்து, என்ன கதியாச்சின்னு பாத்துக்கிட்டிருக்கோமே. நீங்க உறுமிக்காரப் பய மேல போலீஸ்ல புகார்கொடுங்க. பெறகு நாங்க கவனிச்சிக்கிறோம்’’

‘‘நாங்க எப்படி கேஸ் கொடுக்கிறது? பையன் இங்க இல்லையே’’ மூத்த ஆசிரியர் ஜான் கேட்டார். அவர்மேல் மாணவர்கள் எவ்வளவு மதிப்பும் மரியாதையும் கொண்டிருக்கிறார்கள் என்பது வந்திருக்கிற கூட்டத்துக்குத் தெரியாது.

பருத்திக்காட்டில் தனஞ்செயனை ஓடஓட விரட்டியடித்தது, பருத்தி விளாரால் அவனை வெள்ளுரியாய் உரித்தது, சட்டை வேட்டியை உருவி அரை நிர்வாணமாய் அவனை விரட்டியது - அவன் ஊர்க் கண்களுக்கு அகப்படாமல் காணாமல் போனது எதுவும் பொன்னையன் தெரிவித்திருக்கவில்லை. இது பேரூராட்சித் தலைவர் ஆழ்வாரப்பனிடம் வந்தடைந்த ஆச்சரியமான சேதி. அதையெல்லாம் முத்து விவரமாகப் சொன்னார். ’’ அப்ப இதெல்லாம் நியாயம்தானா’’ என்பதுபோல் கேட்டார்.

‘‘அப்படியாண்ணே’’ என்று பொன்னையன் பக்கம் திரும்பிப் பார்த்தார் ஆழ்வாரப்பன் ‘‘பிறகு’’ முத்துராக்கைப் பார்த்துக் கேட்டார் பொன்னையன்.

‘‘அவன் வரலையா, வந்திருந்தா நான் நாலு தட்டு தட்டியிருப்பேன்’’ எளக்காரமாக வந்தது ஆழ்வாரப்பன் குரல்.நடந்த அநியாயத்தைக் கேட்டுக் கொடுப்பதற்காக வந்த ஆள் இல்லை என்பது உறுதியாயிற்று.

‘‘பாதிக்கப்பட்டவங்கதான் பிராது கொடுக்கனும்; எங்களால முடியாது’’ தெரிவித்தார் கனி.

‘‘முதல்ல அவனை பள்ளிக் கூடத்தில இருந்து விரட்டுங்க’’

‘‘விரட்டுறதுக்கு ஆள் இருக்கணுமில்லே. ஆளிருந்தாலும்

ஆதாரம் வேணுமில்லே எங்களுக்கு'' முத்துராக்கு பேசினார்.

''அது எங்களுக்கும் தெரியும்'' ஆழ்வாரப்பன் முத்துராக்கைப் பாத்து எகத்தாளமாய்ச்சொன்னார். இவர் யாரு நா கேக்கிறதுக்கெல்லாம் பதில் சொல்ல என்ற ஆங்காரம் பார்வையில் சீறியது. ''நீங்க யாரும் எனக்கு வாத்தியாராக வேண்டாம்'' என்ற செருக்கு இங்கும் தோரணை காட்டியது.

பள்ளிக்கூட முன்னேற்றம் பற்றி சிந்திக்கிறீர்கள்; வட்டாரத்தில் முதன்மை மேனிலைப் பள்ளியாய் வில்வநத்தம் மேனிலைப் பள்ளியை வட்டாரத்தில் நிறுத்தியிருக்கிறீர்கள். சரி, ஆனா அதற்காக பள்ளிக்கூடத்தில் நடக்கிற எடக்குமுடக்கான காரியங்களையெல்லாம் அனுமதிக்கக் கூடுமா? வட்டார மக்களின் உள்ளப்போக்கை அனுசரித்துத்தான் பள்ளியை கொண்டுபோகனும்.

இதுதான் ஆழ்வாரப்பனின் உபதேச சாரம். வட்டார மக்களுக்காகத் தான் பள்ளி; பள்ளிக்காக வட்டார மக்கள் இல்லை.

வட்டாரம் என்று பேரூராட்சித் தலைவர் சுட்டிச்சொல்வது சாதிய வட்டாரம் என முத்துராக்கு புரிந்திருந்தார். ஜானுக்கும் விளங்கியது. கனிக்குப் புரிந்திருக்குமா தெரியவில்லை.

''இப்ப எங்க பொண்ணை நாங்க கூப்பிட்டுப் போறோம்''.

''வந்தா கூப்பீட்டுப் போங்க'' முத்துராக்கு லேசாய்ச் சிரித்தார்.

''வரலேன்னா, அடிச்சி இழுத்திட்டுப் போவம்'' ஆழ்வாரப்பன் கூட்டத்தோடு எழுந்து போகிற போது முத்துராக்குவைப் பார்த்து எச்சரிப்பது போல் சொன்னார் ''இந்தக் காதல் கீதல் எல்லாம் நல்லதில்லே''

''காதலிக்கிறதை நாங்க தண்டோரா போட்டா தடுக்க முடியும்.?'' கேட்டுவிட்டார் முத்துராக்கு.

பேரூராட்சித் தலைவனுடைய மதிப்பை, கட்சியில் தான்

பெற்றிருக்கிற அந்தஸ்தை, உள்மனதில் நர்த்தனமிடும் சாதிய மிடுக்கை குத்திக் காட்டியது போல் பட்டது. முகத்தைச் சுறீச்சிக்கிட்டு ''இந்தக் காதல் வேலைகளையெல்லாம் நீங்கதான் காபந்து பண்ணி வர்றீங்கன்னு காதில் விழுந்தது. வாத்தியாரையா, பிள்ளைகளுக்குச் சொல்லித் தர்ற வேலையை மட்டும் கவனியுங்க'' வெளியேறினார்.

ஆக்ஞை இடப்பட்டிருந்தது. அதன்படி செயலாற்ற வல்லவர்கள் வந்தவர்கள். அநியாய அடிதடி, கலாட்டா என்கிறபோது எல்லோருடைய கவனத்திற்கும் வருவது காவல்துறை. அந்தக் கல்விப் புலத்தினுள் இருந்த சனநாயக உள்ளங்களும் காவல் நிலையம் செல்வது பற்றி யோசித்திருப்பார்கள். காவல் நிலையங்கள் இவர்களைப் போன்றவர்களின் கை வளைவுக்குள்ளிருந்தன. இவர்களைக் கண்டால் பயம் வரவேண்டும் எல்லோருக்கும்.

ஆழ்வாரப்பன் வந்து போனதின் பின் தொடர்ந்து நடந்தவை ஒன்றா, இரண்டா, எண்ணிக்கோ என்ற ரீதியில் நடந்தது.

39

அன்றையநாள் ஒரு பொருந்தாக் கதைகளின் காலமாக இருந்தது. வகுப்பறைகள் அமைதியாயிருந்தன. பதினொன்றாம் வகுப்பில் தமிழாசிரியை கலைவாணி பாடம் நடத்திக் கொண்டிருந்தார். ஓராசிரியர் பணி இடத்துக்கே வேர்த்து வியர்த்துக் கொண்டிருந்த போது அப்துல்கனி, ஆசிரியர் குழுவின் தீராத உழைப்பினால் மாணவர் சேர்க்கை கூடிக்கொண்டே போய் இரு தமிழாசிரியருக்கான தேவை உருவாகியிருந்தது. மாணவர் சேர்க்கை மளமளவென ஏறியபோதும், மாவட்டக் கல்வி அலுவலருடன் மேலும் ஒரு தமிழாசிரியர் வாங்கிவர மல்லுக்கட்ட வேண்டியிருந்தது. மேலிருக்கும் அலுவலர்களை அவ்வளவு சாமானியமாய் சரிசெய்ய முடிவதில்லை. அவர்களுடைய சொத்து சுகத்திலிருந்து எடுத்துக் கொடுப்பது போல் அலப்பறை பட்டுக்கொண்டார்கள். பொருளிருந்தாலும் கொடுக்க மனம் வந்ததில்லை. பல வர்மப் பிடிகளும் தொழில் உத்திகளும் கைவரப்பெற்ற மூத்தவரான ஜானை பல முறை இதற்கென அனுப்பவேண்டி வந்தது.

வகுப்பறைக்குள் அவர்கள் நால்வர் வந்தனர். ஏதொன்றும் வினவவில்லை. பாடம் நடத்திக் கொண்டிருந்த கலைவாணி நிறுத்திவிட்டு ''என்ன வேணும்'' என்றார்.

யசோதையின் அய்யாவாக இருக்கவேண்டும் ''எங்க பொண்ணு

வேணும்'' என்றார். அவர் அப்படிக் கேட்பது வித்தியாசமாகத் தெரிந்தது. வகுப்பறைக்குள்ளிருந்தோ பள்ளிக்கு வெளியிலோ மாணவ, மாணவியை அழைத்துச் செல்லுமுன் தலைமையாசிரியரின் அனுமதிச் சீட்டு பெற்றிருக்க வேண்டும்; நினைத்த மாத்திரத்தில் வெளியேற இயலாது. தலைமையாசிரியரால் இந்த விதி கடுமையாக்கப்பட்டிருந்தது.

ஒரு மணிநேரம் - இருமணி நேரம் முன்னக்கூட்டி வெளியேற வேண்டுமென்றாலும் வகுப்பு ஆசிரியரின் அனுமதி போதாது. தலைமையாசிரியரின் அனுமதிச் சீட்டு இருந்தாலன்றி வாயிற்காவலர் வெளியே விடமாட்டார்.

''அனுமதிச்சீட்டு வாங்கி வந்தீர்களா?'' கலைவாணி கேட்டார்.

''எம் பிள்ளையக் கூட்டிட்டுப் போறதுக்கு நா யார்ட்ட அனுமதி கேட்கணும்?'' கேட்டவர் மாணவியின் அய்யா.

ஒரு ஆள் முன்னே வந்தான்; கலைவாணி அந்த ஆளை அளவெடுத்துப் பார்த்தார். அளவெடுப்பு அவர் கற்ற ''ஏழுஞ்சி மையன்னா'' என்ற சிலேடைக் கவியில் முடிந்தது.

ஏழுஞ்சி மையன்னா என்றால் எருமை என்று பொருள். எருமை போலத் தெரிந்த அவனைப் பார்த்தார் கலைவாணி.

அவன் சொன்னான் ''ஏற்கனவே அனுமதி வாங்கிட்டோம். நீங்க போங்கண்ணே, முன்னாலே''

அய்யா முன்னோக்கி வந்தார் . வலது பக்க மூன்றாவது வரிசையில் முதலாளாய் உட்கார்ந்திருந்த அந்தப் பெண்ணிடமிருந்து ''நா போகலை டீச்சர்'' அழுகைக் குரல் வெடித்தது.

அவளுடைய பை, புத்தகங்களைச் சுருட்டி எடுக்கப் போன போது, இடையில் போய்த் தடுத்தார் கலைவாணி.

''அவ வரமாட்டேன்னு சொல்றாள்ல''

''அவ புராணம் பேசுவா''

"என் பொண்ணு அளக்கிற கதை நான்தானே அறிவேன்" என்பது போல் பொன்னையன் பார்த்தார்.

"புராணத்தை நாங்க கேட்டுக்கிறோம்"

"இவங்க கிட்ட என்ன கேக்கிறது" என்பதுபோல் சினாய்த்துப் பார்த்த அந்தச் சண்டியர் "இழுத்திட்டு வாங்கண்ணே" என்று கத்தினான்.

பின்வரிசையில் உட்கார்ந்திருந்த மாணவர்கள் இருவர் முன்னால் வந்தனர்.

"நீங்க விலகுங்க, அம்மா" என்று சொன்னார்கள்.

அவர் விலகி நின்ற பின் "அதான் அந்தப் பொண்ணு வரமாட்டேன்னு சொல்லுதில்ல, பெறகு ஏன் வம்பு பண்றீங்க" பையன்கள் கேட்டார்கள். தனமும் ரங்காவும் யசோதைக்குக் காவலாய் அருகில் போய் நின்றிருந்தார்கள்.

"நீ யார்டா" மாணவனை செவிட்டில் ஓங்கி அறைந்தான் எருமைச் சண்டியர்.

வகுப்பு அரண்டு போய்நின்றது; யசோதை கத்தக் கத்த இழுத்துக் கொண்டு போன அய்யா- பெத்த மகளை இப்படியேல்லாம் இழுத்துப் போவார்களா என அதிர்ச்சியுடன் தமிழாசிரியை பார்க்க, சுற்றி வெளியே தயாராய் நின்று கொண்டிருந்த காரில் ஏற்றிக்கொண்டு போனதை அவரவர் வகுப்புக்களிலிருந்து ஆசிரியர்கள் பார்த்தார்கள். தலைமையாசிரியர் சன்னல் வழி திறந்த வெளியில் நடப்பதைக் கண்டார். அரண்டு போன வகுப்பறை குணக்கமெடுத்த நாய்போல் நெடுநேரம் படுத்திருந்தது.

பெண்பிள்ளைகள் சீக்காளிகளாய் குக்கிப்போய் உட்கார்ந்திருந் தார்கள். கலைவாணி ஆவேசத்துடன் வகுப்பறையில் வெளிவந்து "டே, நாசமாப் போவீங்கடா" என்று இழுத்துப் போனவர்களைத்

தாக்குவது போல் கத்தினாள். "இதக் கேக்கிறதுக்கு நாதியில்லையா? ஸார். பொம்பிளைக எங்களுக்கு நீதியே கிடையாதா ஸார்?" ஆசிரியர்கள் கூடிய அறையில் தலைமை ஆசிரியரிடம் முறையிட்டாள்.

"எங்க போய் முறையிட? போலீஸ் நிலையத்துக்குத்தான் போக வேண்டும்; அங்க போனா ஒன்னும் நடக்காது" ஜான் முணுமுணுத்தார்.

தனம், ரங்கா ரொம்பநேரம் பேசவில்லை. வகுப்பறையை ரணகளமாய் ஆக்கிய அடியாட்களும், கதறியடி வெளியேறும் சிநேகிதியும் திரும்பத் திரும்ப நினைவில் வந்தார்கள். நினைப்பு இம்சையிலிருந்து வெளியேற அவர்களுக்குத் திராணி போதவில்லை. வகுப்புப் பெண்கள் அம்மாவிடம், அக்காவிடம், அத்தையிடம் என ஒவ்வொருவரிடத்தும் சொல்லிச் சொல்லி மாய அன்று ஒவ்வொருவருக்கும் ஒரு கதை இருந்தது.

யசோதையை இழந்த கதையை இரவில் சொன்னாள் தனம். "அவ கத்திக்கிட்டு போனதைக் கண்டு எங்குலை நடுங்குச்சு" என்றாள். அன்னக்கிளிக்கு பேச்சுமுடக்கம் ஏற்பட்டது. ஒன்றும் சொல்லத் தோன்றவில்லை.

"முத்துராக்கு சார், அங்கன இருந்தாரா?" அவரும் இருந்தார். துரியோதனன் அவையில் துகிலுரிய பாஞ்சாலியை இழுத்துவர துச்சாதனன் சென்ற வேளை" பீஷ்மர் மாமுனியும் இருந்தாரா அங்கு" என பாஞ்சாலி கனல் கக்கிக் கேட்டது போல் இருந்தது அவள் கேள்வி.

"நாளைக்கு எனக்கும் இப்படித்தான் நடக்கும் அத்தை" தனத்தின் குரல் நடுங்கியது.

தனத்துக்கு நம்பிக்கை இல்லை. தன் நெஞ்சும் மனசும் சுயமாய்ப் பறக்கக் கூடாதா? என் இறகுகளை வெட்ட முடியுமா? அந்த உறுதியை அவளால் தரமுடியாது. தரமுடியுமானால் அவள் மனுசியில்லாமல் போவாள்.

‘‘அவங்க ஜெயிச்சிட்டாங்க’’

‘‘நாளைக்கும் எனக்கும் இதுபோலத்தான நடக்கும்னு மனசுக்குள்ள ஒன்னை நெனைக்க வச்சிட்டாங்கள்ல. அதுதான் ஜெயிப்பு. சுயமாப் பறந்தா சாதிமீறிப் போனவள்ன்னு பெண்மனதை அடித்துச் சுருங்க வைக்க முடியுதில்ல, அதான்’’

ஆண் அதிகாரம் செல்லுபடியாக்கப்படுகிறது. பெண் பேசா மடந்தையாக்கப்படுகிறாள். இது ஆண்களுக்குத் தேவையானது, பிடித்தனமாது. அதுதான் பெண்களுக்கு 'மடந்தை' எனப் பெயர் சூட்டிக் காலகாலமாய் பழம் இலக்கியங்களும் ஆண்மனதுகளும் சுகமாக்கிக் கொண்டன. இந்தப் போக்கை ஜெயிக்கவிடக்கூடாது. வழியை அடைத்துவிட வேண்டும் என அன்னம் யோசித்தபடி இருந்தாள். வேறொரு வகையாக அத்தை யோசித்தது தனத்துக்கு ரொம்பப் பிடித்தது. தனம் மனசுக்குள் ஒரு முடிவுக்கு வந்தாள். ‘‘அத்தை இருக்கிற வரை, நா கையப் பிடிச்சிக்கிட்டே கூட வருவேன்’’.

40

பள்ளியின் பத்து ஆண்டுகளின் வரலாற்றில் பிடித்த முதல் கிரகணம் இது; இன்றைய கிரகணம் பள்ளிக் கூடத்தின் நரம்புமண்டலத்தை துண்டித்து சடமாக்கியிருந்தது. பிரகாசமான காலத்தை தூக்கிவாரி விழுங்கியிருந்தது.

ஒவ்வொரு மாணவியும் மாணவனும் பேசிக்கொள்ளச் சுரணையற்றுப்போன எதிரெதிர் சவங்களாய் நின்றார்கள். பிள்ளைகளின் கூக்குரலால் நிறையவேண்டிய விளையாட்டுத் திடல் அன்று மௌன உறைவில் கிடந்தது. உடற்பயிற்சி ஆசிரியர் வந்தார். ஒரு விசில் ஊதி "நீங்களே விளையாடுங்க" என்று சொல்லிவிட்டுப் போனார். அவரவர் மனதில் முடங்கிக் கிடந்ததை, அழுகையை, ஆற்றாமையை வெளியே எடுத்துச் சொல்லிப் பறிமாறிக்கொள்கிற அந்திமுற்றமாக இளம் மனசுகள் ரூபம் கொண்டன.

பேரூராட்சித் தலைவர் ஆழ்வாரப்பன் என்ற மாவீரர் வருகிறார். 'கற்றறிந்த ஆசிரியர்களாயினும், கப்சிப் - எனப் பணிந்து நடக்கக் கடமைப்பட்டவர்கள். அவர்கள் ஆட்சியில் இருப்பதால் அது அவர்களின் பள்ளி. தலைமையாசிரியராயினும் தலைவணங்கிப் போக வேண்டியவர். எதிர்ப் பேச்சு வருகிறபோது வந்தது கட்டளை, "வாத்தியார் வேலையை மட்டும் பாருங்க".

வகுப்பறையினுள்ளிருந்து இழுத்து வரப்படுகிறாள் யசோதை. கூக்குரலிட்டாள். யசோதை கதறினாள். சிறு பறவையின் அலறல் பள்ளியெங்கும் தெறிக்க வலுவந்தமாய் காரில் திணிக்கப்பட்டு கொண்டுபோகப் படுகிறவளாகிறாள். துரியோதன சபைக்காட்சியை கட்சிக்காரர்கள் நிறைவு செய்கிறார்கள்.

41

''சௌக்கியமா தாயி?''

வட்டாரத்துக்கு வந்து மூன்று வருடங்கள் முழுசாய் ஓடிவிட, வட்டார மொழி கனிக்கும் வந்துவிடுகிறது. அப்பப்ப அந்த மொழியோடு ஒட்டிக் கொள்கிறார். அவர் நம்ம ஆளாக ஆகிவிட்டார் என்று மக்களுக்குத் தெரிகிறது.

''நீங்க எப்டிய்யா இருக்கிறீக?'' முத்துமாரி கேட்டாள்.

''இவங்க முத்துமாரி. வீட்டோட இருந்து பெரியவங்களைக் கவனிச்சிக்கிறாங்க'' அறிமுகப்படுத்தினார்.

ஜானும், முத்துராக்கும் கும்பிட்ட கைகளுடன் வியப்பாய்ப் பார்த்தார்கள்.

''இவங்கதான் எல்லாம்''

''சொல்லிருக்காங்க''

ஒப்புக்கொண்டபடி நூல்களைப் பட்டியலிட, கட்டுக் கட்டி எடுத்துப் போக இன்றும் நாளையும் விடுமுறை என்பதால், இரு மாணவர் களையும் அழைத்து வந்தார்கள்.

''கேள்விப்பட்டேன். மனசே சரியில்லாமல் ஆகிருச்சி''.

ஆழ்வாரப்பன் ஆட்களின் படையெடுப்பு, மாணவி கடத்தல், அத்து மீறல் பள்ளியில் நடந்த எல்லாம் சிவபெருமாள் அறிந்திருக்கிறார்; முத்துமாரியைக் காட்டினார், ''இவ வந்து எல்லாம் சொன்னா; கா முட்டாப்பய. சாதிக்காரனெல்லாம் அவன் சொன்னபடி கேக்கணும்; அவனுக்குக் கட்டுப்பட்ட சுகந்தையா (கொத்தடிமையாய்) இருக்கனும்னு நெனைக்கிறான் போல'' என்றார். அவரை அப்படி ஆழ்வாரப்பன் தன் கை வளைவுக்குள் அகப்படுத்திட முடியாது.

''இப்படி இப்படி பள்ளிக்குள்ள படையடுத்துப் போயிருக்காங்க; அடிக்கிறதுக்கு முறுக்கிக்கிட்டு நிக்கிறாங்கன்னு தெரிஞ்சதும், நாந்தான்யா வந்து சொன்னேன்; சொன்னதும் நா அங்க போகணும், என்னையக் கூட்டீட்டுப் போன்னு றெக்கையைத் தூக்கிட்டாரு. நா எப்படி கூட்டீட்டுப் போவன். அங்க போயி ஏதாவது ஆச்சுன்னா''.

முத்துமாரி சிரித்தாள். அவர் பண்ணியதைப் பார்த்து, அவளுக்கு ஒரே சிப்பாணிக்கூத்து. இரு கைகளையும் தூக்கிப் பறவை பறப்பது போல் செய்து காட்டினாள். ஊடாக ஒரு சொல் சொன்னாள். ''இப்படி அப்பப்ப என்னை சோதிப்பாரு''.

''ஒரு ஆட்டோ பிடிச்சிட்டு வந்திருக்கலாம்'' சிவபெருமாள் புலம்பினார். அன்றைக்கு ஆட்டோ மட்டும் கூட்டி வந்திருந்தால், பள்ளிக்கூடத்துக்குள் அவனை நிப்பாட்டி, இரண்டில் ஒன்னு பார்த்திருப்பேன் என்றார்.

சில பேருக்கு மனச் சிடுக்குகளை உண்டாக்கிக் கொண்டிருப்பது, சந்தோசகரமான வேலையாயிருக்கிறது; அது முழுநேர வேலை. செய்யாமல் போனால் அவர்கள் நிம்மதியாகத் தூங்க முடியாது. அப்பேர்ப்பட்டவர்களில் அவன் முதல் ஆளாக ஆகிவிட்டான் என்று வருத்தப்பட்டுக் கொண்டிருந்தார்.

சிலருக்கு மனுச முகம் காட்டுகிறார். மக்களுக்கு மனுச முகம் காட்டுகிறாரில்லை. லேசு பாசாய் எடுத்து வைத்தார் கனி.

"முதக் கட்டத்துக்கு நல்லாத்தானே இருந்தான். எப்பத்திலிருந்து இப்படி மாறிக்கிட்டான்னு தெரியலே. ஆரம்பத்தில சாதிய எதிர்த்த பயலுக தானே இவங்க" அங்கலாய்த்தார் சிவபெருமாள்.

இந்த இடத்தில் முத்துராக்கு விளக்க நினைத்தார். அரசியல் அப்படி ஆக்கிவிட்டது. தேர்தல் அரசியல் அவர்களை இந்த இடத்துக்குப் போக வைத்தது. அரசியலில் மேலேமேலே போக, தொட்டதுக்கெல்லாம் சாதி வந்து நிற்கிறது. சுயநலத்துக்காக சாதியோடு கொளுவிக் கொள்கிறார்கள். ஊழல், லஞ்சம் இவர்களைக் கவித்துப் போட்டுக் கொள்கிறது.

கனி, முத்துராக்கை கையமர்த்தினார். பெரியவர் சிவபெருமாள் பேசிக்கொண்டே போவார். அவருடைய இயல்பு அது.

ஜானுக்கும் முத்துராக்குக்கும் தங்கள் பள்ளி நூலகத்துக்கு கொடையாய் வரவிருக்கிற நூல்களைக் காட்டினார். ''ரொம்ப அபூர்வமான புத்தகங்கள்'' என்றார் ஜான்.

அவர்கள் விடைபெற்றார்கள்.

''போன தடவை வந்த ஐயா வரலையா?'' கேட்டாள் முத்துமாரி.

''யாரு?'' யோசித்து நின்றார்கள்.

''அதான், எங்கையால கொடுத்த டம்ளரை வாங்க மாட்டேன்னாரே''.

முத்துமாரி ஞாபகப்படுத்தியதும், கனிக்குப் பொறி தட்டியது.

''அவரா, அவரா'' என்றார்.

''அவர் வரலே''.

வாத்தியார் சின்னச்சாமி, முத்துமாரி நக்கலாய்ப் பார்த்தாள்.

''இனிமேப்பட்டு நீங்க அழைச்சிட்டு வந்தாலும், வீட்டுக்குள்ளே நா சேத்துக்கிற மாட்டன்'' என்று நக்கல் சிரிப்பு எச்சரிக்கை செய்தது போலிருந்தது.

42

‘‘ஏன், ஓங்களுக்குக் கல்யாணம் ஆகலை’’

‘‘ஆகலை’’.

‘‘இதுநா வரை ஏன் ஆகலைன்னு...?’’

‘‘ஆகலைன்னா ஆகலைதான். புதுசா கேக்குறீங்க’’

அன்னக்கிளி களங்கமில்லாது சிரித்தாள்.

‘‘நான் வர்ற வரைக்கும், நீங்க அந்த இடத்தில் நின்னுக்கிட்டிருந்தீங்களே, அதான்’’.

‘‘அதுக்காகத்தான்’’

‘‘எதுக்கு, நா வர்றதுக்காகவா?’’

‘‘அதான்,அப்படின்னும் வச்சுக்கோங்க. கேட்டு வந்தாங்க. கடை ஒன்னு நடக்குதில்ல. எழுதிக்கொடுக்க முடியுமான்னு கேக்குறான். கடையைச் சேத்து, நாலைஞ்சு குறுக்கம் புஞ்சை, அதையும் கேட்டானுங்க’’

‘‘யாரு’’ என்று விசாரிப்பு.

‘‘எல்லாம் சொந்தக்காரப் பசங்க. கடை ஓட்டத்தில் பெழைப்பு.

அதையும் தானமாக கொடுத்தாச்சின்னா, மண்ணையா கொட்டிக்கிறது.''

சாவதானமாய்க் கேள்வி; கேள்வியும் பதிலும் பேச்சும் சாவதானமாய் வருகிறது. ஒரு அவசரப்பாடுமில்லை. கொள்ளாக்குமரு, வில்லாச் சரக்கு என்று வயசு ஏறஏற விலையும் கூடிக்கொண்டு போகிறது. கடையும் சொத்தும் அவர்களுக்குக் குறி. கழுத்தில் ஒரு கயிறைக் கட்டி இறுக்கி விட்டால், பிறகு படக் படக் என்று மூஞ்சியில் எறிகிற பேச்சையும் முடக்கிவிட காலம் செல்லாது.

முத்துராக்குக்கு அயற்சி ஏற்பட்டது. 'கிறுக்குப் பசங்க' என்று தனக்குள் சொல்லிக் கொண்டார். இன்றைய சமுதாயத்தில் இளையவர்கள் எங்கிருந்து வாழ்க்கையைத் தொடங்குகிறார்கள்? பெண்ணை விலை பேசத் தொடங்குவதிலிருந்து! அந்த இடத்தில் புள்ளி வைத்து ஆரம்பித்தால் வாழ்க்கையின் கோலம் வடிவாய் அமையும் என்ற நினைப்பில் இருக்கிறார்கள்.

''ஐயா, யோசிப்பு பெலமா?'' தனம் கலைத்தாள்.

''சின்னப் பிள்ளைகளுக்குப் புரியுமா?''

''புரியாது தான். ஒரு தேத்தண்ணி குடிச்சா மண்டை சுறுசுறுப்பாகுமான்னு பாக்குறேன்''.

சொன்ன ரங்கா ''இந்தாங்க ஒங்களுக்கும்'' என்று டம்ளரை நீட்டினாள். அவர்கள் பேசிக்கொண்டிருப்பது ரங்காவின் வீடு.

அன்னக்கிளி சொல்வாள். ''ஏன்'டி செல்லம், இப்பவே தாறுமாறா ஓடிக்கிட்டிருக்கு. தேத்தண்ணி வேற''

சீத்தாராமின் கடை வீடு தோதுப்படாது என்று ரங்கா வீட்டுக்கு வந்துவிட்டார்கள். ஏதோ முக்கியமான சேதி சொல்லனும் என்றுதான் முத்து அழைத்திருந்தார். ரங்காவின் தாய் ஒத்தப்பாரிப் பொம்பளை. நிலம், சொத்து, நிறையக் கிடக்கிறது. எல்லாம் ஒத்தை மகளுக்காக. ஏதொன்னையும் ஐயறவு கொள்ளாமல் காணுகிற அம்மா.

ரங்கா பேசினாள். பேச ஆரம்பித்தால் கேள்வி, பதில் எதுவானாலும் பிரிப்பிரியாய் பிரித்து வைத்து விடுவாள். அடடா, இப்படிப் பேச வரமாட்டேன்கிறதே நமக்கு என்று எண்ண வைக்கும்.

''என்ன, ஒங்களுக்குள்ள தாறுமாறா ஓடிக்கிட்டிருக்கு,சொல்லுங்க''

''ஒவ்வொருத்தருக்குள்ளயும் ஒன்னொன்னு ஓடிட்டிருக்கு'' அமர்த்தலாக வந்தது பதில் அன்னத்திடம்.

''அதான், என்னன்னு நெனைக்கிறது''.

மாடு, கன்று, ஆடு, கோழி என செழிப்பாயிருந்த வீடு.

இன்றைய வாழ்வுகதியில் சன்னம் சன்னமாய் சுருக்கி விட்டாள் ரங்காவின் அம்மா சென்னம்மா. மாடு, கன்று, ஆடு, கோழிகள் வளர்க்க நாற்புறமும் சுவரெழுப்பி விஸ்தாரமாய் உள்முற்றம் இருப்பது தோது. ஒரு சம்சாரியோட வீடு எப்பவும் இப்படித்தான் அமைய வேண்டும். தெக்குப் பாத்த வீடாக இருந்திருந்தால், எல்லாவகைக்கும் தோரணையாய்ப் போயிருந்திருக்கும். இது வடக்குப் பார்த்த வாசல் . கார்த்திகை மார்கழி அடைமழை மாசத்தில் வாடைக்காற்றுக்கு மாட்டுப்பட்டு நடுங்கிக் கிடக்க வேண்டி வந்தது.

சோலைமலை - சென்னம்மா இரண்டு பேர்தான். வாசலில் நுழைந்ததும் பரந்த உள்முற்றம் தாண்டி மச்சுவீடு. மச்சு வீட்டுக்குள் நுழையுமுன், தாழ்வாரம் இறக்கி வலது இடது இருபக்கமும் திண்ணை. இளசுகள் இரண்டும் அங்கேதான் கிடப்பார்கள். எதிரில் கீழ்த்திசையிலிருந்து எழும்பிவரும் சந்திர கிரகணச் சாடலில் கிறங்கிப் போய்க் கிடப்பார்கள்.

வெயில்காலம் போய், வாடை புறப்பட்டு வருகிற போது மச்சு வீடு தேடுவார்கள்.

அரக்கப் பறக்க எடுத்தார்களோ என்னவோ, இதுக்கெல்லாம் நான் காத்திருக்க முடியாது என்பது போல மூன்றே வருடங்களில்

அவர்களின் முக்குளிப்பு முடிவுக்கு வந்தது. ஜன்னி வந்து சோலைமலை செத்துப்போனான்.

"நாந்தான் கொன்னுட்டேன், எம் மாமனை நாந்தான் கொன்னுட்டேன்"

சென்னம்மா ஓயாது கத்தினாள். சம்பந்தா சம்பந்தமில்லாமல் கதறிக் கொண்டிருந்தாள். 'அரைவாணாள் காரியாகி'விட்டாள். இருக்கிற பாதி உயிரும் போயிரக் கூடாதே என்று ரங்காவைத் தூக்கி, அவள் முகத்தைக் காட்டினார்கள். புருசன் செத்தபோது ரங்கா பால்குடிப் பிள்ளை.

"நீயும் போய்ட்டியன்னா, இந்தப் பிள்ளைக்கு யாரு?"

கண்ணீர் துளிர்க்கக் கேட்டார்கள். வெட்ட வெளியாய் ஆகிக்கொண்டிருந்தவளை இந்தப் பச்சைமண் கடைசியில் நிறுத்தி உயிர் ஊன்றித் தழைக்கிற பச்சையங்களின் நிலமாக ஆக்கிக் காட்டியது.

மூச்சுக்கு முந்நூறு தரம் 'மாமா, மாமா' என்று பிதற்றிக் கொண்டிருந்த பித்தி, இப்போது மேல்மூச்சு கீழ்மூச்சு வாங்க 'ரங்கா, ரங்கா' என்று பிதற்றுகிறாள். அது ஒரு பிதற்றல்தான். எந்நேரமும் சென்னம்மாவுக்கு ரங்கா வேண்டும்.

பாலூட்டித் தாலாட்டி ரங்காவை சீராட்டத் தொடங்கிய நாட்களில், அந்தப் பாவியின் நினைப்பு முட்டி முட்டிப் பால் குடிக்க மேல்வரும்; என்னமாய் மெய்மறந்து வாழ்ந்த காலம். திண்ணைகளும் நிலவடிப்பும் கிறங்கிக்கிடந்த பழைய நாட்கள் சீண்டல் தரும். "சீ, இனிமேல் அந்தச் சோலியே இருக்கப்படாது" என்று பழைய நினைப்புகளைத் தட்டி முடக்கினாள். வம்படியாய் திருப்பித் திருப்பி மேல் முளைத்த களையை, வேர்மண்ணோடு பேர்த்து வீசியெறிய முளைக்குச்சி தந்தவள் இந்தச் சின்னஞ்சிறு ரங்கா. சென்னம்மா, ரங்காவின் குழந்தை. தட்டாது கேட்கும் குழந்தை. ரங்கா எது

சொன்னாலும் , எதுவொன்று வேண்டுமென்றாலும் தட்டியதில்லை.

ஐந்தாம் வகுப்புக்கு மேல் கமலாபுரத்தில் பள்ளி இல்லை. மேல்வாசிப்புக்கு மூன்று கி.மீ. தொலைவுள்ள வில்வநத்தம் இருந்தது. ரங்கா கேட்டாள்.

''நா மேலே படிக்கட்டுமா அம்மா''

''படி''

'' இல்ல, அங்க வில்வநத்தம் போகனும்''

''போ''

''எங்கூடப் படிச்ச பிள்ளைக யாரு போறாங்கன்னு தெரியல. தனம், வடிவு போறதாச் சொன்னாங்க. அவங்க வீட்ல ஈரெட்டா இருக்கு ''

''சரி''

''பொம்பிளப் பிள்ளைக துணைக்கு இல்லைன்னா, சூரப்பன், தண்டபாணி, செந்தில் போறாங்க, அவங்களோட போய்ட்டு வரவா?''

''போய்ட்டு வா''

11 - வயதின் சொல்லை அன்றைக்கு கேட்டது. இன்றைக்கும் 16 -ன் பேச்சுக்கு , 35 தடுப்புப் போடவில்லை. பத்தாம் வகுப்பு அரசுத் தேர்வு நாட்களில் வில்வநத்தம் ஜான் ஆசிரியர் வீட்டிலேயே இருப்பாய் இருந்து படிக்கலாம் என முடிவு எடுத்தபோது எக்குத் தப்பாய் செலவைக் கேட்டிரும்; வீறாம்பான வேலை எதுக்கு என்று சீத்தாராம் போல், குதிக்கவில்லை. தனத்தின் வீட்டில் அய்யா சீத்தாராம் தக்குபுக்கென்று குதித்தார்.அன்னக்கிளி மேல்கை எடுக்காது விட்டிருந்தால், தனம் பத்தாம் வகுப்பில் தேறியிருக்க முடியாது.

இது மாதிரிப் பொழுதுகளில் தாய் மகள் பேச்சு கேட்க வடிவாக இருக்கும். அந்த இடத்தில் இருக்கப்படாது. தூர இருந்து காதில்

விழுமாறு கேட்டுக் கொண்டிருக்கவேண்டும். ஒரு இசைமொழி போல் வழியும். நல்ல தெம்மாங்கு ராகம் இழுக்கப்படும் போது ''அய்யோ கேட்டுக்கிட்டே இருக்கலாமே, என்று தோணுமல்லவா'' அதுக்குச் ஈடுசோடாய் இருக்கும் தாய் மகள் பேச்சுப் பரிவர்த்தனை.

''ஜான் வாத்தியார் மாதிரி ஒரு நல்லவர் இல்லைன்னு சொல்றாங்க. நாங்க அவர்ட்ட பேசினமா, அப்ப நீங்க ஏன் தனியா வீடெடுக்கறீங்கன்னு கேட்டாரு. இவ்வளவோ பெரிய வீடெடுத்திருக்கேன்ல்ல, எங்கூடவே தங்கிப் படிங்கன்னாரும்மா, போகட்டுமா''

''போய்ட்டு வா''

''நா போனேன்னா, தனம், வடிவும் வர்றேன்னு சொல்றாங்க''

''சரிப்பா''

வில்வநத்தம் பெரிசாய் ஒன்னும் தொலைவில்லை. கோழிப்பறவை தூரம் (கோழி பறக்கிற தூரம்). ஜான் வாத்தியாரை நம்பி பிள்ளைகள அனுப்பி வைக்கலாம் என சென்னம்மா முடிவு செய்தாள். ஜான் வாத்தியாரைப் பார்த்துப் பிள்ளைகள் படிப்புக்காகப் பேசிவரப் போனவர்கள் வடிவின் அண்ணன் மாரப்பன், தனத்தின் அன்னக்கிளி, ரங்காவின் சென்னம்மா.

காற்றோட்டம் இல்லை. புழுக்கத்தில் நீராட்டிற்று மச்சுவீடு. வெந்து போய்க் கிடந்தனர் நால்வரும். மச்சுவீட்டின் முன்னாலுள்ள இருபக்கத் திண்ணைகளில் காற்றோட்டமாக உட்கார்ந்திருக்கலாம். வேற வினை வேண்டாம். யாராவது வந்து கொண்டே இருப்பார்கள்.சென்னம்மா வெளிவாசலில் காவலுக்கு உட்கார்ந்திருந்தாள்.

நல்ல சீருக்கு வேர்த்துக் கொட்டியது. அதனினும் கூட, இரு பெரிசுகளின் மனசுகள் பெரிதும் வியர்த்திருந்தன. ஆன்மாக்களில் ஒட்டிய இருள் உண்டாக்கிய கடும் அமைதி நிலவியது.

முத்து தன் சட்டைப் பையிலிருந்து ஒரு தாளை எடுத்து அன்னக்

கிளியிடம் கொடுத்தார். அவள்தான் முதலில் வாசித்தது. ஆணை தமிழில் இருந்ததால், புரிதல் லகுவாக வந்தது. நிர்வாகக் காரணங்களுக்காக தருமபுரி மாவட்டம் நல்லம்பள்ளி அரசு மேல்நிலைப்பள்ளிக்கு முத்துராக்கு பணிமாறுதல் செய்யப் பட்டடிருந்தார். அவருடைய இடத்தில் வேறுயாரும் நியமிக்கப் படவில்லை. அந்தப் பணியிடத்திற்கு பின்னர் தனியாக ஆணை பிறப்பிக்கப்படும் என தாள் பேசியது.

மாறுதல் ஆணை தனம், ரங்கா, ஆகியோரின் கைக்கு மாறியது. இருவரும் சேர்ந்து படித்தார்கள். அந்தவாசகம் சிறு பிள்ளைகள் இருவரையும் கனர வைத்தது.

''ஐயையோ'' என்றார்கள் அவர்களறியாமல். பிறகு அவருடைய முகத்தை ஏறிட்டார்கள். இப்போது அவர்களுக்குப் புரிந்தது. அன்னக்கிளியுடனான சந்திப்பில், அவர்களிருவரும் உடனிருக்க வேண்டுமென அவர் கேட்டுக்கொண்டது எதனால் என்று பிடிபட்டது.

''இதெல்லாம் அவன் வேலைதான்''

'ம்...' என்று ஏதோ கவனமாக இருந்தவர் ஏறிட்டார்.

''என்ன சொன்னீங்க''

''யசோதையை பள்ளிக்கூடத்தில் இருந்து கடத்தீட்டுப் போன அந்தப் பாவிதான் செஞ்சிருக்கான். இப்ப ஒங்க பேர்லயே கை வச்சிட்டான்''. கோபம் எக்கிக்கொண்டு வந்தது.

''நீங்க என்ன சொல்றீங்க?''

அன்னக்கிளியை நோக்கினார்.

எல்லாப் பிரச்சனைக்குமான பதிலை எதிர்நோக்கி வைக்கப்பட்டது. ஒரு கேள்விக்குள் அனைத்தும் கெட்டிக்கப்பட்டிருந்தது.

''நா ஒங்க கூட வர்றேன்''

ஒத்தை வரியில் முடித்துக்கொண்டாள்.

புழுக்கத்தில் வியர்த்து இருந்தாலும் பதில் குளிர்ந்த காற்றாய் அவர்களைத் தீண்டியது. மச்சு வீட்டினுள் மங்கலாய்ச் சின்னதாய்த் தெரிந்த வெளிச்சம் அந்தப் பதிலால் ஒளி சுமந்து வீடெங்கும் விசிறியது.

அவர்கள் வெளியில் வந்தார்கள். வெளியில் வந்ததும் மகளிடம் கேட்டாள் சென்னம்மா "என்ன பேசுனீங்க?"

"ஒன்னுமில்லைம்மா. பெறகு சொல்றேன்".

முத்துராக்குவை வழியனுப்ப வாசலுக்குப் போனார்கள்.

பூஞ்சிரிப்புடன் மகள் வருந்தட்டி காத்திருந்தாள் சென்னம்மா.

அது ரங்காவின் அம்மா!

43

அவர்களின் உரையாடல் தெலுங்கிலிருந்தது. ஒரு திருமண வரவேற்பிதழ் உண்டாக்கியிருக்க வேண்டிய முகப்பிரகாசத்தை அந்த அழைப்பிதழ் தரவில்லை. அருள் அத்துப்போன முகங்களில் கலவரப் பார்வை; ஆத்திரம் அப்பிக் கிடந்தது.

''சாதி கெட்டபய செய்திருக்கிற காரியத்தைப் பாத்தீங்களா, வாத்தியாரையா?''

எதிர்த்தாப்பில் நின்ற ரகுராமைப் பார்த்து ஆழ்வாரப்பன் பேசினார். சாதிச் சங்கம் கூடியிருந்தது. ரகுராமும் சின்னச்சாமியும் மரியாதையாக நின்றனர்.

''நா வேற. உங்கள் நிக்கவச்சிப் பேசிக்கிட்டிருக்கேன்னு தலைப்பிரட்டு புடிச்ச பயலுக சொல்வானுக''

ஆழ்வாரப்பன் உத்தரவில் நாற்காலிகள் வந்தன. ''இந்தக் காலை வேற தொங்க விடாம. எந்நேரமும் பாத்துக்கீற வேண்டியிருக்கு'' முன்னாலுள்ள சிறு முக்காலி மேல் இருகால்களும் அணைவாய்த் தூக்கி போடபப்பட்டிருந்தன. கால்களில் நீர் கட்டியிருக்கிறது; கரண்டைக் காலுக்கு கீழே உள்ளங்கால் இரண்டும் உப்பியிருந்தன.

சிறு பொட்டலம் போல் தெரிந்ததை சின்னச்சாமி வாத்தியார் வலது

கையால் தொட்டு, ''நல்ல வீக்கம் கண்டிருச்சி தம்பி'' என்றார்.

கொடூரமாய் உளைச்சல் தந்தவை கால்கள் அல்ல. ரகுராமும், சின்னச்சாமியும் கொண்டு வந்த அழைப்பிதழ்.

''தண்ணியில்லாத காட்டுக்குத் தூக்கியடிச்சும் இவனுக்குப் புத்தி வரல பாத்தீங்களா? நம்ம சொத்தையே அபகரிச்சிட்டுப் போறான். என்ன செய்யலாம்?''

வாத்திமார்களைப் பார்வையால் நோண்டினார் ஆழ்வாரப்பன்.

அவர் எதிர் பார்த்தது மாதிரி அது இல்லை. தனஞ்செயன் பயலை வெரட்டிவெரட்டிப் பருத்தி விளாரால் அடிச்ச மாதிரி கல்யாணமாகப் போகிற இரண்டு பேரையும் புளிய ஆக்கை கொண்டோ, மொச்சி விளார் கொண்டோ விரட்டியடித்து விட முடியாது. ஆசிரிய இனம் பின்னால் நிற்க, அந்தப் பலத்துடன் மாணவர் பலமும் பின்னின்று மூரி எழுந்தால், எந்தத் தடுப்பும் தகர்ந்து விடும் என்ற யோசிப்பு உடன் வந்த சேர்ந்து நின்றது. கொடுத்த கொடாப்பில் உறுமிக்காரப்பயல் தண்ணி தாண்டிப் போயிட்டான் என்பது கேள்வி. ஆள் தென்படலை; இந்த புடலாப் போறவனை அவ்வளவு எளிதாய்க் கையாண்டிற முடியாது. கல்யாணம் முடிச்சிக்கிட்டு இங்ஙனக்குள்ள எதிர்எதிராய்க் கண்டுக்கிற அந்த நேர்தரிசனம் நேராது. அது ஒரு சௌகரியம். வேறொரு மாவட்டத்துக்கு தண்ணி இல்லாக் காடான தருமபுரிக்குப் போய்விட்டால், ஒண்ணுக்கொன்னு முகம் பார்க்கும் தேவையில்லாமல் போகிறது.

''தடுப்பூசி போட்டுப் பாத்தோம், நோய் பரவிக்கிட்டுத்தான இருக்கு'' கட்டுப்படுத்த முடியலையே என்ற ஆதங்கம் தலைவரின் சொல்லில் வெளிப்பட்டது.

தன் ஊரில் இது நடந்தேறவில்லை. நடந்திருந்தால் தலைக்குனிவாய் போயிருக்கும் என்று தலைவர் மனம் சஞ்சலம் கொண்டது.

''பக்கத்து ஊரில் நம்ம சமூகத்துக்காரங்க அவ்வளவு மோட்டிப்பா

இல்லைன்னு தெரிஞ்சி போச்சி'' என்றார் சின்னச்சாமி. போட்டுக் கொடுக்கிற இந்த வாய்ப்பை, தன்னை ஒதுக்கி அவமானப்படுத்திய அப்துல் கனிக்கு எதிராய் நழுவவிடப் போவதில்லை.

திருமண வரவேற்பை பள்ளியில் நடத்த ஜான் ஆசிரியர் முன்னெச்சரிக்கையுடன் வட்டாரக் கல்வி அலுவலரிடம் எழுத்துப்பூர்வ அனுமதி பெற்று வந்தார். வட்டாரச் செல்வாக்குள்ள கூட்டம் வஞ்சனை செய்து தடுக்கலாம்.

''நம்ம தமிழய்யாவுக்குத் தானே, பேஷா நடத்துங்க'' குதூகலித்துப் போனார் கல்வி அலுவலர். ஞாயிற்றுக் கிழமை விடுமுறை நாள். பள்ளிக்கூட நாட்களில் வரவேற்பு வைத்தால் நொரநாட்டியம் செய்யும் ஆட்களுக்கு குறைச்சலில்லை. பள்ளி இயங்காத நாளில் திருமண வரவேற்புக்குக் கடிதம் கொடுத்து அனுமதி கிடைத்தது.

தலைமையாசிரியர் கனி, மூத்த ஆசிரியர் ஜான் கையெழுத்திட பதிவுத் திருமணம் முதல்நாள் நடந்தது. எத்தனை வேடிக்கையாக மாறியுள்ளது. தங்களுடைய தலைவிதியை தாங்களே தீர்மானிக்கும் உரிமைக்கும் இந்தச் சமுதாயம் வேலியிடுகிறது என்று நினைக்க தவசியப்பனுக்கு வேதனை மேலிட்டது. சாட்சிக் கையெழுத்தை தவசியப்பனும் உடற்பயிற்சி ஆசிரியர் வைரவனும் போட்டார்கள்.

கமலாபுரம் சீத்தாராம் வீடு இரண்டு நாட்களாய் இருளடித்துக் கிடந்தது. வீட்டில் இழவு விழுந்திருக்கிறது. 'துஷ்டி' கேட்டு வந்தால் பதில் சொல்ல வேண்டும்; சொல்லாமல் கொள்ளாமல் வெளியேறி னார்கள். எங்கே போனார்கள், எப்படிப் போனார்கள். தனத்தையும் இழுத்துச் சென்றிருந்தார்கள்.

அன்னக்கிளி சொல்லாமல் செய்யாமல் வீட்டைவிட்டு வெளியேறிப் போனது அவர்களை ஒரு 'லப்பு லப்பி' எடுத்தது. இன்னொரு பக்கம் ரங்காவின் அம்மா சென்னம்மா செய்தது அவர்களைக் கசற அடித்து விட்டது.

"ஒரே ரத்தமாக இருந்தும் இப்படி அலப்பறை பண்ணுவயா, தாயீ" என்று நொந்து போனார்கள். தாயாதிகளுக்குள் இந்தக் கூத்து எடுக்கலாமா? ஓடுகாலிக்கு ஒத்துக்கு மத்தளம் அடித்திருக்கிறாள் சென்னம்மா என்று அலமந்து கிடந்தார்கள்.

மகள் சொல் தட்டுபவள் இல்லை சென்னம்மா. மகள் பேச்சுக்கு மறுபேச்சில்லையென்று வாழ்க்கை நெடுக ஓடிக்கொண்டிருக்கிறாள். திருமண வரவேற்புக்கு அம்மாவை சைக்கிள் கேரியரில் உட்காரவைத்துக் கூட்டி வந்தாள் ரங்கா.

44

வீடுகள், மண்டபங்களில் நிகழ்கின்றன திருமணங்கள். மேன்மையுள்ள ஒரு கலாசாலை அன்று திருமண மேடையாகியது. விளையாட்டுத் திடல் கொடிமேடையை திருமண வரவேற்பு மேடையாக அலங்கரித்துக் கொண்டிருந்தனர் மாணவ மாணவியர். கார்த்திகைப் பிறையைப் பார்த்தமாதிரி அவர்களுக்கு இந்தக் கொண்டாட்டம் மனப் பொங்குதல் தந்தது.

திருவிழாக்களும் கொண்டாட்டங்களும் மனதை விகசிக்க வைக்கின்றன. மொட்டாக இருந்து மெதுமெதுவாய் தனக்குள் வளர்பருவமெய்தி, 'குப்' பென்று ஒருநாள் விரிதல் போல், கொண்டாட்டத்தை இளமனசுகள் எதிர்நோக்கிக் காத்திருந்தன. ஒவ்வொரு விழாக் கொண்டாட்டத்திலும் ஒரு புதுமையை சிறுமனசுகள் தாமே கண்டுபிடித்துக்கொள்ளுகிறார்கள்.

"எங்க பள்ளிக் கூடத்தில் இன்னைக்கு ஒரு வித்தியாசமான திருவிழா. ஷோக்காய் இருக்கும்''.

வளர் பருவத்தில் காணுகிற எண்ணிலடங்காப் புதுமைகளில் இது ஒன்று என பெற்றோர்களைக் கைபிடித்துக் கூட்டி வந்தனர்.

புதுமணத்தம்பதியர் காரில் வந்து இறங்கினார்கள். கார் உள்ளே நுழைவதற்கும் 'சடபுடா' வென்று வெடிகள் வெடிக்கவும் சரியாக

இருந்தது. வாசலிலிருந்து திடல் மேடைக்கு மாணவர் தலைவர் முன் நடக்க, மாணவர் பிரதிநிதிகள் பக்கத்தில் வர, பெருமிதத்தோடு அணிவகுத்து மாணவ மாணவியர் சென்றார்கள். நாதசுரமும் மேளமும் முன் நடந்தன. ''எதுக்கு இதெல்லாம்'' முத்துராக்கு மாணவர் தலைவனிடம் கேட்டார். ''இந்தக் காட்சியையும் பாத்திருவமே'' என்பது போல் அன்னக்கிளி மனசு அடக்கமாட்டாமல் சிரித்து நடந்துபோனாள்.

அப்துல் கனி தலைமை. மூத்த ஆசிரியர் ஜான் வரவேற்புரை, 'வாழ்த்துரைக்க அனைவரும்' என்று அழைப்பில் போட்டிருந்ததால் ஆசிரியப் பெருமக்கள் முண்டிக் கொண்டு வந்தார்கள். தவசியப்பன் நிகழ்வை நெறிப்படுத்தினார். ஜான் வரவேற்று உரையாற்றினார்.

''வில்வநத்தம் மேனிலைப்பள்ளி ஒரு குடும்பம். குடும்ப உறுப்பினர்களோடு இணைந்து வந்திருக்கும் எமது இனிய தாய் தந்தையருக்கு வணக்கம்.

மாவீரன் அலெக்ஸாண்டர் சொன்னாராம் ''என் தந்தையை விட என் ஆசிரியரை அதிகம் நேசிக்கிறேன். தந்தை இந்த உடலை மட்டும் தந்தார். என் ஆசிரியரோ அவ்வுடலினுள் ஆன்மாவையே அளித்தார்'' என்று.

எங்கள் முன் திரண்டிருக்கும் இளைய உடல்களுக்கு ஆசிரியராகிய நாங்கள் ஆன்மாவைத் தந்தோமா இல்லையா உறுதியாகச் சொல்லமுடியாது. ஆனால் உடல்களினுள் ஓடுகிற ஆன்மாவைத் தந்தவர்கள் என்று இருவரை உறுதியாகச் சுட்டிக் காட்டமுடியும்.

பள்ளிக்கூடம் என்பது நாற்பதுக்கு முப்பது அடி நீள அகலம் கொண்ட வகுப்பறை அல்ல, கல்வி என்பது முதல்பக்கம் முதல் கடைசிப் பக்கம் வரை திறக்கிற பாடப்புத்தகம் அல்ல; கற்றுக்கொள்ளல் கரும்பலகையிலும் ஆய்வுக் கூடத்திலும் இல்லை,

பள்ளிக் கணக்கு புள்ளிக்கு உதவாது, வாழ்க்கைக்கு உதவாது. பாடப்புத்தகம் - ஒட்டுமொத்தத்தில் நாக்குவழிக்கப் பயன்படும் ஓலை. படி, நல்லாப்படி. முதல் மாணவனாய் வா. வேலை வாங்கு. லட்சம் லட்சமாய் சம்பாதி. ஆனால் மனுசனா இருக்க வேண்டாம். இதுதான் நம்ம கல்வி. இந்தப் பள்ளிக் கணக்கு புள்ளிக்கு உதவாது''

மாணவர்களிடம் கை கொட்டி ஆர்ப்பரிப்பு.

''இவைகளையெல்லாம் தாண்டி வாழ்க்கை இருக்கிறது. அதன் அக உலகையும் புற உலகையும் கற்பதுதான் கல்வி. வாழ்க்கையை கற்று மனிதனாக ஆவது எப்படி என்பதை நாம் வாழும் காலத்திலேயே நிரூபித்துக் கொண்டிருப்பவர்கள் இருவர். ஒருவர் நீங்களெல்லாம் விரும்பும் அப்துல்கனி. மற்றொருவர் நீங்கள் நேசிக்கும் முத்துராக்கு. தலை நிமிர்ந்து சொல்வேன். இருவரும் எனது முன்னோடிகள்.

''கற்றலும் கற்பித்தலும் - ஒரு சனநாயக நடைமுறை. மாணவர்களான உங்களுக்கு நாங்கள் கற்றுக்கொடுக்க நிறைய இருக்கிறது என்று நாங்கள் நினைத்தால் பிழை. மாணவர்களிடமிருந்து கற்றுக்கொள்ளவே நிறைய இருக்கிறது. கொடுக்க மட்டுமே உண்டு; எடுத்துக் கொள்ள ஒன்றுமில்லை என எண்ணுவது அறிவீனம்-இப்படிச் சொன்னவர், இன்றும் சொல்பவர் நமது முத்துராக்கு. கற்றுக் கொள்ளலும் கற்பித்தலுமாக நடமாடும் சனநாயகவாதிக்கு இன்று புதிய வாழ்க்கை தொடங்குகிறது.''

பொருத்தமான வரவேற்புரையை ஜான் நிகழ்த்தியிருந்தார். எழுதி வைத்து வாசித்தார். மாணவர் ஆசிரியர் ஒவ்வொருவராய் வாழ்த்துரைத்தார்கள்.

ரங்கா, தவசியப்பனிடம் கேட்டாள், ''நா கொஞ்சம் பேசறேன் ஐயா''.

''பேஷா, ஒனக்கு இல்லாததா?'' என்றார்.

எவ்வளவு துணிச்சலாகப் பேசிவிட்டாள் அந்தச் சிறுபெண்.

''வரவேற்புரையை ஆசியுரையாக வழங்கிய ஜான் ஐயா அவர்களுக்கு நன்றி. ஜான் ஐயா ஆசிரியர் மட்டுமல்ல. எங்களுக்குத் தந்தையுமாவார். சும்மா ஒரு பேச்சுக்குச் சொல்லவில்லை. பத்தாம் வகுப்புத் தேர்வுக்குத் தயாராக அவருடைய வீட்டிலேயே, மகள்களைப் போல் பார்த்துக்கொண்டார். ஆனால் ஒரு ரகசியம் சொல்கிறேன். மற்ற ஆசிரியர்கள் எல்லாம் எங்களுக்கு 'ஸார்' ஆக இருக்கிறபோது, அவர் எங்களுக்கு அப்பா ஆகிவிட்டார்'' சொன்னதும் மகிழ்ந்துபோய் பெற்றோரும் மாணவரும் கை தட்டி ஆர்ப்பரிக்க, இடையில் கை தட்டலுக்கு கொஞ்ச நேரம் நின்றாள்.

''வாழ்த்துரைத்தவர்கள் எல்லாம் மணமகனைப் பற்றித்தான் பேசினார்கள். அன்னக்கிளி அத்தையைப் பற்றி பேச மறந்து விட்டார்கள். நான் அன்னக்கிளி அத்தை பற்றிப் பேசப் போகிறேன்.''

ஜான் எழுந்து நின்று இருகைகளையும் தலைக்கு மேலாய் உயர்த்தித் தட்டினார். ''மன்னிச்சிரும்மா, பிழை விட்டுட்டேன்'' என்பது போல் நின்றார். அவருடைய பார்வை அன்னக்கிளி மீது படர்ந்து வருத்தம் தெரிவித்தது.

நான்காம் வரிசையில் அமர்ந்திருந்த ஒரு வெள்ளைத் தாமரை கண்ணீரில் மூழ்கியது. இன்னும் வயது கடக்கவில்லை; இருபத்தைந்திலேயே வெள்ளைச் சேலையில் ஐக்கியமாகிவிட்டது. சாதி போர்த்தியது வெள்ளைச்சேலை, சாதி வெள்ளையாய் இல்லை என்பதை உணர்த்திக் கொண்டிருந்தது. ''மகளே, மகளே'' மனசில் உருகி நீராய் ஆகிக் கொண்டிருந்தாள் சென்னம்மா. பக்கதிலிருந்து வடிவின் அம்மா, அவளின் கைகளைப் பற்றி ஆதூரப் படுத்திக் கொண்டிருந்தாள். அமரு, அமரு என்று வலது கரத்தால் தொடையில் தட்டிவிட்டுக் கொண்டேயிருந்தாள்.

45

இரவு தலைமையாசிரியர் கனி வீட்டில் விருந்து. புதுமணத் தம்பதியர் இராத் தங்கல் அங்குதான். உள்ளே நுழைந்ததும் உடற்பயிற்சி ஆசிரியர் கேட்கிறார். ''என்ன, வாசனை ஒன்னும் தெம்படலை?''

''என்ன தெம்படனும்?''

''மாமு வீட்டில இன்னைக்குப் பிரியாணின்னு நெனைச்சி வர்றேன், இங்க வந்தா மாமிச வாசனை வரல்ல''

''அதெல்லாம் அவரோட போயாச்சி. என்னைக்கு அவர் மரக்கறி உணவுக்கு மாறினாரோ, அப்பவே அந்தச் சட்டியைக் கழுவிக் கவுத்தி வச்சாச்சி'' கனியோட துணைவியார் யாஸ்மின் முன்வந்தார்.

கழுவிக் கவுத்திய சட்டி, பிறகு நிமிரவேயில்லை. சைவப் பிள்ளைகளுக்கு மரக்கறி; கடலோரப் பரதவர்களுக்கு மீன்; இஸ்லாமியர்களுக்கு மாமிசம். புலால் இல்லாமல் முஸ்லீம் மக்களுக்கு ஒரு பொழுதும் புலராது. அப்படி இருந்த 'செட் அப்பை' புலாலுடன் இனி வாராது ஒரு பொழுதும் என தலை கீழாய் மாற்றிப் போட்டிருந்தார் அப்துல் கனி.

எப்படி மாற்றினாலும் காலம் மாறிக் கொண்டுதான் இருக்கிறது.

‘‘எல்லாக் காலத்திலேயும் அப்படியே தொடரும்னு சொல்ல முடியாதில்ல’’

அவர்களுடைய இளைய தலையமுறையைப் பார்த்தார் வைரவன். மகன், மகள். அவர்களுக்கும் கல்யாணம் காட்சி என நடக்கையில் எது எது எப்படி ஆகுமென உறுதிதர முடியாது. அது அவர்களுடைய கையில் இல்லை.

‘‘அந்தப் பொண்ணு நல்லாப் பேசிச்சில்ல’’

இன்னும் அரங்க நினைப்பிலிருந்து மீளாதிருக்கும் ஜானைக் கலைத்தார் தவசியப்பன்.

‘‘உங்க உருவாக்கமா’’ மணமகனிடம் கேட்டார் கனி.

‘‘ஐயோ, அதெல்லாம் இவங்க வேலை. இவங்களை உலுக்குங்க. எல்லாம் கொட்டும்’’

மணமகன் பேசினார். மணமகள் அன்னக்கிளி சிறிய புன்னகையுடன் நெளிந்தாள். நிதானமாக ‘‘எனக்கு மூணு பொண்ணுங்க’’ என்றாள்.

‘‘பெறகு’’ என்பது போல் ஜான் சுற்றிலும் பார்த்தார்.

‘‘மூத்த பெண் தனம். என் அண்ணன் சீத்தாராம் பெண். அவளை வரவிடாமல் எங்கோ கூட்டிக்கொண்டு போனார்கள் என்று சேதி. அடுத்தவ இந்த ரங்கா, மூன்றாவது இவ வடிவு’’

இடையில் குறுக்கிட்டார் மணமகன் ‘‘அத்தை அத்தைன்னு கூப்பிடுவாங்களே தவிர, அவங்க எல்லாத்துக்கும் இவங்க அம்மா’’

‘‘அந்தப் பிள்ளைக வரலை’’ யாஸ்மின் கேட்டார்.

‘‘அவங்க போய்ட்டாங்க. பசங்க, பெற்றோர்கள்னு எல்லாரும் கூட்டமா சைக்கிள்ளே போறாங்க’’

‘‘ராத்திரில பொம்பிளைப் பிள்ளைக சைக்கிள்ல பயமா இருக்காதா?’’ யாஸ்மின் தான் கேட்டார். யாஸ்மினும் பிள்ளைகள் இருவரும் இந்தத்

திருமணத்துக்காக நகரத்திலிருந்து வந்து இறங்கியிருந்தார்கள். அவர் வாழ்ந்து கொண்டிருக்கிற அத்தாம் பெரிய நகரத்திலும் இரவில் பெண்கள் தனியாய் நடமாட இயலவில்லை. இது போலவொரு காட்சியைக் காண ஏலாது என நினைத்தார். இந்தச் துணிச்சலைக் காணவாவது கிராமங்களில் வாழ வேண்டும். அது சாதா துணிச்சல் அல்ல; பெண் துணிச்சல்.

''அது பற்றி இவங்க என்ன சொன்னாங்க, கேளுங்க'' மணமகளைக் கைகாட்டினார் மணமகன்.

''நா என்ன சொன்னேன்?'' மணமகள் திருப்பிக் கேட்டார். முத்து தன் நெஞ்சைத் தடவிக்காட்டினார். ''இங்ஙனதான் இருக்கும். அயத்துப் போயிருக்கும்'' ஞாபகத்தை மீட்டெடுத்துத் தந்தார் முத்து.

''இருட்டுக்கும் ஆண்களுக்கும் பெண்கள் பயப்படக் கூடாதுன்னு சொன்னீங்க நீங்க''

அவ்வார்த்தைகளின் ஆழத்தில் புதைந்து, விருந்துச் சபை மரியாதையுடன் அன்னக்கிளியை நோக்கிற்று.

இரவின் குளிர்வில் வாசலில் ஒரு உருவம் நிழலாடியது. தயங்கிய படி வாசலில் நின்றது. ''யாரோ வந்திருக்காங்க மாமா, ஒங்களப் பாக்கனுமாம்'' கனியோட மகன் மம்முது பார்த்து வந்து தெரிவித்தான்.

''அட, நீங்களா?'' முத்துராக்கு இரு கைகளையும் விரித்து, ஆரத்தழுவுதல் போல் நெட்டோட்டமாய் ஓடினார்.

வந்தவரை தாங்காத குறையாய், கையைப் பிடித்துக் கூட்டி வந்தார். வந்த ஆளுக்குப் பெருந் தயக்கம்; சபையில் கால் வைக்கக் கூசினார்.

''எப்ப வந்தீங்க''

''நா பள்ளிக்கூடத்துக்கே வந்திட்டேன்''

''அடடே, காணலையே'' என்று சொல்லி சுற்றிலுமிருந்தவர்களிடம்

‘‘நீங்க யாராவது கண்டீகளா?’’ கேட்டார் முத்து.

‘‘யாருன்னே தெரியாதே. இன்னாருன்னா தெரிஞ்சாத்தான பாக்க, வைக்க’’ என்றார்கள்.

‘‘இவர் தான் கடற்கரை’’ என்றார் முத்து. அனைவரும் அதிசயிப்பாய் கண்டார்கள்.

‘‘அண்ணாச்சி. இவங்க எல்லோருக்கும் ஒங்களத் தெரியும். ஒங்களுக்குத்தான் தெரியாது’’ ஒவ்வொருத்தராய் அறிமுகப்படுத்தி வைத்தார்; நறுங்கி, காய்ந்து போன நெத்திலிக் கருவாடு போல் உடம்பு; விட்டி போல், துள்ளித் துள்ளி நடை. இடுப்புக்கு மேல் சட்டை காணாத மேனி. சட்டை போடாமல் அலைகிறதால், ‘பாலீஷ்’ போட்ட தேக்குப் பலகை நிறம் உடலைப் போர்த்தியிருந்தது. ஆனால் அதற்குள் அசையும் உயிருக்கு உலகம் பற்றிய சகலஞானமும் வாய்க்கப் பெற்றது வரம்;

துண்டை கீழேபோட்டு கடற்கரை உட்காரப் போனார்.

‘‘என்ன இது, நீங்க எவ்வளவு பெரிய ஆளு’’ அவரைத் தடுத்து,

‘‘இது உங்க நாற்காலி. நீங்க இங்கதான் உட்காரனும்’’ முத்துராக்கு தரையில் உட்கார்ந்தார்.

‘‘முதலாளி, நீங்க அப்படிச் சொல்லலாமா?’’ கடற்கரை திணறினார். அவருக்கு இன்னும் அவருடைய ‘பாஷை’ போகவேயில்லை.

கனி இருகை கூப்பி வணங்கினார் அவரை.

‘‘உங்களை பற்றிக் கேள்விப்பட்டிருக்கேன். பார்த்தும் கூட இருக்கேன்’’

இவர் எங்கே இந்தக் கலைஞனைக் கண்டார் என்று முத்துவுக்கும் மற்றவர்களுக்கும் ஆச்சரியம்.

‘‘கள்ளுக்குடி ஆட்டம் நீங்கதான. அந்த சி.டி. முத்து கொடுத்தார்.

பாத்திருக்கேன்'' என்றார் கனி.

யாஸ்மின் சிரித்தபடி, கணவரைச் சுட்டிக் காட்டி ''அய்யாவுக்கு, அதில தான எல்லாம் புரண்டு போனது'' என்றார். தொடர்ந்து யாஸ்மின் பேசினார்.

''நாங்களும் தயாராய்த்தான் இருக்கோம். இவர்தான் சொல்வார். அரசாங்க ஊழியர்னா சட்டி, பொட்டி, சாமான் சட்டு அதிகமா இருக்கக் கூடாது. அதிலயும் நேர்மையான ஊழியனா இருந்திட்டா கேட்க வேண்டாம். அத்தனையையும் மடிச்சிக்கட்டி தூக்கிட்டுப் போக வசதியா வச்சிருக்கணும். இன்னைக்கு முத்துராக்கு ஸாருக்கு வந்தது நாளைக்கு எங்களுக்கு''

யாஸ்மின் சொன்னது கூடியிருந்தவர்களுக்குப் புரிந்தது.

மூன்று பேரின் விழிகளில் வரப்போகும் தண்டனை பற்றிய தெளிவு இருந்தது. அப்துல் கனி, துணைவியார் யாஸ்மின், அவர்கள் மகன் மம்மூது. மகள் மும்தாஜுக்கு ஐந்து வயது. அவர்கள் அறிந்திருந்திருந்தார்கள். இது மாதிரியான எல்லை மீறலுக்கு பலி என்னவாக இருக்குமென எதிர்நோக்கி இருந்தார்கள்.

46

பரந்த உள் முற்றம் கொண்ட சம்சாரியின் வீடு. ஆடுமாடு கட்ட, விவசாயச் சாமான்கள் வைக்கச்செய்ய என்று விஸ்தாரமாய் உள்முற்றம் விட்டு எழுப்பியிருந்தது; ஆள் உயர மட்டத்துக்கு சுற்றுச் சுவர். சுவரைத் தாவிக் குதித்து உள்முற்றத்துக்குள் விளையாடியது காற்று.

சலாவத்தாய் பேசிக் கொண்டு இருந்ததில் நேரம் போனது தெரியவில்லை. நிலா கால் வீசிப் புறப்பட்டிருந்தது. நேரமெடுத்து விட்டால் வெளியூர்ப் பிள்ளைகள் போய்ச் சேர சிரமமாகிப்போகும் என்று வரவேற்பை நேரத்தே முடித்துவிட்டு வந்திருந்தார்கள் ஜானும் தவசியப்பனும். 4.30 மணிக்கு ஆரம்பித்து 6.30க்கு ''சக்''கென்று முடித்துவிட்டார்கள் வரவேற்பை.

என்ன செய்தாளோ தெரியவில்லை. எப்படித்தான் தோன்றியதோ. ''எல்லாருக்கும் காபி, தேநீர் என் பொறுப்பு'' என்று வெங்கிட்டம்மா முன் வந்துவிட்டாள்.

''அதை எங்கிட்ட விட்டுருங்க ஸார்'' என்றாள்.

சொல்லியவள் இரண்டு பையன்களை அந்த நேரத்துக்கு அவள்கிட்ட அனுப்பவேண்டுமாய் ஜானிடமும் தவசியப்பனிடமும் கேட்டுக்கொண்டிருந்தாள். முதலில் பணியாரம் வந்தது - இனிப்பு.

பிறகு மலைப் பூவரச இலையில் கட்டிய மசாலா சுண்டல் - காரம். காரத்துக்குப் பிறகு காபி. வேண்டாதவர்களுக்கு தேநீர் அக்குசாய் செய்து முடித்திருந்தாள்.

'மதிகெட்ட பய, ஆத்தமாட்டாத பய, மாரடிக்கிற பய, சூம்படைஞ்ச பய, சாவாரஞ் செத்த பய, சொணை மாறுன பய, கொங்கணப் பய' என்று அவனைச் சுற்றி நட்டு வைத்த வசவுகளை நொறுக்கித்தள்ளி மேலே வந்திருந்தான் இந்தப் பயல் போயிலைக் கட்டை. ''நா இங்க இருக்கிறேன், பாத்துக்கோங்க'' - ஜெகஜோதியாய் வெளியே தாவிக்குதித்து வந்திருந்தான். அத்தனை கொண்டாட்டமும் தனக்கே என்பது போல், பட்டு வேட்டி, பட்டுச்சட்டை உடுத்துகிறான். துண்டைத் தோளில் ஏத்தாப்பு போட்டு 'ஆத்தானம் பூத்தானமாய்' அலைந்து கொண்டிருக்கிறான். சோலைத்தாயி, அவனுக்குப் பக்கமாய், சில நேரம் முன்னே நடந்து, பகுமானம் பொங்க குழந்தையோடு உலாவிக் கொண்டிருந்தாள். ஒரு சூரியன் மாதிரியில்லே தெரிகிறான் என்று ஆசிரியர்கள் வியந்தார்கள்.

ஜான் ஐயா நெகிழ்ந்து போனார். வெங்கிட்டம்மா, போயிலைக் கட்டை, ரங்காவின் தாயார் சென்னம்மா, கமலாபுரம் அழகிரிசாமி, சூரப்பன், செங்குளம் சொர்ணத்தாயி (மறக்காமல் வீட்டுக்கார அய்யாவையும் கூட்டி வந்திருந்தாள்) பிறகு வில்வநத்தத்துக்காரர்கள் என்று நம்மைச் சுற்றி எத்தனை அருமந்த சனங்கள். இவர்கள் அதனை பேரும் மனுசர்களாக வந்திருந்தார்கள். சாதி குறைஞ்சி போனவர்களாக எவரும் தென்படவில்லை. இதோ, இங்கே மொட்டாந்தரையில் துண்டு விரித்து, கையைத் தலையணையாக்கிப் படுத்திருக்கும் கடற்கரை.

''ஆட்டக்களைப்பு. முத நாள் எங்கயாவது ஆட்டம் இருந்திருக்கும். அலுப்பை ஆத்திக்கிறாரு''

வார்த்தையால் தடவினார் முத்துராக்கு.

நக வெதும்பலாய் இளஞ்சூட்டில் கொண்டு செலுத்த வேண்டிய வாழ்க்கையை, காங்கை வீசும் கானலாக ஆக்குகிறார்களே, யார்

இவர்கள்? ஏன்? யோசிக்க, யோசிக்க யாஸ்மினுக்கு மூச்சுத் திணறிற்று. கொஞ்சம் பயமாகவும் மாறியது.

ஆகிவிட்டது; கனி அந்த ஊர்ப் பள்ளிக்கு பொறுப்பெடுத்து நாலாம் வருடத்தில் நடந்து கொண்டிருக்கிறார். இன்று முத்துராக்கு. நாளை கனி. தருமபுரி உண்மையில் தண்ணி இல்லாக் காடு. அது போல் இன்னொரு காட்டுக்குத் தூக்கியடிக்கப்படலாம்.

''எங்க தலைக்கு மேலே கத்தி தொங்குது''.

யாஸ்மின் முணுமுணுப்பு முற்றத்து வட்டத்தில் பரவுகிறது.

ஆசிரியரின் பிற நூல்கள்

சிறுகதைகள்

1. ஒரு ஜெருசலேம் - 1972
2. காடு - 1973
3. கிராமத்து ராத்திரிகள் - 1975
4. இரவுகள் உடையும் - 1978
5. மூன்றாவது முகம் - 1988
6. புதியன - 1997
7. இரவு மழை - 1998
8. புயலுள்ள நதி - 2000
9. பூத உலா - 2004
10. கள்ளழகர் - 2006
11. இலக்கியவாதியின் மரணம் - 2011
12. காற்றடிக்கும் திசையில் இல்லை ஊர் - 2011
13. பா.செயப்பிரகாசம் கதைகள் - 2015

(முழுத்தொகுப்பு - இரு நூல்களாக வம்சி பதிப்பகத்தில் வெளிவந்துள்ளது)

கட்டுரைகள்

1. தெக்கத்தி ஆத்மாக்கள் - 1999
2. வனத்தின் குரல் - 2001
3. கிராமங்களின் கதை - 2002
4. நதிக்கரை மயானம் - 2003
5. ஈழக் கதவுகள் - 2007
6. அந்தக் கடைசிப் பெண்ணாக - 2007
7. முடிந்துபோன அமெரிக்கக் கற்பனைகள் - 2007
8. ஒரு பேரனின் கதைகள் - 2009
9. ஈழ விடுதலைப் போராட்டமும் காந்தியமும் - 2009
10. மரண பூமி - 2010
11. கொஞ்சம் சோறு நிறைய நஞ்சு
12. முள்ளிவாய்க்காலில் தொடங்கும் விடுதலை அரசியல் - 2012
13. கொலை செய்யும் சாதி - 2014
14. நஞ்சுண்ட பூமி - 2016
15. சாகாத வானம் - 2016
    (மறைந்த தோழர் கவிஞர் இன்குலாப் பற்றிய வெளியீடு)
16. எழுத்தில் மட்டும் அல்ல முன்னத்தி ஏர் - 2017
    (கி.ரா. பற்றிய தொகுப்பு)

கவிதைகள்

1. எதிர்க்காற்று - 2002
2. நதியோடு பேசுவேன் - 2006